ഇരുൾ പരക്കുന്ന കാലം

Irul Parakkunna Kalam
Essays

M P Veerendrakumar

CHINTHA PUBLISHERS
Thiruvananthapuram

First Edition
December 2015

Second Edition
January 2016

Third Edition
February 2022

Published & Typesetting
Chintha Publishers, Thiruvananthapuram

Printed at
Repro India Ltd. Mumbai

Cover Design
Vinod Mangoes

ISBN : 978-93-85045-43-1

CR - 3132 / 5912

₹ 190

Email: chinthapublishers@gmail.com
Website: www.chinthapublishers.com

A version is available at National Libraries
Kolkata, Mumbai, Chennai and Delhi

Distribution
DESHABHIMANI BOOKHOUSE
H O Thiruvananthapuram 695035

Branch
Head Office Kunnukuzhi • Statue Thiruvananthapuram
KSRTC Bus Terminal Thampanoor • Saphalyam Complex Thiruvananthapuram
KSRTC Bus Station Alappuzha • KSRTC Bus Station Ernakulam
Machingal Lane Thrissur • IG Road Kozhikode
Mavoor Road Kozhikode • NGO Union Building Kannur
Central Bus Terminal Complex Thavakkara Kannur

ഇരുൾ പരക്കുന്ന കാലം

എം പി വീരേന്ദ്രകുമാർ

ചിന്ത പബ്ലിഷേഴ്സ്
തിരുവനന്തപുരം-695 035
വില : ₹ 190

എം പി വീരേന്ദ്രകുമാർ

1936 ജൂലൈ 22 ന് വയനാട്ടിലെ കല്പറ്റയിൽ ജനിച്ചു. പിതാവ്: പ്രമുഖ സോഷ്യലിസ്റ്റ് പാർട്ടി നേതാവും മദിരാശി നിയമസഭാംഗവുമായിരുന്ന എം കെ പത്മപ്രഭാഗൗഡർ. മാതാവ്: മരുദേവി അവ്വ. മദിരാശി വിവേകാനന്ദ കോളേജിൽനിന്ന് ഫിലോസഫിയിൽ മാസ്റ്റർ ബിരുദവും അമേരിക്കയിലെ സിൻസിനാറ്റി സർവ്വകലാശാലയിൽനിന്ന് എം ബി എ ബിരുദവും നേടി. *മാതൃഭൂമി* പ്രിന്റിങ് ആന്റ് പബ്ലിഷിങ് കമ്പനിയുടെ ചെയർമാനും മാനേജിങ് ഡയറക്ടറുമാണ്. ഇന്ത്യൻ ന്യൂസ്പേപ്പർ സൊസൈറ്റിയുടെ എക്സിക്യൂട്ടീവ് കമ്മിറ്റി മെമ്പർ, പി ടി ഐ ഡയറക്ടർ, പ്രസ് ഇൻസ്റ്റിറ്റ്യൂട്ട് ഓഫ് ഇന്ത്യയുടെ ട്രസ്റ്റി, ഇന്റർ നാഷണൽ പ്രസ് ഇൻസ്റ്റിറ്റ്യൂട്ട് മെമ്പർ, കോമൺവെൽത്ത് പ്രസ് യൂണിയൻ മെമ്പർ, വേൾഡ് അസോസിയേഷൻ ഓഫ് ന്യൂസ്പേപ്പേഴ്സ് എക്സിക്യൂട്ടീവ് കമ്മിറ്റി മെമ്പർ, ജനതാദൾ (യു) സ്റ്റേറ്റ് കമ്മിറ്റി പ്രസിഡന്റ് എന്നീ നിലകളിൽ സേവനമനുഷ്ഠിച്ചുവരുന്നു. 1992–'93, 2003–'04, 2011–'12 കാലയളവിൽ പി ടി ഐ ചെയർമാനും 2003–'04 ൽ ഐ എൻ എസ് പ്രസിഡന്റുമായിരുന്നു. സ്കൂൾ വിദ്യാർത്ഥിയായിരുന്ന കാലത്ത് സോഷ്യലിസ്റ്റ് പാർട്ടി നേതാവ് ജയപ്രകാശ് നാരായൺ ആണ് പാർട്ടിയിൽ അംഗത്വം നല്കിയത്. അടിയന്തരാവസ്ഥക്കാലത്ത് സ്വത്തുക്കൾ കണ്ടുകെട്ടുകയും ജയിൽവാസമനുഭവിക്കുകയും ചെയ്തു. 1987 ൽ കേരള നിയമസഭാംഗവും വനം വകുപ്പു മന്ത്രിയുമായി. വനങ്ങളിലെ മരങ്ങൾ മുറിക്കരുതെന്നായിരുന്നു ആദ്യത്തെ ഉത്തരവ്. 48 മണിക്കൂറിനുള്ളിൽ മന്ത്രിസ്ഥാനം രാജിവെക്കുകയും ചെയ്തു. കേന്ദ്ര മന്ത്രിസഭയിൽ ധനകാര്യ സഹമന്ത്രിയും പിന്നീട് തൊഴിൽവകുപ്പിന്റെ സ്വതന്ത്ര ചുമതലയുള്ള സഹമന്ത്രിയുമായിരുന്നു. 2004–'09 കാലത്ത് പാർലമെന്റ് അംഗമായും സേവനമനുഷ്ഠിച്ചു. 2020 മേയ് 28 ന് അന്തരിച്ചു.

കേരള സാഹിത്യ അക്കാദമിയുടെ സി ബി കുമാർ എൻഡോവ്മെന്റ് അവാർഡ്, മഹാകവി ജി സ്മാരക അവാർഡ്, ഓടക്കുഴൽ അവാർഡ്, കെ വി ഡാനിയൽ അവാർഡ്, അബുദാബി ശക്തി അവാർഡ്, കേരള സാഹിത്യ അക്കാദമി അവാർഡ്, വയലാർ അവാർഡ്, ബാലാമണിയമ്മ പുരസ്കാരം, ഏറ്റവും മികച്ച യാത്രാവിവരണ കൃതിക്കുള്ള പ്രഥമ കേന്ദ്ര സാഹിത്യ അക്കാദമി അവാർഡ്, കേരള സാഹിത്യ അക്കാദമി ഫെലോഷിപ്പ്, ഗാന്ധി സ്മൃതി പുരസ്കാരം തുടങ്ങി എൺപതിലേറെ അംഗീകാരങ്ങൾക്ക് വീരേന്ദ്രകുമാർ അർഹനായി.

കൃതികൾ: *സമന്വയത്തിന്റെ വസന്തം, ബുദ്ധന്റെ ചിരി, ഗാട്ടും കാണാച്ചരടുകളും, രാമന്റെ ദുഃഖം, ആത്മാവിലേക്ക് ഒരു തീർത്ഥയാത്ര, പ്രതിഭയുടെ വേരുകൾതേടി, ചങ്ങമ്പുഴ: വിധിയുടെ വേട്ടമൃഗം, തിരിഞ്ഞുനോക്കുമ്പോൾ, ആമസോണും കുറെ വ്യാകുലതകളും, ലോകവ്യാപാര സംഘടനയും ഊരാക്കുടുക്കുകളും (പ്രൊഫ. പി എ വാസുദേവനുമായി ചേർന്ന്), രോഷത്തിന്റെ വിത്തുകൾ, അധിനിവേശത്തിന്റെ അടിയൊഴുക്കുകൾ, സ്മൃതിചിത്രങ്ങൾ, എം പി വീരേന്ദ്രകുമാറിന്റെ കൃതികൾ (2 വോള്യം), ഹൈമവതഭൂവിൽ, വേണം നിതാന്ത ജാഗ്രത, ഡാന്യൂബ് സാക്ഷി, വിചിന്തനങ്ങൾ സ്മരണകൾ.*

ഭാര്യ : ഉഷ
മക്കൾ : ആഷ, നിഷ, ജയലക്ഷ്മി, ശ്രേയാംസ് കുമാർ
വിലാസം : പുളിയാർ മല എസ്റ്റേറ്റ്, കല്പറ്റ നോർത്ത്, കല്പറ്റ, വയനാട്.

ഉള്ളടക്കം

പ്രസാധകക്കുറിപ്പ് 7
മാറുന്ന 'രസതന്ത്രം' 9
അസഹിഷ്ണുതയുടെ ഇരുൾ പരക്കുന്ന കാലം 19
ഗാസ കത്തുന്നു; ലോകം ഉറങ്ങുന്നു 27
മുന്നറിയിപ്പ്-പ്ലാച്ചിമട മുതൽ ഡിട്രോയിറ്റ് വരെ 39
മുഖമില്ലാത്ത അമേരിക്ക, മുഖമുള്ള ഇറാഖ് 45
ഗുജറാത്ത്: ഈ പോക്ക് എങ്ങോട്ട്? 56
മതേതരത്വവും ന്യൂനപക്ഷവും 77
ആഗോളീകരണം എന്ന ഭീകരത 83
ഭീകരവാദം വളർത്തിയതും വിലയ്ക്കെടുത്തതും 89
മതന്യൂനപക്ഷങ്ങൾ നേരിടുന്ന വെല്ലുവിളി 102
രാമന്റെ ദുഃഖം 107
അയോദ്ധ്യയുടെ ബാക്കിപത്രം 122
ഹൈന്ദവഫാസിസത്തിന്റെ ദംശനമേറ്റ ഇന്ത്യൻ മുസ്ലീങ്ങൾ 138
ഇന്ത്യൻ വർഗ്ഗീയതയുടെ മുഖങ്ങൾ 145
ഹിന്ദുരാഷ്ട്രവാദം സവർണ്ണ ഫാസിസം 150

പ്രസാധകക്കുറിപ്പ്

നിതാന്തമായ ജാഗ്രതയാണ് എം പി വീരേന്ദ്രകുമാർ എന്ന എഴുത്തുകാരനെ വ്യത്യസ്തനാക്കുന്നത്. താൻ ജീവിക്കുന്ന കാലത്തോട് നിരന്തരം കലഹിച്ചുകൊണ്ടാണ് വീരേന്ദ്ര കുമാർ എന്ന സോഷ്യലിസ്റ്റ് ജീവിക്കുന്നത്. നാട്ടിൽ പിടിമുറുക്കുന്ന വർണ്ണവെറിക്കും ഫാസിസ്റ്റ്വല്ക്കരണ ത്തിനും പ്രകൃതി ചൂഷണത്തിനും എതിരായി നില യ്ക്കാത്ത പോരാട്ടമാണ് വീരേന്ദ്രകുമാർ നടത്തുന്നത്. നമ്മുടെ നാടിന്റെ പൈതൃകത്തെപ്പറ്റി ശാസ്ത്രീയമായ ബോധം വച്ചുപുലർത്തുന്ന ഈ എഴുത്തുകാരൻ സമകാല സ്പന്ദനങ്ങളെ അതിവേഗം മനസ്സിലാക്കുന്നു. രാജ്യത്ത് ഇരുൾ പരക്കുന്നുണ്ട് എന്ന് മുന്നറിയിപ്പ് നല്കുകയാണീ പുസ്തകം. ഇരുളിൽ ജ്വലിക്കുന്ന ജനാധിപത്യത്തിന്റെയും മതേതരത്വത്തിന്റെയും മെഴുകുതിരികളാണീ പുസ്തക ത്തിലെ ലേഖനങ്ങൾ.

ചിന്ത പബ്ലിഷേഴ്സ്

മാറുന്ന 'രസതന്ത്രം'

നമ്മുടെ മതത്തിന് ചില പൊതുസമാനതകളുണ്ടെന്നു നമുക്കറിയാം. എല്ലാ വിഭാഗങ്ങൾക്കും
പൊതുവായിട്ടുള്ളതാണവ. അവയുടെ നിഗമനങ്ങളും അവകാശങ്ങളും എത്രയും വ്യത്യസ്തങ്ങളാണെങ്കിലും അവയുടെ പരിമിതികൾക്കകത്തുനിന്നുകൊണ്ട് വിസ്മയകരമായ വൈജാത്യങ്ങൾ ഈ മതം അനുവദിക്കുന്നുണ്ട്. ചിന്തിക്കാനും അതനുസരിച്ച് ജീവിക്കാനും ഓരോരുത്തർക്കുമുണ്ട്
അനന്തമായ സ്വാതന്ത്ര്യം - സ്വാമി വിവേകാനന്ദൻ. ('ഇന്ത്യയുടെ ഭാവി' എന്ന പ്രഭാഷണത്തിൽനിന്ന്)

സമ്പന്നമായൊരു സാംസ്കാരികപൈതൃകംകൊണ്ടും ആദികവി പമ്പൻ, അക്ക മഹാദേവി, അല്ലാമ പ്രഭു, ബാസവ, ഭക്തകുംബാര, പുരന്ദരദാസ, ഭക്ത കനകദാസ, സർവാഗ്ന തുടങ്ങിയ മഹത്തുക്കളുടെ ജന്മംകൊണ്ടും അനുഗൃഹീതമായ കർണ്ണാടകത്തിൽനിന്നെത്തിക്കൊണ്ടിരിക്കുന്ന വർത്തമാനങ്ങൾ നമ്മുടെ രാജ്യത്തെ ഗ്രസിച്ചുകഴിഞ്ഞിട്ടുള്ള അഭിശപ്തമായ അസഹിഷ്ണുതയെ കൂടുതൽ ഭയാനകമാക്കുന്നു. ചിന്തകനും ആദരണീയനുമായിരുന്ന പ്രൊഫ. എം എം കൽബുർഗി നിഷ്ഠുരമായി വധിക്കപ്പെട്ടിട്ട് ഏറെ കഴിയുന്നതിനുമുമ്പാണ് ബഹുമുഖപ്രതിഭയും ജ്ഞാനപീഠം ജേതാവുമായ ഗിരീഷ് കർണ്ണാടിനെതിരെ വധഭീഷണിയുയർന്നിരിക്കുന്നത്.

കർണ്ണാടക സർക്കാറിന്റെ ആഭിമുഖ്യത്തിൽ നടക്കുന്ന, ടിപ്പുസുൽത്താന്റെ 266-ാം ജന്മദിനവാർഷികാഘോഷങ്ങളുടെ ഭാഗമായി ബെംഗളൂരു വിമാനത്താവളത്തിന് അദ്ദേഹത്തിന്റെ പേരിടണമെന്ന് കർണ്ണാട് നിർദ്ദേശിച്ചതാണ് തീവ്രവാദികളെ പ്രകോപിപ്പിച്ചത്. രാജ്യത്തിലെ പല വി

മാനത്താവളങ്ങൾക്കും ശിവജി, സുഭാഷ്ചന്ദ്ര ബോസ് തുടങ്ങിയ സ്വാതന്ത്ര്യസമരനായകന്മാരുടെ പേര് നല്കി ആദരിച്ച പാരമ്പര്യം ചൂണ്ടിക്കാട്ടിയാണ് കർണ്ണാട് തന്റെ അഭിപ്രായം പ്രകടിപ്പിച്ചത്. ടിപ്പുവിന്റെ ജന്മപ്രദേശമായ ദേവനഹള്ളിയിലാണ് വിമാനത്താവളം സ്ഥിതിചെയ്യുന്നത്.

ഈ അഭിപ്രായപ്രകടനത്തിനുശേഷം ഏതാനും മണിക്കൂറുകൾക്കകം ഫിലിം ആന്റ് ടെലിവിഷൻ ഇൻസ്റ്റിറ്റ്യൂട്ട് ഓഫ് ഇന്ത്യയുടെ മുൻ ഡയറക്ടറും സംഗീതനാടക അക്കാദമിയുടെ മുൻ അദ്ധ്യക്ഷനുമായ കർണ്ണാടിന് ശേഖർ ചന്ദ്ര എന്നൊരാളിൽനിന്ന് ട്വിറ്ററിൽ വധഭീഷണിയെത്തി. “കൽബുർഗിയുടെ അതേ നിയോഗമായിരിക്കും നിങ്ങൾക്കും” എന്നായിരുന്നു സന്ദേശം. ആന്ധ്രാപ്രദേശ് ഹൈക്കോടതിയിൽ പ്രാക്ടീസ് ചെയ്യുന്ന അഭിഭാഷകനെന്നവകാശപ്പെടുന്ന ഈ വ്യക്തി, തന്റെ ട്വീറ്റിന്റെ ഉദ്ദേശ്യം വധഭീഷണിയായിരുന്നില്ലെന്നും ‘സമൂഹത്തിലെ പ്രത്യേക വിഭാഗങ്ങളെ പ്രകോപിപ്പിക്കുന്നത് സുരക്ഷിതമായിരിക്കില്ലെന്ന് ഓർമ്മപ്പെടുത്തുക’ മാത്രമായിരുന്നുവെന്നും വിശദീകരിച്ചു.

ഏതായാലും രാജ്യവും ജനങ്ങളും ആദരിക്കുന്ന നാടക-സിനിമാരംഗത്തെ അതികായനായ കർണ്ണാട് കനത്ത പൊലീസ് സുരക്ഷയിലാണിപ്പോൾ കഴിഞ്ഞുകൂടുന്നത്. അതിനിടെ അദ്ദേഹത്തിനെതിരെ രണ്ടു പരാതികൾ പൊലീസിനു ലഭിച്ചിട്ടുണ്ട്. ഒരു പരാതിക്കാരനായ ഗിരീഷ് ഗൗഡ എൻ ഡി ടി വി യോട് ഇപ്രകാരം പറഞ്ഞു: “ചില എഴുത്തുകാർ വിവാദങ്ങൾ സൃഷ്ടിക്കാനായി മെനക്കെട്ടു നടക്കുന്നുണ്ട്. മൈസൂരിലെ കെ എസ് ഭഗവാൻ, ഗിരീഷ് കർണ്ണാട്, യു ആർ അനന്തമൂർത്തി തുടങ്ങിയവർ. അതിൽ അനന്തമൂർത്തി മരിച്ചു. പൊതുശല്യമുണ്ടാക്കാനാണിവർ ഇതൊക്കെ ചെയ്യുന്നത്.”

ഹിന്ദുത്വപടയണികളുടെ കണ്ണിലെ കരടായിരുന്ന ഡോ. അനന്തമൂർത്തിയുടെ ആത്മസുഹൃത്തായിരുന്ന കർണ്ണാട് തന്റെ നിർദ്ദേശത്തിന്റെപേരിൽ ഖേദം പ്രകടിപ്പിച്ചുവെങ്കിലും കർണ്ണാടകയിൽ പ്രതിഷേധം ഒടുങ്ങിയിട്ടില്ല. ബി ജെ പി, വി എച്ച് പി തുടങ്ങിയ സംഘടനകൾ കർണ്ണാടിന്റെ ഖേദപ്രകടനത്തിനെതിരെ സത്വരം രംഗത്തുവന്നു. അദ്ദേഹത്തിന്റെ പ്രസ്താവന വന്ന അതേദിവസം ടിപ്പുജയന്തിയാഘോഷങ്ങൾക്കിടെ പൊട്ടിപ്പുറപ്പെട്ട അക്രമാസക്തമായ പ്രതിഷേധപ്രകടനങ്ങളിൽ നിന്നു രക്ഷപ്പെടാൻ കുടകിലെ മടിക്കേരിയിൽ മതിൽചാടിക്കടക്കുന്നതിനിടെ ഒരു വി എച്ച് പി പ്രവർത്തകൻ മരിച്ചിരുന്നു. അതും സ്ഥിതിഗതികൾ വഷളാക്കി. നവംബർ 13-ാം തീയതി സംസ്ഥാനതലത്തിൽ ടിപ്പുവിനെ ആദരിക്കുന്ന കർണ്ണാടക സർക്കാർ തീരുമാനത്തിനെതിരെ വി എച്ച് പി ഒരു ബന്ദിന് ആഹ്വാനം ചെയ്തു. അതേത്തുടർന്ന് പലയിടങ്ങളിലും അക്രമങ്ങളുണ്ടായി.

വോട്ടുബാങ്ക് ലക്ഷ്യമാക്കി സമൂഹത്തിൽ സാമുദായികചേരിതിരിവുണ്ടാക്കാൻ കഴിഞ്ഞ കുറച്ചുകാലമായി സ്ഥാപിതതാല്പര്യക്കാർ നടത്തുന്ന സംഘടിതശ്രമങ്ങൾ ആശങ്കയുണർത്തുംവിധം വർദ്ധിച്ചിട്ടുണ്ട്.

ഒക്ടോബർ ആദ്യത്തിൽ സംസ്ഥാനതിരഞ്ഞെടുപ്പിന്റെ ഭാഗമായി ഞാൻ ബിഹാറിലുണ്ടായിരുന്നു. ആ വേളയിലാണ് തൊണ്ണൂറുകാരനായ തിമ്മ എന്ന ദളിതൻ അതിഭീകരമായി കൊല്ലപ്പെട്ട വാർത്തയറിയുന്നത്. ഉത്തർ പ്രദേശിലെ ഹാമിർപുരിലുള്ള ഒരു ക്ഷേത്രത്തിൽ കടക്കാൻ ശ്രമിച്ചതിന്റെ പേരിലാണ് ഉയർന്നജാതിക്കാരനായ സഞ്ജയ് തിവാരി, ഈ വയോധികനെ മഴുകൊണ്ടു വെട്ടിയിട്ടും അരിശംതീരാതെ തീവെച്ചുകൊന്നത്.

ഏതാനും ആഴ്ചകൾക്കു മുമ്പാണ് മുഹമ്മദ് അഖ്‌ലാക് എന്ന അമ്പതുകാരനെ ഡൽഹിയിൽനിന്ന് 31 കി മീ മാത്രമകലെയുള്ള യു പി യിലെ ദാദ്രിയിൽവെച്ച് ജനക്കൂട്ടം കിരാതമായി വധിച്ചത്. അഖ്‌ലാക്കിൽ ആരോപിതമായ കുറ്റം അദ്ദേഹം വീട്ടിൽ ബീഫ് സൂക്ഷിക്കുകയും ഭക്ഷിക്കുകയും ചെയ്തുവെന്നതായിരുന്നു. അക്രമത്തിൽ അഖ്‌ലാക്കിന്റെ ഇരുപത്തിരണ്ടുകാരനായ മകൻ ഡാനിഷിന് തലയോട്ടിക്ക് ഗുരുതരമായ പരിക്കേറ്റു. തലച്ചോറിൽ രണ്ട് സങ്കീർണ്ണശസ്ത്രക്രിയകൾക്ക് ഈ യുവാവ് വിധേയനാകേണ്ടിവന്നു. അഖ്‌ലാക്കിന്റെ മൂത്തമകൻ സർത്താജ് ഇന്ത്യൻ വ്യോമസേനയിൽ കോർപ്പറലായി സേവനമനുഷ്ഠിക്കുകയാണ്.

ഈ സംഭവവും സാമുദായികധ്രുവീകരണത്തിനിടയാക്കുന്ന ബി ജെ പി നേതാക്കളുടെ തീപ്പൊരിപ്രസംഗങ്ങളും ദേശീയതലത്തിൽ പ്രതിഷേധക്കൊടുങ്കാറ്റുയർത്തി. പ്രശ്നത്തെ നിസ്സാരവല്ക്കരിച്ചുകൊണ്ട് കേന്ദ്ര സാംസ്കാരികമന്ത്രിയും ഗൗതംബുദ്ധനഗർ പാർലമെന്റ് അംഗവുമായ ഡോ. മഹേഷ് ശർമ്മ നടത്തിയ പരാമർശം ഇങ്ങനെ: "സാമുദായികനിറംകൊടുക്കാതെ ഈ സംഭവത്തെ വെറുമൊരു അപകടമായിമാത്രം കണ്ടാൽമതി".

അന്തർദ്ദേശീയസമൂഹത്തിൽ നമ്മുടെ രാജ്യത്തിന് ലജ്ജകൊണ്ടു തലകുനിക്കേണ്ടിവന്ന ഈ സാഹചര്യത്തിൽ, നമ്മുടെ പ്രധാനമന്ത്രിയിൽ നിന്ന് നീണ്ട പത്തുദിവസങ്ങളിൽ ഒരു പ്രതികരണവുമുണ്ടായില്ല. അതേസമയം, ഈ ഭീകരസംഭവം നടന്നതിന്റെ പിറ്റേന്ന് മഹേഷ് ശർമ്മയ്ക്ക് ട്വിറ്ററിൽ ജന്മദിനാശംസ നേരാൻ പ്രധാനമന്ത്രി നരേന്ദ്രമോദി മറന്നില്ല. അഖ്‌ലാക്കിന്റെ വധത്തിൽ സർത്താജിനെയും കുടുംബാംഗങ്ങളെയും അനുശോചനമറിയിക്കാൻ ഒരുവാക്കുപോലും ഉരിയാടാനുണ്ടായിരുന്നില്ല നമ്മുടെ പ്രധാനമന്ത്രിക്കെന്നതും ഈ സാഹചര്യത്തിൽ ശ്രദ്ധേയമാണ്.

മന്ത്രി ശർമ്മയുമായി ബന്ധപ്പെട്ട മറ്റൊരു കാര്യംകൂടി ഇവിടെ കുറിക്കട്ടെ. അദ്ദേഹത്തിനാണ് മോദിസർക്കാർ, വിശ്വപ്രശസ്തനായ നമ്മുടെ മുൻ രാഷ്ട്രപതി ഡോ. എ പി ജെ അബ്ദുൾ കലാം തന്റെ അന്ത്യകാലത്തു ജീവിച്ച, തലസ്ഥാനനഗരിയുടെ മദ്ധ്യത്തിൽ രണ്ടേക്കറിൽ സ്ഥിതിചെയ്യുന്ന, ല്യൂട്ടിയൻസ് ബംഗ്ലാവ് അനുവദിച്ചുകൊടുത്ത് വിവാദങ്ങൾ സൃഷ്ടിച്ചത്. കഴിഞ്ഞ സെപ്തംബറിൽ കലാമിനെ 'ദേശീയവാദി'യെന്നും 'മുസ്ലീമെങ്കിലും മനുഷ്യസ്നേഹി'യെന്നും ശർമ്മ വിശേഷിപ്പിച്ചത് ദേശീയമാധ്യമങ്ങളിൽ വാർത്തയായിരുന്നു.

12 ഇരുൾ പരക്കുന്ന കാലം

എം പി വീരേന്ദ്രകുമാർ

നരേന്ദ്രമോദി 2014 ലെ പാർലമെന്റ് തിരഞ്ഞെടുപ്പുവേളയിൽ ബീഫിനെ സ്ഫോടനാത്മകമായൊരു പ്രശ്നമായി വളർത്തിയെങ്കിൽ, ബിഹാർ തിരഞ്ഞെടുപ്പുകാലത്ത് അദ്ദേഹവും സഹപ്രവർത്തകരും ന്യൂനപക്ഷവിരുദ്ധവികാരങ്ങൾക്കു തിരികൊളുത്തി ഈ സങ്കീർണ്ണപ്രശ്നത്തെ പുനരുജ്ജീവിപ്പിക്കുകയായിരുന്നു. ആർ.എസ്.എസ്സിന്റെ പ്രസിദ്ധീകരണമായ 'പാഞ്ചജന്യം', പൗരാണികഗ്രന്ഥങ്ങൾ പശുക്കളെ കൊല്ലുന്ന പാപികളെ വധിക്കുന്നതു ന്യായീകരിക്കുന്നുണ്ടെന്നു ചൂണ്ടിക്കാട്ടി! അതിനിടെയാണ് ഉധംപുരിൽ ഒരു ട്രക്ക് ഡ്രൈവറെയും ഹിമാചൽപ്രദേശിലെ മറ്റൊരാളെയും പശുക്കളെ കൊല്ലുന്നതിനുവേണ്ടി കടത്തിക്കൊണ്ടുപോയെന്നാരോപിച്ച് അരുംകൊലചെയ്തത്. ഈ സംഭവങ്ങൾ നാടിനെ അക്ഷരാർഥത്തിൽ നടുക്കി. അതിനുപിറകെതന്നെ വന്നു, ഉത്തരവാദപ്പെട്ട ഏതാനും ബി.ജെ.പി. നേതാക്കളുടെ ന്യൂനപക്ഷവികാരങ്ങളെ ധ്വംസിക്കുന്ന, വിവാദപരമായ പ്രസ്താവനകൾ.

മോഷണം, കള്ളക്കടത്ത്, ഗോഹത്യ എന്നിവ നടത്തിയെന്ന സംശയത്തിന്റെ പേരിൽ ഹിന്ദുതീവ്രവാദികൾ രണ്ടുമാസത്തിനകം നാലു മുസ്ലീങ്ങളെ ആക്രമിച്ചുകൊലപ്പെടുത്തിയെന്നാണ് പൊലീസിൽനിന്നുള്ള വിവരം. ഗോഹത്യക്കെതിരെ വധശിക്ഷയേർപ്പെടുത്താൻ നിയമം നിർമ്മിക്കണമെന്നാണ് ബി ജെ പി യുടെ പാർലമെന്റ് അംഗമായ സാക്ഷി മഹാരാജ് ആവശ്യപ്പെടുന്നത്. അതിഥികൾക്ക് ബീഫ് സത്കരിച്ചുവെന്നതിന്റെ പേരിൽ ജമ്മു-കശ്മീരിലെ സ്വതന്ത്ര എം എൽ എ ഷെയ്ഖ് അബ്ദുൾ റാഷിദിനെ ബി ജെ പി നിയമസഭാംഗങ്ങൾ ആക്രമിച്ചതിനെ 'ഒരു സ്വാഭാവിക പ്രതികരണം' എന്നത്രെ അദ്ദേഹം ന്യായീകരിച്ചത്. മുസ്ലീങ്ങൾ ബീഫ് കഴിക്കുന്നതു നിർത്തണമെന്ന, ഹരിയാണമുഖ്യമന്ത്രി മനോഹർലാൽ ഖട്ടാറിന്റെ ആവശ്യത്തെയും സാക്ഷി മഹാരാജ് പിന്തുണച്ചു; പിന്നീട് ആ പ്രസ്താവനയിൽനിന്ന് ഖട്ടാർ തന്ത്രപരമായി പിന്മാറിയെങ്കിലും.

അപായകരമായ ഈ പ്രവണതയുമായി ബന്ധപ്പെടുത്തിവേണം ശിവമോഗ സിറ്റി മുനിസിപ്പൽ കൗൺസിലിന്റെ മുൻ അദ്ധ്യക്ഷൻ എസ് എൻ ചന്നബാസപ്പ കർണ്ണാടക മുഖ്യമന്ത്രി സിദ്ധരാമയ്യക്കെതിരെ പുറപ്പെടുവിച്ച മുന്നറിയിപ്പിനെ വിലയിരുത്താൻ. ബീഫ് കഴിക്കുന്നതുമായി ബന്ധപ്പെട്ട് മുഖ്യമന്ത്രി നടത്തിയ ചില പരാമർശങ്ങളാണ് ബി ജെ പി നേതാവായ ചന്നബാസപ്പയെ പ്രകോപിപ്പിച്ചത്. "സിദ്ധരാമയ്യ ബീഫ് കഴിക്കാൻ ധൈര്യപ്പെടുകയാണെങ്കിൽ അദ്ദേഹത്തിന്റെ കഴുത്തറുക്കും" എന്നായിരുന്നു ചന്നബാസപ്പയുടെ ഭീഷണി.

അസഹിഷ്ണുതയുടെ കൊലവിളികൾ രാജ്യത്തിന്റെ വിവിധ ഭാഗങ്ങളിൽനിന്നുയരുമ്പോൾ ഭരണഘടനയുടെ തലവനായ രാഷ്ട്രപതി പ്രണബ്കുമാർ മുഖർജിക്ക് അതിനെതിരെ തുടരെത്തുടരെ നാലു സന്ദർഭങ്ങളിൽ പ്രതികരിക്കേണ്ടിവന്നു. നിയമനിർമ്മാതാക്കളടക്കമുള്ള മതതീവ്രവാദികൾ രാജ്യത്തെ വിഭാഗീയതയുടെ മുൾമുനയിൽനിർത്തി വില

പേശുമ്പോൾ, രാഷ്ട്രപതിയുടെ പ്രതികരണത്തെ ആ പ്രവണതയ്ക്കെതിരെയുള്ള ശക്തമായ നിലപാടായിവേണം വിലയിരുത്താൻ. ഒരു സ്വകാര്യചടങ്ങിൽ സംബന്ധിക്കവെ രാഷ്ട്രത്തിന്റെ പ്രഥമപൗരൻ തന്റെ കടുത്തനിരാശ മറച്ചുവെച്ചില്ല.

"നമ്മുടെ സംസ്കാരത്തിന്റെ അടിസ്ഥാനമൂല്യങ്ങളെ നമുക്ക് പാഴാക്കിക്കളയാനാവില്ല... സംവത്സരങ്ങളായി ഈ സംസ്കാരം വൈവിദ്ധ്യത്തെ ആഘോഷിക്കുകയും സഹിഷ്ണുതയെ ഉയർത്തിപ്പിടിക്കുകയും പ്രോത്സാഹിപ്പിക്കുകയും ബഹുസ്വരതയെ സ്വത്വത്തിന്റെ ഭാഗമായി കാണുകയും ചെയ്തുവരികയാണ്. ഈ സാംസ്കാരികമൂല്യങ്ങളോടു പുലർത്തിവരുന്ന കലവറയില്ലാത്ത പ്രതിബദ്ധതകാരണമാണ് ഒന്നിനുപിറകെ മറ്റൊന്നായുണ്ടായ അധിനിവേശങ്ങളെ ഇന്ത്യക്ക് അതിജീവിക്കാൻ കഴിഞ്ഞത്; അതുപോലെതന്നെ കാലത്തെയും" -രാഷ്ട്രപതി വികാരനിർഭരനായി.

പിന്നീട്, മൂന്നു പശ്ചിമേഷ്യൻ രാജ്യങ്ങളിൽ നടത്തിയ സന്ദർശനവേളയിൽ, ഇന്ത്യയുടെ 'രസതന്ത്ര'ത്തെക്കുറിച്ച് രാഷ്ട്രപതി ഇങ്ങനെ പറഞ്ഞു: "നമ്മുടെ സംസ്കാരത്തിന്റെ അന്തസ്സത്ത സഹിഷ്ണുതയാണ്. അതാണ് ഇന്ത്യയുടെ അതിജീവനത്തിന്റെ കാതൽ. അതാണു നമ്മെ പരസ്പരം ബന്ധിപ്പിക്കുന്നത്. നമ്മുടെ വൈവിദ്ധ്യത്തെയാകട്ടെ, നാം കൊണ്ടാടുകയും ചെയ്യുന്നു. അതു നമ്മുടെ ഭാഗംതന്നെയാണ്. നമ്മുടെ സംസ്കാരം നമ്മെ പഠിപ്പിക്കുന്നത് സഹിഷ്ണുതയെ പ്രോത്സാഹിപ്പിക്കാനും വൈജാത്യങ്ങളെ അംഗീകരിക്കാനും വ്യത്യസ്താഭിപ്രായങ്ങളെ ആദരിക്കാനുമാണ്." ജോർദ്ദാനിലെ *അൽ ഘാദ്* എന്ന അറബ് പത്രത്തിനു നല്കിയ അഭിമുഖത്തിലും ഇക്കാര്യങ്ങൾ രാഷ്ട്രപതി പ്രണബ്കുമാർ മുഖർജി അടിവരയിട്ടു പറഞ്ഞു: "സഹിഷ്ണുതയും സഹവർത്തിത്വവുമാണ് ഞങ്ങളുടെ സംസ്കാരത്തിന്റെ അടിസ്ഥാനപ്രമാണം".

ഒരാഴ്ചകഴിഞ്ഞ്, എല്ലാ കീഴ്വഴക്കങ്ങളെയും ലംഘിച്ചുകൊണ്ട് ഒരു മാസത്തിനുള്ളിൽ മൂന്നാംതവണയും, വളരുന്ന അസഹിഷ്ണുതയിൽ രാഷ്ട്രപതി കടുത്ത ആശങ്ക പരസ്യമായി പ്രകടിപ്പിച്ചു. രാഷ്ട്രപതിഭവൻ, 'സഹിഷ്ണുതയും ഭിന്നാഭിപ്രായത്തെ സ്വീകരിക്കലും ഇല്ലാതായിക്കൊണ്ടിരിക്കുകയാണോ, രാഷ്ട്രപതി ചോദിക്കുന്നു' എന്ന ശീർഷകത്തിൽ പുറത്തിറക്കിയ ഒരു മാധ്യമക്കുറിപ്പിൽ ശ്രീരാമകൃഷ്ണപരമഹംസരുടെ വിഖ്യാതമായ വാക്കുകൾ, 'ജഥോ മത് തഥോ പഥ്', ഉദ്ധരിച്ചുകൊണ്ട് ഇപ്രകാരം പറഞ്ഞു: നിരവധി വിശ്വാസങ്ങളുള്ളതുപോലെത്തന്നെ നിരവധി പഥങ്ങളുമുണ്ട്. അയ്യായിരം വർഷങ്ങൾ നമ്മുടെ സംസ്കാരം അതിജീവിച്ചത് സഹിഷ്ണുതകൊണ്ടും എക്കാലത്തും ഭിന്നാഭിപ്രായങ്ങളെ അംഗീകരിച്ചതുകൊണ്ടുമാണ്. നിരവധി ഭാഷകൾ, 1600 ൽപ്പരം നാട്ടുഭാഷകൾ, ഏഴു മതങ്ങൾ എന്നിവ ഇന്ത്യയിൽ പുലരുന്നുണ്ട്. ഈ വൈജാത്യങ്ങളെയൊക്കെ ഉൾക്കൊള്ളുന്നൊരു ഭരണഘടനയാണ് നമുക്കുള്ളത് -രാഷ്ട്രപതി ഓർമ്മപ്പെടുത്തി.

ബോധദീപ്തമായ കർമ്മഭൂമി

അതിനകം വിജ്രംഭിത ദേശീയതയെന്ന് സ്വയം അവകാശപ്പെട്ട് സാമുദായിക ശത്രുത പരത്തുന്ന പ്രവർത്തനങ്ങൾ പല രൂപങ്ങളിൽ, പലേടത്തും അരങ്ങേറപ്പെട്ടു. അതിനൊരുദാഹരണമാണ് ഗസൽ ഇതിഹാസമെന്ന് ലോകമെമ്പാടും വാഴ്ത്തുന്ന പാകിസ്ഥാനി ഗായകൻ ഗുലാം അലിയുടെ മുബൈയിൽ നിശ്ചയിച്ചിരുന്ന ഗസൽ ആലാപനം ബി ജെ പിയുടെ സഖ്യകക്ഷിയായ ശിവസേന റദ്ദാക്കിയത്. അതിന്റെ ചുവടുപിടിച്ചുതന്നെ ഇന്ത്യാ-പാകിസ്ഥാൻ ക്രിക്കറ്റ് ബോർഡുകളുടെ യോഗവും റദ്ദു ചെയ്യപ്പെട്ടു.

പ്രമുഖ എഴുത്തുകാരനും പത്രപ്രവർത്തകനും മുൻ പ്രധാനമന്ത്രി അടൽ ബിഹാരി വാജ്പേയിയുടെയും എൽ കെ അദ്വാനിയുടെയും വിശ്വസ്തനുമായിരുന്നു സുധീന്ദ്ര കുൽക്കർണിയുടെ മുഖത്ത് കറുത്തചായം ചീറ്റി തീവ്രഹിന്ദുത്വവാദികൾ വികൃതമാക്കിയത് ഒക്ടോബർ മാസം അവസാനത്തിലാണ്. പാകിസ്ഥാന്റെ മുൻ വിദേശകാര്യമന്ത്രിയും എഴുത്തുകാരനുമായ ഖുർഷിദ് കസുരി രചിച്ച *Neither Hawk Nor a Dove* എന്ന പുസ്തകത്തിന്റെ പ്രകാശനച്ചടങ്ങിലായിരുന്നു ഈ സംഭവം.

ഒബ്സർവർ റിസർച്ച് ഫൗണ്ടേഷന്റെ അദ്ധ്യക്ഷനായി പ്രവർത്തിച്ചു വരുന്ന കുൽക്കർണിയാണ് വാജ്പേയി പതിനഞ്ചു വർഷങ്ങൾക്കു മുൻപ് ഒരു ക്രിസ്മസ് അവധിക്കാലം ചെലവഴിക്കാൻ കുമരകത്ത് വന്നപ്പോൾ അവിടെവെച്ച് Musings from Kumarakom എന്ന രേഖ തയ്യാറാക്കുന്നതിൽ അദ്ദേഹത്തെ സഹായിച്ചത്. അക്കാലത്തെ ഇന്ത്യയുടെ സാമൂഹിക, രാഷ്ട്രീയ സമസ്യകൾ ഈ രചനയിൽ പ്രതിപാദിക്കപ്പെട്ടിട്ടുള്ളത്. ബാബറി മസ്ജിദ് തകർക്കപ്പെട്ടതിനെ പരാമർശിച്ച് വാജ്പേയി ഇങ്ങനെ കുറിച്ചു:

> നമ്മുടെ കഴിഞ്ഞകാലം പ്രതാപപൂർണ്ണമായിരുന്നുവെങ്കിലും കൂടുതൽ പ്രതാപനിർഭരമായൊരു ഭാവി ഇന്ത്യയെ മാടിവിളിക്കുന്നുണ്ട്. എന്നാൽ അതിന്റെ സാക്ഷാത്കാരം പോരാട്ടത്തിൽനിന്ന് ഒത്തുതീർപ്പിലേക്കും അഭിപ്രായഭിന്നതയിൽനിന്ന് അഭിപ്രായയൈക്യത്തിലേക്കും ഏറ്റുമുട്ടലിൽനിന്ന് സമന്വയത്തിലേക്കും സഹകരണത്തിലേക്കുമുള്ള വിപ്ലവകരമായ മാറ്റത്തിലൂടെ മാത്രമേ സാദ്ധ്യമാവുകയുള്ളൂ.

പ്രശസ്ത സിനിമാനടൻ ഷാരൂഖ് ഖാൻ ഇന്ത്യൻ പ്രീമിയർ ലീഗുമായി ബന്ധപ്പെട്ട ഫെമ വ്യവസ്ഥകൾ ലംഘിച്ചുവെന്നാരോപിച്ച് എൻഫോഴ്സ്മെന്റ് ഡയറക്ടറേറ്റ് അദ്ദേഹത്തെ നാലുമണിക്കൂറോളം കഠിനമായി ചോദ്യം ചെയ്തു. ഇന്ത്യയിൽ വളർന്നുകൊണ്ടിരിക്കുന്ന കടുത്ത അസഹിഷ്ണുതക്കെതിരെ പ്രതികരിച്ച് ഏതാനും ദിവസങ്ങൾ മാത്രം കഴിഞ്ഞപ്പോഴായിരുന്നു ഈ നടപടി.

ഇതോടു ബന്ധപ്പെടുത്തിത്തന്നെവേണം ബി ജെ പി ജനറൽ സെക്രട്ടറി കൈലാഷ് വിജയ്‌വർഗിയുടെ വിവാദകരമായ ട്വീറ്റിനെ കാണുവാൻ. ഷാരൂഖ് ഖാൻ ജീവിക്കുന്നത് ഇന്ത്യയിലാണെങ്കിലും അദ്ദേഹത്തിന്റെ ആത്മാവ് പാകിസ്ഥാനിലാണ് എന്നായിരുന്നു വിജയ്‌വർഗിയയുടെ ആരോപണം. പ്രധാനമന്ത്രി മോദിയും അമിത് ഷായും ഹരിയാന തിരഞ്ഞെടുപ്പിന്റെ ചുമതലക്കാരനായി തിരഞ്ഞെടുത്ത വിജയ്‌വർഗിയയുടെ വാക്കുകൾക്ക് ഗൗരവമില്ലെന്ന് ആരും പറയില്ല.

ബി ജെ പി യുടെ പാർലമെന്റ് അംഗം യോഗി ആദിത്യനാഥ് ഒരു പടികൂടിക്കടന്ന് ഈ വിഖ്യാതനടനെ മുംബൈ ഭീകരാക്രമണത്തിന്റെ ബുദ്ധികേന്ദ്രമായി പ്രവർത്തിച്ച ഹാഫിസ് സയീദുമായി താരതമ്യപ്പെടുത്തുക കൂടി ചെയ്തു. ഷാരൂഖിനു നല്ലത് പാകിസ്ഥാനിലേക്ക് പോവുകയാണെന്ന് ഉപദേശിക്കാനും ആദിത്യനാഥ് മടിച്ചില്ല. ഷാരൂഖിന്റെ സിനിമകൾ ബഹിഷ്കരിച്ചാൽ, അദ്ദേഹത്തിന് ഒരു വെറും സാധാരണ മുസ്ലീമിനെപ്പോലെ തെരുവുകളിൽ അലയേണ്ടി വരുമെന്നും അദ്ദേഹം പറയുകയുണ്ടായി. ഷാരൂഖിന്റെ പിതാവ് മിർ താജ് മുഹമ്മദ് ഖാൻ ഒരു സ്വാതന്ത്ര്യ സമരപ്പോരാളിയും അതിർത്തിഗാന്ധിയെന്നറിയപ്പെട്ട ഖാൻ അബ്ദുൽ ഗഫർ ഖാന്റെ അടുത്ത അനുയായിയുമായിരുന്നു എന്ന വസ്തുതവിസ്മരിക്കപ്പെടരുത്.

നവംബർ 14-ാം തീയതി നടന്ന 21-ാമത് കൊല്ക്കത്ത ചലച്ചിത്രോത്സവത്തിന്റെ ഉദ്ഘാടനച്ചടങ്ങിൽ സംസാരിക്കവെ അമിതാഭ് ബച്ചൻ പറഞ്ഞത് വളരെ ശ്രദ്ധേയമാണ്: "സംസ്കൃതികൾ ചോദ്യം ചെയ്യപ്പെടുകയും സമുദായങ്ങൾക്കെതിരെ തെറ്റിദ്ധാരണകൾ ലോകത്തെ വിഭജിക്കുകയും ചെയ്തുകൊണ്ടിരിക്കുന്ന ഇക്കാലത്ത് മറ്റെന്നത്തേക്കാളുപരി നാം പരസ്പര ആശയവിനിമയം നടത്തിക്കൊണ്ടിരിക്കണം". മോദി ഗുജറാത്ത് മുഖ്യമന്ത്രിയായിരുന്നപ്പോൾ 2010 മുതൽ ബച്ചൻ ഗുജറാത്ത് ടൂറിസത്തിന്റെ ബ്രാൻഡ് അംബാസഡറായിരുന്നു. കൂടാതെ 'സുഗന്ധ ഗുജറാത്ത്' പ്രചാരണപരിപാടിയുടെ പ്രൗഢമുഖവും.

അശാന്തിയുടെ ഈ കാലഘട്ടത്തിൽ ന്യൂനപക്ഷങ്ങൾ മാത്രമല്ല, ദളിത് വിഭാഗങ്ങളും വേട്ടയാടപ്പെടുന്നുണ്ട്. ഒക്ടോബറിലാണ് ഡൽഹിയിൽ നിന്ന് രണ്ട് മണിക്കൂർ മാത്രം അകലെയുള്ള ഫരീദാബാദിലെ സുൻപേഡ് ഗ്രാമത്തിൽ രണ്ട് ദളിത് കുട്ടികളെ സവർണ്ണർ ജീവനോടെ ചുട്ടെരിച്ചത്. ഒക്ടോബറിൽത്തന്നെയാണ് ഹിസാറിനടുത്തുള്ള ബാത്‌ലയിൽ ഒരു ദളിതനെ ഉയർന്ന ജാതിക്കാർ ഒരു മരത്തിൽ തൂക്കിലേറ്റിയത്. ദൽഹിയിൽനിന്ന് മൂന്ന് മണിക്കൂർ ദൂരമേയുള്ളൂ ബാത്‌ലയിലേക്ക്. ആഴ്ചകൾക്ക് മുമ്പാണ് സോണെപെറ്റിൽ ഒരു പെറ്റിക്കേസിലുൾപ്പെട്ട പതിനാലു വയസ്സുകാരനായ ദളിത് ബാലൻ കൊല്ലപ്പെട്ടതായി കണ്ടെത്തിയത്. രാഷ്ട്രതലസ്ഥാനത്തുനിന്ന് രണ്ടുമണിക്കൂർ മാത്രം ദൂരമേയുള്ളു സോണെപെറ്റിലേക്ക്.

ഇതിനെല്ലാമെതിരെ ജനങ്ങളിൽനിന്ന് സത്വര പ്രതികരണങ്ങളു

ണ്ടാകുന്നുണ്ട്. അതിനുള്ള തെളിവാണ് മോദിയുടെ മണ്ഡലമായ വരണാസിയിൽ അടുത്തിടെ നടന്ന പഞ്ചായത്ത് തിരഞ്ഞെടുപ്പിൽ ബി ജെ പി മത്സരിച്ച 58 സീറ്റുകളിൽ 50-ലും അവർ തോറ്റത്. മോദി ദത്തെടുത്ത ജയാപൂർ ഗ്രാമമുൾപ്പെട്ട ജില്ലാ പഞ്ചായത്ത് സീറ്റിലും ബി ജെ പി പരാജയപ്പെട്ടു. അതേസമയം, ദളിത് വിഭാഗത്തിന് വ്യക്തമായ സ്വാധീനമുള്ള മായാവതിയുടെ ബി എസ് പി ഈ തിരഞ്ഞെടുപ്പിൽ ശക്തമായ തിരിച്ചുവരവ് നടത്തിയത് പക്ഷേ, ആരെയും അത്ഭുതപ്പെടുത്തിയില്ല.

ഈ പശ്ചാത്തലത്തിൽ ബിഹാർ സംസ്ഥാന തിരഞ്ഞെടുപ്പു ഫലങ്ങൾക്ക് നിർണ്ണായക പ്രാധാന്യമുണ്ട്. ആർ എസ് എസ് കർശനമായി നിയന്ത്രിക്കുന്ന മോദിയുടെ ഭരണത്തിന് തടയിടാൻ സോഷ്യലിസ്റ്റ് നേതാക്കളായ നിതീഷ് കുമാറിന്റെയും ലാലു പ്രസാദ് യാദവിന്റെയും നേതൃത്വത്തിൽ മഹാസഖ്യം നേടിയ ഐതിഹാസിക വിജയത്തിനു കഴിഞ്ഞുവെന്നത് രാജ്യത്തിന്റെ രാഷ്ട്രീയഭാവിയിലേക്കുള്ള ഒരു ചൂണ്ടുപലകയാണ്. ബുദ്ധന്റെയും മഹാവീരന്റെയും ബോധദീപ്തമായ കർമ്മഭൂമി അതിന്റെ മാനവിക പാരമ്പര്യത്തോട് നീതി പുലർത്തുകതന്നെ ചെയ്തു. അതിലൂടെ വെറുപ്പിന്റെയും വിഭാഗീയതയുടെയും ഉപാസകന്മാരെ സോഷ്യലിസ്റ്റ്ശക്തികളും കോൺഗ്രസും തകർക്കുകയായിരുന്നു. ഈ സാഹചര്യത്തിൽ, ബിഹാർ എല്ലാ കാലത്തും മാറ്റത്തിന്റെ പ്രഭവകേന്ദ്രമായിരുന്നുവെന്ന് ഓർക്കേണ്ടതുണ്ട്. 1917 ൽ ചംപാരനിൽ വെച്ചാണ് ബ്രിട്ടീഷ് ചൂഷണത്തിനെതിരെ ഗാന്ധിജി ആദ്യമായി സത്യഗ്രഹമാരംഭിച്ചത്. 1974 ൽ ജയപ്രകാശ് നാരായൺ ചരിത്രപ്രസിദ്ധമായ സമ്പൂർണ്ണ വിപ്ലവപ്രസ്ഥാനത്തിനു തുടക്കം കുറിച്ചതും ബിഹാറിൽ നിന്നുതന്നെയായിരുന്നു. 1970 ലാണ് കർപ്പൂരി താക്കൂർ സംസ്ഥാനത്തിലെ പിന്നാക്ക ജാതിയിൽപ്പെട്ട ആദ്യ മുഖ്യമന്ത്രിയായി അവരോധിക്കപ്പെട്ടത്.

സാധാരണഗതിയിൽ തിരഞ്ഞെടുപ്പ് ഫലങ്ങളെക്കുറിച്ച് പ്രതികരിക്കാത്ത, ആത്മീയാചാര്യൻ ദലൈ ലാമ അഹിംസയെയും സഹിഷ്ണുതയെയും മുൻനിർത്തി നടത്തിയ പരാമർശങ്ങളിൽ ബിഹാർ തിരഞ്ഞെടുപ്പ് ഫലത്തെക്കുറിച്ച് പരാമർശിക്കുകയുണ്ടായി. "അതു തെളിയിക്കുന്നത് ഹിന്ദു സമൂഹത്തിലെ ഒരു വലിയ വിഭാഗം സമാധാനത്തിലും സൗഹൃദത്തിലും വിശ്വസിക്കുന്നുവെന്നാണെന്ന്" എന്നത്രെ ലോകം ആദരിക്കുന്ന ദലൈ ലാമ പറഞ്ഞത്. മുതിർന്ന ബി ജെ പി നേതാക്കളായ എൽ കെ അദ്വാനി, മുരളി മനോഹർ ജോഷി, ശാന്ത കുമാർ, യശ്വന്ത് സിൻഹ എന്നിവർ പുറപ്പെടുവിച്ചൊരു പ്രസ്താവനയിൽ നേരത്തെ ഡൽഹിയിൽ നേരിട്ട തിരിച്ചടിയിൽനിന്ന് പാർട്ടി ഒരു പാഠവും പഠിച്ചില്ലെന്നു കുറ്റപ്പെടുത്തി. ബിഹാറിലെ പരാജയത്തിന് ഓരോരുത്തരും ഉത്തരവാദിയാണെന്നു പറയുന്നത്, അതിന്റെ ഉത്തരവാദിത്വം ആരുടെ ചുമലിലും പതിക്കുന്നില്ല എന്നുറപ്പുവരുത്താനാണ്. കഴിഞ്ഞവർഷം പാർട്ടിയെ ഷണ്ഡവത്കരിച്ചതാണ്, ബിഹാറിൽ നേരിട്ട പരാജയത്തിന്റെ മുഖ്യകാ

രണമെന്ന് അവർ വിലയിരുത്തി.

സോണിയഗാന്ധിയെ 'ബാഹരി' (പുറത്തു നിന്നുവന്നവർ)എന്നുവിളിച്ച് ആക്ഷേപിച്ചതടക്കമുള്ള മോദിയുടെ അമാന്യമായ പരാമർശങ്ങളും പരാജയകാരണമായെന്ന് ബി ജെ പിയുടെ ബേഗുസരായിലെ പാർലമെന്റ് അംഗം ഭോലാ സിങ് കുറ്റപ്പെടുത്തി. മോദിയുടെ ജീവചരിത്രകാരൻ നിലഞ്ജൻ മുഖോപധ്യായപോലും പാർട്ടിയുടെ പ്രകടനത്തിൽ വിലപിച്ചു. ബി ജെ പിക്ക് 'മുഖ'വും 'സ്വഭാവ'വും 'നിലപാടും' നഷ്ടപ്പെട്ടുവെന്നായിരുന്നു അദ്ദേഹത്തിന്റെ പ്രതികരണം. റിസർവേഷൻ നയം പുനരവലോകനം ചെയ്യണമെന്ന ആർ എസ് എസ് തലവൻ മോഹൻ ഭഗത്തിന്റെ ആവശ്യം ദുർബ്ബല വിഭാഗങ്ങളിലുണ്ടാക്കിയ അതൃപ്തിയും അങ്കലാപ്പും തിരഞ്ഞെടുപ്പു പരാജയത്തിനു മറ്റൊരു കാരണമായി.

ബിഹാറിൽ ബി ജെ പി പരാജയപ്പെട്ടാൽ പടക്കം പൊട്ടുക പാകിസ്ഥാനിലായിരിക്കുമെന്ന അമിത് ഷായുടെ പരാമർശം വൻതിരിച്ചടിയായി. തിരഞ്ഞെടുപ്പ് പ്രചരണത്തിന്റെ അവസാന നാളുകളിലായിരുന്നു വിഭാഗീയതയുടെ വിഷം വമിക്കുന്ന ഇത്തരം പ്രതികരണങ്ങൾ. മോദിക്കും അക്ഷന്തവ്യമായ തെറ്റുകൾ പറ്റിയെന്ന് പാർട്ടിനേതാക്കൾ കുറ്റപ്പെടുത്തി. വികസനം എല്ലാ ഇന്ത്യക്കാർക്കും എന്നതിനുപകരം ഹൈന്ദവ ദേശീയതയ്ക്ക് ഊന്നൽ നല്കുന്നതായിരുന്നു ഇവരുടെ പ്രസംഗങ്ങളും പ്രസ്താവനകളും. മോദി അക്ഷീണം പ്രചാരണം നടത്തിയ 26 നിയോജക മണ്ഡലങ്ങളിൽ 16 എണ്ണത്തിലും ബി ജെ പി പാരാജയപ്പെട്ടുവെന്നത് പാർട്ടി നേതൃത്വത്തെ നടുക്കുകതന്നെ ചെയ്തു. അതേസമയം, സോണിയാഗാന്ധി പ്രചാരണത്തിനെത്തിയ നാലിൽ നാലിലും രാഹുൽ ഗാന്ധി പ്രചാരണം നയിച്ച 12-ൽ എട്ടിലും മഹാസഖ്യം വിജയിച്ചു.

അസഹിഷ്ണുതയിൽ എഴുത്തുകാരെക്കുറിച്ച് ഇന്ത്യൻ സാംസ്കാരികമന്ത്രി ഡോ. മഹേഷ് ശർമ്മ പറഞ്ഞതിങ്ങനെ: "അവർക്ക് എഴുതാനാവില്ലെന്നാണ് അവർ പറയുന്നെതെങ്കിൽ, അവർ എഴുതേണ്ട. ബാക്കി അപ്പോൾ കാണാം". ഈ പ്രശ്നത്തിൽ പ്രധാനമന്ത്രി മോദി അദ്ദേഹത്തിന്റെ പങ്കുനിർവ്വഹിച്ചത് പ്രതിഷേധിക്കുന്ന എഴുത്തുകാർക്കെതിരെ ദൽഹിയിൽ പ്രകടനം നടത്തിയ ഒരു സംഘം ആളുകളോടൊപ്പം ഫോട്ടോയ്ക്ക് പോസ് ചെയ്തുകൊണ്ടാണ്! കാപട്യക്കാരായ സാഹിത്യകാരന്മാരെ ബൂട്ടുകൊണ്ടു തൊഴിക്കുക തുടങ്ങിയ സംസ്കാരശൂന്യമായ മുദ്രാവാക്യങ്ങളാണ് പ്രകടനത്തിൽ മുഴങ്ങിക്കേട്ടത്. മാധ്യമങ്ങളെ വേശ്യകളോടുപമിച്ചുകൊണ്ട് 'പ്രസ്സ്റ്റിറ്റ്യൂട്ട്' എന്ന പുതിയൊരു പ്രയോഗവും പ്രകടനക്കാർ കണ്ടെത്തി. മനുഷ്യജീവിതത്തെയും മാന്യതയെയും അവഹേളിക്കുന്നതെന്നാണ് ഇതേക്കുറിച്ച് പ്രമുഖ ചിന്തകൻ ജി എൻ ഡേവി പ്രതികരിച്ചത്.

അതിനിടെ, മഹാത്മജിയുടെ ഘാതകൻ നാഥുറാം ഗോഡ്സെയെ തൂക്കിക്കൊന്ന നവംബർ 15-ാം തീയതി അഖില ഭാരതീയ ഹിന്ദുമഹാ

സഭ 'ബലിദാൻദിന'മായി ആചരിക്കുകയുണ്ടായി. ഇതോടനുബന്ധിച്ച് ഗോഡ്സെയുടെ ജീവചരിത്രം സ്കൂൾപാഠ്യപദ്ധതിയിൽ ഉൾപ്പെടുത്തണമെന്ന് രാഷ്ട്രപതിക്ക് ഒരു നിവേദനം കൊടുക്കുമെന്നും അവർ അറിയിച്ചു! എബ്രഹാം ലിങ്കണെ വധിച്ച ജോൺ വിൽക്സ് ബൂത്തിനെയും മാർട്ടിൻ ലൂഥർ കിങ്ങിനെ വധിച്ച ജെയിംസ് ഏൾ റേയേയും ഇതുപോലെ ആദരിക്കണമെന്ന് ലോകത്തിലെ തന്നെ കുപ്രസിദ്ധമായ കൂ ക്ലക്സ് ക്ലാൻ എന്ന വർണ്ണവെറിയൻ ഭീകരസംഘടനപോലും ആവശ്യപ്പെട്ടിരുന്നില്ല.

പ്രശസ്ത ദാർശനികയായ മാർത്ത സി നോസ്ബോം *The Clash Within: Democracy, Religious Violence and India's Future* എന്ന തന്റെ കൃതിയിൽ ലോകത്തിലെ നാലു പ്രമുഖ മതങ്ങൾക്ക് ജന്മം നല്കിയ ഇന്ത്യയിൽ, സംസ്കാരങ്ങൾ തമ്മിലുണ്ടാകുന്ന പോരാട്ടങ്ങളെക്കുറിച്ചുള്ള പ്രശസ്ത ദാർശനികനും എഴുത്തുകാരനുമായ സാമൂൽ ഹണ്ടിങ്ടൺന്റെ സിദ്ധാന്തത്തിന് സാംഗത്യമില്ലെന്ന് പറഞ്ഞു. യഥാർത്ഥ സംഘട്ടനം നടക്കുന്നത് ആധുനിക രാഷ്ട്രങ്ങളിലാണ്. വ്യത്യസ്തവിഭാഗങ്ങളിൽപ്പെട്ടവരും തുല്യആദരവോടെ ജീവിക്കാൻ തയ്യാറുള്ളവരും ഏക മത, വംശീയ മേല്ക്കോയ്മാപാരമ്പര്യത്തിൽ അടിയുറച്ചു വിശ്വസിക്കുന്നവരും തമ്മിലാണ് അവിടെ സംഘട്ടനങ്ങൾ നടക്കുന്നത്.

"ജനാധിപത്യം പുലരണമെങ്കിൽ മനുഷ്യരുടെ ഉള്ളിലുള്ള ലോകത്തെ പോഷിപ്പിക്കണമെന്നും മേല്ക്കോയ്മയ്ക്കുള്ള ആർത്തിക്കെതിരെ നിലകൊള്ളണമെന്നും യാഥാർത്ഥ്യത്തെ അംഗീകരിക്കണമെന്നും മറ്റുള്ളവരുമായുള്ള സമത്വത്തെ ഉൾക്കൊള്ളണമെന്നും ഗാന്ധിജിക്കറിയാമായിരുന്നു" എന്ന നോസ്ബോമിന്റെ നിഗമനത്തിന് സർവ്വകാല, സാർവ്വദേശീയ പ്രസക്തിയുണ്ട്.

2015

അസഹിഷ്ണുതയുടെ ഇരുൾ പരക്കുന്ന കാലം

കന്നട സാഹിത്യകാരനും ഗവേഷകനും യുക്തിവാദിയുമായ എം എം കൽബുർഗി വധിക്കപ്പെട്ട് ഏറെനാൾകഴിയുംമുമ്പ് ഹിന്ദു തീവ്രവാദികളുടെ കണ്ണിലെ കരടായിരുന്ന കെ എസ് ഭഗവാന്റെ നാളുകളെണ്ണപ്പെട്ടുകഴിഞ്ഞുവെന്ന ഭീഷണിയുയർന്നിരിക്കുന്നു. മൈസൂരുവിലുള്ള വസതിയിലാണ് ഇംഗ്ലീഷിലെഴുതിയ അജ്ഞാത വധഭീഷണി അദ്ദേഹത്തെതേടിയെത്തിയത്.

"നിങ്ങൾ സുരക്ഷിതനാണെന്നുകരുതി ശാന്തനായിരിക്കേണ്ട. (ഞങ്ങൾക്ക്) ലക്ഷ്യങ്ങൾ ഒരിക്കലും പിഴയ്ക്കാറില്ല. ഞങ്ങളെത്തുമ്പോൾ ഒരു പൊലീസ് സുരക്ഷയും നിങ്ങളെ സംരക്ഷിക്കുകയുമില്ല. എങ്ങനെയതു നിർവ്വഹിക്കണമെന്ന് ഞങ്ങൾക്ക് അസ്സലായറിയാം. ഇനി നിങ്ങളുടെ ദിവസങ്ങളെണ്ണിക്കൊള്ളുക". ഒരു സർപ്പത്തിന്റെ പക പന്ത്രണ്ട് വർഷങ്ങൾ കത്തിനില്ക്കുമെന്ന ഒരു കന്നട പഴമൊഴിയും ഈ ഭീഷണിക്കത്തിലുണ്ടായിരുന്നു.

അവരുടെ മൂന്നു 'വിജയകരമായ' ദൗത്യങ്ങളെക്കുറിച്ചുമുണ്ട് കത്തിൽ പരാമർശം. 2013 ആഗസ്ത് 20-ാം തീയതി യഥാസ്ഥിതിക മത നിലപാടുകളെ വിമർശിച്ച നരേന്ദ്ര ധബോൽക്കറും അതേകാരണത്താൽ 2015 ഫെബ്രുവരി 20-ാം തീയതി ഗോവിന്ദ് പൻസാരെയുമാണ് തീവ്രവാദി ഹിന്ദുത്വശക്തികളുടെ വധശിക്ഷയ്ക്ക് വിധേയരായ രണ്ടുപേർ. ഇരുവരും മഹാരാഷ്ട്രക്കാർ. മൂന്നാമൻ കർണ്ണാടക സ്വദേശിയായ കൽബുർഗിയും. ഈ വധങ്ങൾ നടപ്പാക്കിയത് ഒരേ രീതിയിലായിരുന്നുവെന്ന് മഹാരാഷ്ട്ര-കർണ്ണാടക പൊലീസ് വൃത്തങ്ങൾ വിലയിരുത്തുന്നു.

ധാർവാഡിലെ കല്യാൺ നഗറിലുള്ള തന്റെ വസതിയിൽ പ്രാതൽ കഴിച്ചുകൊണ്ടിരിക്കെയാണ് ഇക്കഴിഞ്ഞ ആഗ്സത് 30-ാം തീയതി ബൈക്കിലെത്തിയവരിൽ ഒരാൾ വിദ്യാർത്ഥിയെന്ന നിലയ്ക്ക് വിളിക്കു

കയും നിർവ്വിശങ്കം വാതിൽ തുറന്ന കൽബുർഗിക്കെതിരെ വെടിയുതിർക്കുകയും ചെയ്തത്. മുൻ വൈസ് ചാൻസലർ കൂടിയായ അദ്ദേഹം, കേന്ദ്ര-സംസ്ഥാന സാഹിത്യ പുരസ്കാരങ്ങളടക്കം നിരവധി അംഗീകാരങ്ങൾ സ്വന്തമാക്കിയ സർഗ്ഗപ്രതിഭയുമായിരുന്നു.

കൽബുർഗി കൊല്ലപ്പെട്ട അതേദിവസം തന്നെ ബജ്റംഗ്ദൾ നേതാവ് ബുവിത് ഷെട്ടി ടിറ്ററിൽ ഇപ്രകാരം കുറിച്ചു: 'പ്രിയപ്പെട്ട കെ എസ് ഭഗവാൻ, അടുത്ത ഊഴം നിങ്ങളുടേതാണ്'. പൊലീസ് സംരക്ഷണത്തിലാണ് ഭഗവാനിപ്പോൾ. മംഗളൂരു സ്വദേശിയായ ഷെട്ടിയെ പൊലീസ് അറസ്റ്റുചെയ്തു കേസെടുത്തിട്ടുണ്ട്. ഭഗവാനെതിരെയുള്ള പ്രകോപനത്തിനു കാരണം, അദ്ദേഹം *ഭഗവദ്ഗീത*യെ തന്റെ യുക്തിക്കനുസരിച്ച് വ്യാഖ്യാനിച്ചുകൊണ്ട് നടത്തിയ ചില പരാമർശങ്ങളായിരുന്നു. *രാമായണ* രചയിതാവായ വാല്മീകി മഹർഷി ശ്രീരാമൻ അധഃസ്ഥിതർക്കെതിരായിരുന്നുവെന്നും മികച്ചൊരു രാജാവായിരുന്നില്ലെന്നും ഇതിഹാസകാവ്യത്തിലെഴുതിയിട്ടുണ്ടെന്നും അദ്ദേഹം നിരീക്ഷിച്ചിരുന്നു.

പ്രശസ്ത പണ്ഡിതനും കവിയുമായിരുന്ന എ കെ രാമാനുജൻ, Three Hundred Ramayanas: Five Examples and Three Thoughts on Translation എന്ന, 1987 ൽ പിറ്റ്സ്ബർഗ് യൂണിവേഴ്സിറ്റി കോൺഫറൻസിൽ അവതരിപ്പിച്ച, തന്റെ പ്രൗഢപ്രബന്ധത്തിൽ പറഞ്ഞ വസ്തുതകൾ ഇവിടെ പ്രസക്തമാണ്.

> ദക്ഷിണ-ദക്ഷിണ പൂർവ്വേഷ്യയിൽ കഴിഞ്ഞ 2500 ലേറെ വർഷങ്ങളായി വ്യത്യസ്ത *രാമായണ*ങ്ങൾ ചെലുത്തുന്ന സ്വാധീനം അത്ഭുതകരമാണ്. അണ്ണാമീസ്, (കംപൂച്ചിയ), ബാലിനീസ്, ബംഗാളി, കംപൂച്ചിയൻ, ചൈനീസ്, ഗുജറാത്തി, ജപ്പാനീസ്, കന്നട, കാശ്മീരി, ഖോട്ടാനീസ് (ചൈന), ലവോഷ്യൻ, മലേഷ്യൻ, മറാത്തി, ഒറിയ, പ്രക്രത്, സംസ്കൃതം, സന്താലി, സിംഹളീസ്, തമിഴ്, തെലുങ്ക്, തായ്, ടിബറ്റൻ തുടങ്ങിയ നിരവധി ഭാഷകളിൽ *രാമായണ* രചനകളുണ്ടായിട്ടുണ്ടെന്ന വസ്തുത തന്നെ അത്യത്ഭുതകരമാണ്.
>
> പാശ്ചാത്യഭാഷകളിൽ രചിക്കപ്പെട്ട രാമായണകഥകളെക്കുറിച്ചിവിടെ പരാമർശിക്കുന്നില്ല. വ്യത്യസ്ത ശതകങ്ങളിൽ രചിക്കപ്പെട്ട *രാമായണ*കഥകൾ വൈവിദ്ധ്യമാർന്ന രീതികളിലാണ് രാമകഥ അവതരിപ്പിക്കുന്നത്. സംസ്കൃതത്തിൽ ഇതിഹാസങ്ങൾ, കാവ്യങ്ങൾ, ആലങ്കാരികമായ കവിതകൾ, പുരാണങ്ങൾ, ഐതിഹ്യകഥകൾ എന്നിങ്ങനെ പല ശാഖകളിലുമായി ഇരുപത്തിയഞ്ചിലേറെ രാമകഥാകഥനങ്ങളുണ്ട്.
>
> നാടകങ്ങൾ, നൃത്തനാടകങ്ങൾ, ക്ലാസിക്കൽ-നാടൻശൈലികളിലുള്ള മറ്റ് ആവിഷ്കാരങ്ങൾ തുടങ്ങിയവകൂടി കൂട്ടിച്ചേർത്താൽ *രാമായണ*കഥാവിഷ്കാരങ്ങളുടെ എണ്ണം ഇനിയും കൂടും. ഇതോ

> ടൊപ്പം ശില്പങ്ങൾ, ചുവർചിത്രങ്ങൾ, പാവക്കൂത്ത്, നിഴൽ നാടകങ്ങൾ തുടങ്ങി ദക്ഷിണ-ദക്ഷിണ പൂർവ്വേഷ്യൻ നാടുകളിൽ പ്രചാരത്തിലുള്ള കലാരൂപങ്ങൾകൂടി ഉൾപ്പെടുത്തേണ്ടതുണ്ട്.

തന്റെ പ്രബന്ധത്തിൽ, വിവിധ നാടുകളിൽ പ്രചാരത്തിലുള്ള രാമായണങ്ങളെയും അവ സഹസ്രാബ്ദങ്ങളായി വ്യത്യസ്ത സമൂഹങ്ങളിൽ ചെലുത്തിവരുന്ന വസ്തുനിഷ്ഠമായ സ്വാധീനത്തെയും പണ്ഡിതോചിതമായി അവതരിപ്പിക്കുകയായിരുന്നു, ദാർശനികനായ രാമാനുജൻ.

രാമാനുജന്റെ പ്രബന്ധത്തിൽനിന്ന് ഈ ഉദ്ധരണിയിവിടെ എടുത്തുചേർത്തത് അദ്ദേഹം നൂറ്റാണ്ടുകളായി ഒരു വിശ്വോത്തര മതേതിഹാസത്തെ എത്രമാത്രം സഹിഷ്ണുതയോടെയാണ് വ്യത്യസ്ത ജനസമൂഹങ്ങൾ സമീപിച്ചത് എന്നു വ്യക്തമാക്കാനാണ്. 2008 ൽ വലതുപക്ഷ മതതീവ്രവാദികൾ അദ്ദേഹത്തിന്റെ പ്രബന്ധം ഡൽഹി സർവ്വകലാശാലയുടെ സിലബസിൽ നിന്നെടുത്തുമാറ്റാൻ ശ്രമിച്ചുവെങ്കിലും വിജയിച്ചില്ല. എന്നാൽ, മൂന്നുവർഷങ്ങൾക്കുശേഷം അവരുടെ കുത്സിതശ്രമം വിജയം കാണുകയും ചെയ്തു. അസഹിഷ്ണുത ഉന്നതവിദ്യാഭ്യാസ മേഖലയിലടക്കം പിടിമുറുക്കുന്നു എന്ന മുന്നറിയിപ്പായിരുന്നു ഈ സംഭവവികാസം. ഏകശിലാരീതിയിലുള്ള പുനരാവിഷ്കാരങ്ങൾക്കുമാത്രമേ അനുമതിയുള്ളൂ എന്ന തീട്ടൂരംകൂടി ഇതിലടങ്ങിയിട്ടുണ്ട്.

ഇതിവിടെ കുറിക്കുന്നത്, 2015 ജനുവരി 24-ാം തീയതി പെരുമാൾ മുരുഗൻ എന്ന പ്രശസ്തനായ തമിഴ് എഴുത്തുകാനെ തീവ്രഹിന്ദുത്വവാദികൾ നിശ്ശബ്ദനാക്കിയതിനെക്കുറിച്ച് ഞാനെഴുതിയ ലേഖനത്തിന്റെ പശ്ചാത്തലത്തിൽക്കൂടിയാണ്. അദ്ദേഹത്തിന്റെ *മാതൊരു പാകൻ* എന്ന രചനയ്ക്കെതിരെ അവർ വിലക്കേർപ്പെടുത്തുകയായിരുന്നു. എഴുത്തുകാരുടെയും ചിന്തകരുടെയും സർഗ്ഗാത്മകസ്വാതന്ത്ര്യത്തെ നിഹനിക്കുകയാണ് ഈ തീവ്രവാദികളുടെ ആത്യന്തികലക്ഷ്യം.

ഇതോടു ബന്ധപ്പെടുത്തിവേണം അടുത്തിടെ സെൻസർ ബോർഡിൽനിന്ന് വിഖ്യാത നർത്തകി ലീലാ സാംസൺ രാജിവച്ച സംഭവത്തെ കാണുവാൻ. വാർത്താവിനിമയ, പ്രക്ഷേപണ മന്ത്രാലയത്തിന്റെ അനാവശ്യ ഇടപെടലുകളിലും കല്പനകളിലും പ്രതിഷേധിച്ചായിരുന്നു അവരുടെ രാജി. ലീലാ സാംസണു പകരം നിയമിക്കപ്പെട്ടത് സംഘപരിവാരത്തിന്റെ പിന്തുണയുള്ള പഹ്ലജ് നിഹലാനി. അദ്ദേഹം ഹൈന്ദവ തീവ്രവാദികളുടെ 'ശുദ്ധസംസ്കാരം' നടപ്പാക്കാൻ ശ്രമിച്ചതിൽ രൂക്ഷമായി പ്രതിഷേധിച്ച് ആമിർഖാൻ, ദീപിക പദുകോൺ, ഷബാന ആസ്മി, വിദ്യാബാലൻ തുടങ്ങിയ വിഖ്യാത കലാകാരന്മാർ രംഗത്തുവന്നു.

ലളിതാകലാ അക്കാദമിയിൽനിന്ന് അന്തർദ്ദേശീയതലത്തിൽത്തന്നെ പ്രശസ്തനായ ഹാർവാർഡ് കലാവിദഗ്ദ്ധൻ ഡോ. കല്യാൺ ചക്രവർത്തിയെ പുറത്താക്കിയതും ലീലാ സാംസൺ സംഭവത്തിന്റെ തുടർച്ച തന്നെയാണ്. നാഷണൽ മ്യൂസിയത്തിന്റെ പുനരുദ്ധാരണത്തിന് സർവ്വാത്മനാ യത്നിച്ചുകൊണ്ടിരുന്ന ഐ എ എസ് ഉദ്യോഗസ്ഥനായ ആർ

വേണുവിനെ യാതൊരു കാരണവുമില്ലാതെ സ്ഥലം മാറ്റുകയായിരുന്നു. ഇവരിരുവരുടെയും സ്ഥാനങ്ങളിൽ പ്രതിഷ്ഠിക്കപ്പെട്ടതോ, വലതുപക്ഷ അജണ്ടകൾ വള്ളിപുള്ളി തെറ്റാതെ നടപ്പാക്കുന്ന, ബന്ധപ്പെട്ട മേഖലകളിൽ വൈദഗ്ദ്ധ്യമോ മുൻപരിചയമോ ഇല്ലാത്തവരും. വളരെ നല്ല നിലയിൽ പ്രവർത്തിക്കുന്ന ക്രാഫ്റ്റ്സ് മ്യൂസിയത്തെ അക്കാദമി ഓഫ് ആർട്സ് എന്ന് പുനർനാമകരണം നടത്തി ഷണ്ഡവല്ക്കരിക്കാനുള്ള ശ്രമങ്ങൾ തകൃതിയായി നടന്നുവരുന്നതായും അറിയുന്നു.

ഇതേ ദുരവസ്ഥയാണ് രാജ്യത്തിന്റെ അഭിമാനമായ ഇന്ത്യൻ കൗൺസിൽ ഓഫ് ഹിസ്റ്റോറിക്കൽ റിസർച്ചിന്റെ (ICHR)യും. ഏതാനും ചിലരൊഴിച്ച് കൗൺസിലിന്റെ തലപ്പത്ത് വേണ്ടപ്പെട്ടവരെ തിരുകിക്കയറ്റിക്കഴിഞ്ഞു. കൗൺസിൽ അദ്ധ്യക്ഷൻ വൈ. സുദർശൻ റാവുവുമായുള്ള അടിസ്ഥാനപരമായ അഭിപ്രായവ്യത്യാസങ്ങളെത്തുടർന്ന് പ്രശസ്ത ചരിത്രപണ്ഡിതനും കോഴിക്കോട്ടുകാരനുമായ ഗോപിനാഥ് രവീന്ദ്രൻ രാജിവച്ചൊഴിഞ്ഞത് വലിയ വാർത്തയായിരുന്നു.

ഐതിഹ്യങ്ങൾക്കും ഇതിഹാസങ്ങൾക്കും ചരിത്രപരമായ ആധികാരികതയുണ്ടെന്ന് വിശ്വസിക്കുന്ന വ്യക്തിയാണ് റാവു. പ്രഗത്ഭ ചരിത്രകാരിയും നോബേൽ സമ്മാനത്തിനു സമാനമായ ക്ലൂജ് പ്രൈസ് ജേതാവുമായ റൊമില ഥാപ്പർ ഉൾപ്പെട്ട കൗൺസിലിന്റെ പത്രാധിപ-ഉപദേശകസമിതികൾ പിരിച്ചുവിടാൻ എടുത്ത തീരുമാനത്തിൽ പ്രതിഷേധിച്ചാണ് *ഇന്ത്യൻ ഹിസ്റ്റോറിക്കൽ റിവ്യു*വിന്റെ മാനേജിങ് എഡിറ്റർ കൂടിയായ ഗോപിനാഥ് രവീന്ദ്രൻ കൗൺസിൽ വിട്ടത്. അദ്ധ്യക്ഷസ്ഥാനമേറ്റ് അധികദിവസങ്ങൾ കഴിയുംമുമ്പുതന്നെ, റാവു ജാതി വ്യവസ്ഥയെ പ്രശംസിച്ചുകൊണ്ട് തന്റെ ബ്ലോഗിൽ എഴുതുകയും ചെയ്തു. ഇതാകട്ടെ, വൻ വിവാദങ്ങൾക്ക് കാരണമായി.

അസ്സഹനീയമായ അസഹിഷ്ണുത സൃഷ്ടിച്ച ഇത്തരം സംഭവവികാസങ്ങൾക്കെതിരെ റൊമില ഥാപ്പർ, ഗുൽസാർ, അശോക് വാജ്പേയ്, മൃണാളിനി സാരാഭായ്, മല്ലിക സാരാഭായ് തുടങ്ങിയ 131 കലാകാരന്മാരും ബുദ്ധിജീവികളും ശക്തമായ പ്രതിഷേധം രേഖപ്പെടുത്തി.

> ഈ പ്രവണതയെ ഞങ്ങൾ അതിശക്തമായി അപലപിക്കുന്നു. നമ്മുടെ രാജ്യത്തിലെ എല്ലാ സർഗ്ഗപ്രതിഭകളോടും ചിന്തകരോടും നമ്മുടെ പൊതുജീവിതത്തിലും സംസ്കാരത്തിലും സംവേദനക്ഷമതയില്ലാത്തതും ദുരുപദേശങ്ങൾ അനുസരിക്കുന്നതുമായ ഈ ഗവൺമെന്റിന്റെ ദുരുപദിഷ്ടമായ ഇടപെടലുകൾക്കെതിരെ നടക്കുന്ന പ്രതിഷേധങ്ങളിൽ പങ്കാളികളാകാൻ ഞങ്ങൾ ആഹ്വാനം ചെയ്യുന്നു.

'യാചിച്ചു ഭക്ഷിക്കും മസ്ജിദിൽ ഉറങ്ങും'

ഇപ്പോഴും മാധ്യമങ്ങളിലെ സജീവ ചർച്ചാവിഷയമാണ് ഫിലിം ആൻ

ഡ് ടെലിവിഷൻ ഇൻസ്റ്റിറ്റ്യൂട്ട് ഓഫ് ഇന്ത്യയുടെ അദ്ധ്യക്ഷനായി ഗജേന്ദ്ര ചൗഹാന്റെ നിയമനം ഉയർത്തിക്കൊണ്ടിരിക്കുന്ന പ്രതിഷേധങ്ങൾ. *മഹാഭാരത* സീരിയലിൽ അഭിനയിച്ചു എന്നതിന്റെ അടിസ്ഥാനത്തിൽ മാത്രമാണ് 2015 ജൂൺ ഒമ്പതാം തീയതി ഈ സുപ്രധാന പദവിയിൽ അദ്ദേഹം അവരോധിതനായത്. ഇൻസ്റ്റിറ്റ്യൂട്ടിലെ വിദ്യാർത്ഥികൾ നിരാഹാരസമരമാരംഭിച്ചതോടെ പ്രതിഷേധസമരം നിർണ്ണായകമായൊരു വഴിത്തിരിവിലെത്തിനില്ക്കുന്നു. അന്തർദ്ദേശീയതലത്തിൽത്തന്നെ പ്രശസ്തരായ അടൂർ ഗോപാലകൃഷ്ണൻ, അപർണ്ണ സെൻ, ആനന്ദ് പട്വർദ്ധൻ, ജഹനു ബറുവ, മണിരത്നം, കുന്ദൻ ഷാ, ഓസ്കാർ ജേതാവ് റസൂൽ പൂക്കുട്ടി, വിദ്യാബാലൻ തുടങ്ങി സിനിമാരംഗത്തുള്ള 190 കലാകാരന്മാർ ചൗഹാന്റെ നിയമനത്തിനെതിരെ രാഷ്ട്രപതിയുടെ സത്വര ഇടപെടലിനായി ഒരു പ്രസ്താവനയിറക്കുകയുണ്ടായി.

എന്റെ അടുത്ത സുഹൃത്തും ഇൻസ്റ്റിറ്റ്യൂട്ടിന്റെ മുൻ ചെയർമാനുമായ ഡോ. യു ആർ അനന്തമൂർത്തി രാജ്യത്തെ വിഖ്യാതമായ ഇൻസ്റ്റിറ്റ്യൂട്ടിൽ ഇപ്പോൾ നടന്നുവരുന്ന കെടുകാര്യസ്ഥതയ്ക്ക് സാക്ഷ്യം വഹിക്കാൻ നമ്മോടൊപ്പമില്ല എന്നത് ഭാഗ്യമായി തോന്നിപ്പോകുന്നു. ഇതോടനുബന്ധിച്ച്, ആ മഹാധൈഷണികൻ അന്തരിച്ചപ്പോൾ, അതിൽ ആഹ്ലാദിച്ച് മംഗളൂരുവിൽ പടക്കംപൊട്ടിക്കാനും ഘോഷയാത്ര നടത്താനും ചിലർ മടിച്ചില്ല.

രാജ്യത്തിലെ ഉന്നതനിലവാരം പുലർത്തുന്ന ഐ ഐ ടി അദ്ധ്യക്ഷസ്ഥാനത്തുനിന്ന് വിഖ്യാത ആണവശാസ്ത്രജ്ഞൻ അനിൽ കാക്കോദ്കർ രാജിവച്ചതും ഈ ദൗർഭാഗ്യകരമായ സംഭവവികാസങ്ങളുടെ തുടർച്ചയാണ്. കാക്കോദ്കർ പറഞ്ഞു: "ഐ ഐ ടി ഡയറക്ടർമാരെ തെരഞ്ഞെടുക്കുന്നത് വളരെ ഗൗരവമാർന്ന ഒരു പ്രക്രിയയിലൂടെയാണ്. ഒരൊറ്റ ദിവസംകൊണ്ട് 36 പേരോട് സംസാരിച്ച് നിയമനം നടത്തുവാൻ ഒരിക്കലും സാദ്ധ്യമാവില്ല".

ഇതോടുബന്ധപ്പെട്ട മറ്റൊരു കാര്യംകൂടി കുറിക്കട്ടെ. കൗൺസിൽ ഓഫ് സയന്റിഫിക് ആൻഡ് ഇൻഡസ്ട്രിയൽ റിസർച്ച്, ടാറ്റ ഇൻസ്റ്റിറ്റ്യൂട്ട് ഓഫ് ഫണ്ടമെന്റൽ റിസർച്ച്, ഇന്ത്യൻ അഗ്രിക്കൾച്ചറൽ റിസർച്ച് ഇൻസ്റ്റിറ്റ്യൂട്ട്, ഇന്ത്യൻ കൗൺസിൽ ഓഫ് മെഡിക്കൽ റിസർച്ച് തുടങ്ങിയ പന്ത്രണ്ട് കേന്ദ്ര സർവ്വകലാശാലകളിൽ ഇതുവരേക്കും വൈസ് ചാൻസലർമാരെ നിയമിച്ചിട്ടില്ല എന്നതിൽപ്പരം ഉന്നതവിദ്യാഭ്യാസ, ഗവേഷണസ്ഥാപനങ്ങളിലെ കെടുകാര്യസ്ഥതയ്ക്ക് ഏറെ ഉദാഹരണങ്ങൾ ആവശ്യമില്ലല്ലോ.

രാജ്യത്തിപ്പോൾ നടന്നുകൊണ്ടിരിക്കുന്ന സംഭവവികാസങ്ങൾ ഭീതിജനകമാംവിധം വിഭാഗീയത സൃഷ്ടിക്കുന്നവയാണ്. ജൈനമതവിശ്വാസികളുടെ പര്യൂഷൻ വ്രതത്തിന്റെ മറവിൽ പടിപടിയായി പല സംസ്ഥാനങ്ങളിലും മത്സ്യ-മാംസ ഭക്ഷ്യോപയോഗം നിരോധിച്ചത് ഒരു ഉദാഹരണംമാത്രം. ഒട്ടും താമസമുണ്ടായില്ല, ശിവസേന അദ്ധ്യക്ഷൻ ഉദ്ധവ്

താക്കറെയും എം എൻ എസ് പ്രസിഡന്റ് രാജ് താക്കറെയും മറാത്തി-ഗുജറാത്തി തർക്കങ്ങൾ പുനരാരംഭിക്കുവാൻ.

ശിവസേനയുടെ മുഖപത്രമായ *സാമ്ന*യിൽ പ്രസിദ്ധീകരിക്കപ്പെട്ട ഒരു പത്രാധിപക്കുറിപ്പ് ജൈനന്മാരോട് തങ്ങളുടെ മതഭ്രാന്ത് അടക്കി വയ്ക്കണമെന്ന് ഉപദേശിക്കുന്നു.

> മുസ്ലീങ്ങൾക്ക് പാകിസ്ഥാനെങ്കിലുമുണ്ട്. എന്നാൽ മതഭ്രാന്ത് വർദ്ധിച്ചുകൊണ്ടിരുന്നാൽ, എവിടേക്കാണ് നിങ്ങൾ പോവുക? 'മണ്ണിന്റെ മക്കൾ' നിലപാടുമായി കാര്യങ്ങളെ കൂട്ടിക്കുഴയ്ക്കുകയാണെങ്കിൽ, നിങ്ങൾക്ക് ചണ്ടി തിന്നേണ്ടിവരും. നിങ്ങളുടെ സാമ്പത്തിക സാമ്രാജ്യം കത്തിച്ചാമ്പലാകാൻ അധികസമയം വേണ്ടിവരുകയുമില്ല.

ഇതിൽ ഏറ്റവും ശ്രദ്ധേയമായൊരുകാര്യം മാംസ-മത്സ്യ ലഭ്യത നിരോധിക്കാൻ ജൈനസൂമഹം ആവശ്യപ്പെട്ടിട്ടേയില്ല എന്നതാണ്.

ഈ നീക്കത്തെ അത്യന്തം ഗുരുതരമായ രാഷ്ട്രീയ മുതലെടുപ്പിനും കലാപങ്ങൾക്കുമുള്ള തുടക്കം മാത്രമായിമാത്രമേ കാണാനാകൂ. ഓരോ മത-സാമുദായിക വിഭാഗവും അവരവരുടെ പുണ്യദിനങ്ങളിൽ ഇതുപോലുള്ള ഭക്ഷ്യനിരോധനം ഏർപ്പെടുത്തിയാലുള്ള സ്ഥിതിയെന്തായിരിക്കും? എങ്ങനെയാണ് രാജ്യത്തെ ജനങ്ങളുടെ ആഹാരശീലത്തെ ഇത്തരത്തിൽ അട്ടിമറിക്കുക? അതിനുള്ള അവകാശം സങ്കുചിത, നിക്ഷിപ്ത താല്പര്യമുള്ള ഫാസിസ്റ്റ് ശക്തികൾക്ക് നല്കിയതാരാണ്? ലോകത്തിൽ മറ്റേതെങ്കിലും രാജ്യത്ത് ഇങ്ങനെയുള്ളൊരു ഏർപ്പാടിനെക്കുറിച്ച് ഇതഃപര്യന്തം പറഞ്ഞുകേട്ടിട്ടുണ്ടോ? ആഹാരശീലങ്ങൾ കല്പനകളിറക്കി നിരോധിച്ചാൽ രാജ്യത്തുണ്ടാകുന്ന കലാപങ്ങളുടെ അമരക്കാർ ഈ വിധ്വംസകശക്തികൾ തന്നെയായിരിക്കും. ഇതിനെ ചില ഗൂഢലക്ഷ്യങ്ങൾക്കുള്ള നീക്കമായിമാത്രമേ വിലയിരുത്താനാകൂ.

രാജ്യത്തെ 'സാംസ്കാരിക മലിനീകരണ'ത്തിൽനിന്ന് രക്ഷിക്കാനും യുവമനസ്സുകളിൽ സാംസ്കാരികമൂല്യങ്ങൾ ഊട്ടിയുറപ്പിക്കാനുമായി സ്കൂൾ-കോളേജ് പാഠ്യപദ്ധതികളിൽ ഹൈന്ദവ മതഗ്രന്ഥങ്ങൾ മാത്രം ഉൾപ്പെടുത്താനുള്ള എൻ ഡി എ സർക്കാറിന്റെ ആസൂത്രിതനീക്കങ്ങളും ഇതോടനുബന്ധിച്ചുതന്നെ കാണേണ്ടതാണ്. ബി ജെ പി ഭരിക്കുന്ന സംസ്ഥാനങ്ങളിലെയും കേന്ദ്രത്തിലെയും വിദ്യാഭ്യാസ, സാംസ്കാരിക വകുപ്പുമന്ത്രിമാർ സംബന്ധിച്ച യോഗത്തിലെ തീരുമാനങ്ങളുടെ ചുവടുപിടിച്ച്, ഇന്ത്യൻ സാംസ്കാരിക മൂല്യങ്ങൾ വിദ്യാർത്ഥികളെ എപ്രകാരം പഠിപ്പിക്കാനാകും എന്നൊരു പദ്ധതിക്ക് മോദി സർക്കാറിന്റെ വിദ്യാഭ്യാസ, സാംസ്കാരിക മന്ത്രാലയങ്ങൾ രൂപംനല്കിവരികയാണ്.

ഹൈന്ദവ അജണ്ടകളെ പിന്തുണച്ചുകൊണ്ട് കേന്ദ്രഗവൺമെന്റ് എടുക്കുന്ന നടപടികളെ തടയാൻ ഒരു വിമർശനത്തിനും സാദ്ധ്യമാവുകയില്ലെന്ന കേന്ദ്ര സാംസ്കാരിക സഹമന്ത്രി മഹേഷ് ശർമ്മയുടേത്

കർശനമായൊരു മുന്നറിയിപ്പുതന്നെയാണ്... രാജ്യത്ത് കാവിവല്ക്കരണം നടപ്പാക്കിയെങ്കിൽ, അത് ചെയ്തത് ബഹുഭൂരിപക്ഷത്തോടെ തങ്ങളെ അധികാരത്തിലേറ്റിയ 125 കോടി ജനങ്ങളാണെന്നു പറയാനും ശർമ്മ മടിച്ചില്ല.

അക്കാദമീയ മേഖലയെ അപചയപ്പെടുത്താനും ബുദ്ധിജീവികളെ ലക്ഷ്യം വയ്ക്കുകയും അപകീർത്തിപ്പെടുത്തുകയും നിശ്ശബ്ദരാക്കുകയും, എന്തിന് ഉന്മൂലനം ചെയ്യാനുംകൂടി ശ്രമിക്കുന്ന തീവ്രഹൈന്ദവതയെക്കുറിച്ച് ചർച്ച ചെയ്യുമ്പോൾ, പ്രശസ്ത രാഷ്ട്രതന്ത്രവിദഗ്ദ്ധനായ ഡോ. ലോറൻസ് ബ്രിട്ടിന്റെ നിരീക്ഷണങ്ങൾ ഏറെ ശ്രദ്ധേയമാകുന്നു. ഹിറ്റ്‌ലർ, മുസോളിനി, ഫ്രാങ്കൊ, സുഹാർത്തോ, പിനോഷെ എന്നീ ഫാസിസ്റ്റ് ഏകാധിപതികളുടെ ഭരണത്തെ അടിസ്ഥാനമാക്കി നടത്തിയ പഠനത്തിൽ ഡോ. ബ്രിട്ട് പതിനാലു പൊതുവസ്തുതകൾ ചൂണ്ടിക്കാണിച്ചിട്ടുണ്ട്. ഇന്ത്യൻ വർത്തമാനകാല സാഹചര്യങ്ങളുടെ പശ്ചാത്തലത്തിൽ പ്രസക്തമായ ഏതാനും കാര്യങ്ങൾ മാത്രമേ ഇവിടെ പരാമർശിക്കുന്നുള്ളൂ.

ജനങ്ങളെ ഒതുക്കിനിർത്താൻ മനുഷ്യാവകാശങ്ങളെ അവമതിക്കുന്ന നീക്കമാണ് ഫാസിസ്റ്റ് ഭരണാധികാരികൾ അവലംബിക്കുന്ന ഒരു മാർഗ്ഗം. ശത്രുഭയത്താലും സുരക്ഷയ്ക്കുവേണ്ടിയും ചില ഘട്ടങ്ങളിൽ 'ആവശ്യ'ത്തിന്റെ അടിസ്ഥാനത്തിൽ മനുഷ്യാവകാശങ്ങൾ അവഗണിക്കാവുന്നതാണെന്ന് ഫാസിസ്റ്റ് ഏകാധിപതികൾ ജനങ്ങളെ ബോധവല്ക്കരിച്ചുകൊണ്ടിരുന്നു. അലോസരം സൃഷ്ടിക്കുന്നവരെ ഒതുക്കാനോ, ആവശ്യമെങ്കിൽ ഇല്ലാതാക്കാനോ അത്തരം ഭരണകൂടങ്ങൾക്ക് നിർഭയം കഴിഞ്ഞു. അതാണ് ചരിത്രവസ്തുത.

ഡോ. ബ്രിട്ടിന്റെ മറ്റൊരു കണ്ടെത്തൽ സ്വന്തം ദേശഭാഷ വശമില്ലാത്തവരെ രണ്ടാംകിട പൗരന്മാരാക്കി വേർതിരിക്കുകയെന്നതാണ്. അതുപോലെത്തന്നെ ഫാസിസ്റ്റ് ഭരണാധികാരികൾ മതത്തെയും ഗവൺമെന്റിനെയും പരസ്പരം ബന്ധിപ്പിച്ചു. ഭൂരിപക്ഷമതത്തിന്റെ അഭിപ്രായത്തെ പൊതുജനാഭിപ്രായമായി ഉയർത്തിക്കാട്ടുന്നതിലും അവർ അതീവശ്രദ്ധ ചെലുത്തിയെന്ന് അദ്ദേഹം നിരീക്ഷിക്കുന്നു. അതുപോലെത്തന്നെ കലാകാരന്മാരെയും ബുദ്ധിജീവികളെയും അവമതിക്കുന്നത് ഫാസിസ്റ്റ് ഏകാധിപതികളുടെ അംഗീകൃതരീതിയാണെന്നും ഡോ. ബ്രിട്ട് നിരീക്ഷിക്കുന്നു. കല, ഉന്നതവിദ്യാഭ്യാസം എന്നീ മേഖലകൾക്ക് ധനസഹായം നല്കുന്നത് അവരെ സംബന്ധിച്ചിടത്തോളം നിഷിദ്ധം തന്നെയായിരുന്നു.

ഈ പശ്ചാത്തലത്തിൽ, പരമപ്രധാനമായി ഉയർന്നുവരുന്നൊരു വസ്തുത ഏകശിലാസമ്പ്രദായത്തിൽ വ്യത്യസ്ത ജീവിതമേഖലകളെ വാർത്തെടുക്കാൻ ഇന്ത്യയെപ്പോലുള്ള ഒരു ബഹുസ്വരരാജ്യത്ത് ഒരിക്കലും സാദ്ധ്യമല്ല എന്നതാണ്. നൂറ്റാണ്ടുകൾക്കുമുമ്പ് നിരീശ്വരനായ ചാർവ്വാകനെ മഹർഷിയെന്നു വിശേഷിപ്പിച്ച ചരിത്രവും നമുക്കുണ്ട്. കർമ്മം, മോക്ഷം, മരണാനന്തരജീവിതം, ആത്മാവിന്റെ അനശ്വരത തുടങ്ങിയ പൗരാണിക വിശ്വാസപ്രമാണങ്ങളെ ചാർവ്വാക മഹർഷി പുച്ഛിച്ചുതള്ളിയിരുന്നു.

കാമസൂത്ര കർത്താവായ വാത്സ്യായനനെ നമ്മുടെ പൗരാണികർ അംഗീകരിച്ച് ആദരിച്ചത് ഒരു മഹർഷിയെന്ന നിലയ്ക്കാണ്. അക്കാലത്ത് വാത്സ്യായന മഹർഷി ജീവിച്ചത് ഏതെങ്കിലും പശ്ചാത്യരാജ്യത്തായി രുന്നുവെങ്കിൽ, അദ്ദേഹത്തെ ചുട്ടുകൊല്ലാൻപോലും അവിടത്തെ യാഥാ സ്ഥിതിക സമൂഹം മടിക്കുമായിരുന്നില്ല എന്നതിന് ചരിത്രം തന്നെ സാക്ഷി. വ്യത്യസ്ത ചിന്താധാരകളെ സഹിഷ്ണുതയോടെ കണ്ട പാര മ്പര്യവും ഭാരതത്തിനുണ്ട്.

അടുത്തിടെ നമ്മുടെ നാട്ടിലുണ്ടായ ഒരു സംഭവംകൂടി ഇവിടെ അനുസ്മരിക്കട്ടെ. മലയാള ഭാഷാപണ്ഡിതനും ഗവേഷകനുമായ ഡോ. എം എം ബഷീർ *രാമായണ*ത്തെക്കുറിച്ച് ഏതാനും കുറിപ്പുകൾ അടുത്തിടെ എഴുതുകയുണ്ടായി. അതുണ്ടാക്കിയ കോലാഹലങ്ങൾ വേദ നിപ്പിക്കുന്നതായിരുന്നു. ഒരു ഇസ്ലാംമത വിശ്വാസി എഴുതിയതുകൊണ്ടു മാത്രമാണ് ഏതാനും യാഥാസ്ഥിതികർ അതിനെതിരെ രംഗത്തുവന്നത്.

ഇതോടനുബന്ധിച്ച് ഒരു ചരിത്രവസ്തുത ഓർത്തുപോകുന്നു. ഗംഗാ സമതലത്തിലെ 'ആദ്ധ്യാത്മിക രാമായണം' എന്നറിയപ്പെടുന്ന *ശ്രീരാമ ചരിത മാനസ*ത്തിന്റെ കർത്താവ് സ്വാമി തുളസീദാസനെ ബ്രാഹ്മണർ ജാതിഭ്രഷ്ടനാക്കിയിരുന്നു. അതിനുകാരണം, രാമകഥ വരേണ്യഭാഷ യായ സംസ്കൃതത്തിൽ എഴുതാതെ ജനകീയഭാഷയായ 'അവധി'ൽ രചിച്ചുവെന്നുള്ളതായിരുന്നു. ആ ഘട്ടത്തിൽ തുളസീദാസിന് അഭയം നല്കി സഹായിച്ചതോ, മുസ്ലിം സഹോദരങ്ങളും! അതേക്കുറിച്ച് ആ മഹാപുരുഷൻ ഇങ്ങനെ കുറിച്ചു: "മാങ് കെ ഖായ്ബൊ മസീത് മെ സോയ്ബൊ" (യാചിച്ചു ഭക്ഷിക്കും മസ്ജിദിൽ അന്തിയുറങ്ങും).

2015

ഗാസ കത്തുന്നു; ലോകം ഉറങ്ങുന്നു

കഴിഞ്ഞ വർഷം ഒരു മെയ്മാസദിനത്തിൽ, സമുദ്രനിരപ്പിൽനിന്നും 293 മീറ്റർ (1,289 അടി) താഴെയുള്ള ഹൈവെ 65-ലൂടെ ഞങ്ങൾ യാത്ര ചെയ്യുകയായിരുന്നു. അമ്മാനിൽ നടന്ന വേൾഡ് അസോസിയേഷൻ ഓഫ് ന്യൂസ്പേപ്പേഴ്സി (വാൻ) ന്റെ വാർഷികസമ്മേളനത്തിൽ സംബന്ധിക്കാനെത്തിയതായിരുന്നു, ഞാനും *മാതൃഭൂമി* മാനേജിങ് എഡിറ്റർ പി വി ചന്ദ്രനും ശ്രേയാംസ്കുമാറും പി വി ഗംഗാധരനുമടക്കമുള്ള പ്രതിനിധിസംഘം. ഹൈവേ-65, ഡെഡ് സീ തീരത്തുകൂടി പോകുന്ന താഴ്ചയുള്ള പാതയാണ്-ഈ ഭൂമുഖത്തെ ഏറ്റവും താഴ്ച കൂടിയ ഇടം.

ചാവുകടലിനപ്പുറത്താണ് വിശുദ്ധദേശങ്ങളായ ജെറുസലേമിനും ബെത്‌ലഹേമിനും വടക്കും ഹിബ്രോണിനു തെക്കുമായി സ്ഥിതിചെയ്യുന്ന പലസ്തീൻ മുനിസിപ്പാലിറ്റികളായ ജനിൻ, നെബ്ലസ്, റാമള്ള എന്നിവയടക്കമുള്ള ചോര മണക്കുന്ന വെസ്റ്റ് ബാങ്ക്. പലസ്തീനിന്റെ മറ്റൊരു അതിർത്തിയാണ് ഇപ്പോൾ നിരന്തരമായ ഇസ്രായേലി ആക്രമണങ്ങൾ നടക്കുന്ന ഗാസ. 1948 ലും 1967 ലും നടന്ന രക്തരൂഷിതമായ ഇസ്രായേൽ-അറബ് പോരാട്ടങ്ങളെത്തുടർന്ന് ആയിരക്കണക്കിനു പലസ്തീൻകാർ അഭയാർത്ഥികളായത് ചരിത്രം.

1948 ലെ യുദ്ധത്തിൽ ഇസ്രായേൽ പിടിച്ചടക്കിയ വെസ്റ്റ് ബാങ്കിൽനിന്ന്, മൂന്നുലക്ഷം പലസ്തീനികൾ ട്രാൻസ് ജോർദാനിലേക്ക് (പില്ക്കാലത്ത് ജോർദാൻ) എല്ലാമുപേക്ഷിച്ച് പലായനം ചെയ്തു. 1967 ലെ യുദ്ധത്തിൽ മൂന്നു ലക്ഷത്തി എൺപതിനായിരം പലസ്തീനികൾ അവരുടെ ജന്മഭൂമിയിൽനിന്ന് പിഴുതെറിയപ്പെട്ടു. 1967 നും '77നുമിടയ്ക്ക് കിഴക്കൻ ജെറുസലേമിൽനിന്ന് ആറായിരത്തി മുന്നൂറു പലസ്തീനികളെ ഇസ്രായേൽ കുടിയൊഴിപ്പിക്കുകയും അവിടെ സ്വന്തക്കാരെ കുടിയിരുത്തുകയും ചെയ്തു. ബെഞ്ചമിൻ നെതിന്യാഹുവിന്റെ 1992-'96 ഭരണ

കാലത്ത്, നിരവധി പലസ്തീൻകാർക്ക് താമസാവകാശങ്ങൾ നഷ്ടപ്പെട്ടു. ഏതുസമയത്തും പൊട്ടിത്തെറിക്കാവുന്നൊരു സ്ഥിതിവിശേഷത്തെയാണ് ലോകം വീക്ഷിച്ചുകൊണ്ടിരിക്കുന്നതെന്ന സംഭീതമായ യാഥാർത്ഥ്യം പലരും ഇപ്പോഴും മനസ്സിലാക്കുന്നില്ല.

ഇസ്രായേലികൾ ഗാസയിൽ നടത്തിക്കൊണ്ടിരിക്കുന്ന നരമേധം തുടർന്നുകൊണ്ടിരിക്കുന്നു. ഇസ്രായേലി പ്രദേശത്തേക്ക് ഹമാസ് നിർമ്മിച്ചതെന്ന് ആരോപിക്കപ്പെടുന്ന തുരങ്കങ്ങളിലെ ഹമാസ് പ്രവർത്തകരെ വകവരുത്താനെന്ന വ്യാജേന സൈന്യം നടത്തുന്ന ആക്രമണങ്ങളിൽ മരിച്ചുവീഴുന്നത് സ്ത്രീകളും കുഞ്ഞുങ്ങളുമടക്കമുള്ള നൂറുകണക്കിനു നിസ്സഹായരായ പലസ്തീനികളാണ്. 'എലിയെക്കൊല്ലാൻ ഇല്ലം ചുടുക' എന്ന വാദംതന്നെയാണ് ഇസ്രായേലി ഗവൺമെന്റ് മരണമുനമ്പായ ഗാസയിലെ കൂട്ടക്കൊലയ്ക്കു കാരണമായി പറയുന്നത്.

ഈ സാഹചര്യത്തിൽ ഇസ്രായേലിസേന പലസ്തീൻകുട്ടികളെ ബോധപൂർവ്വം വധിക്കുകയാണ് എന്ന നിഗമനത്തിൽ നമുക്കെത്താനാവും. കൊടുംക്രൂരമായ ഇത്തരം ആക്രമണങ്ങൾ പലസ്തീൻകാരെ സ്വാഭാവികമായും പ്രകോപിപ്പിക്കുമെന്ന് സയണിസ്റ്റുകൾ കണക്കുകൂട്ടുന്നു. അതിന്റെ മറവിൽ കൂടുതൽ കനത്ത ആക്രമണങ്ങൾ നടത്താമെന്നും അവർ കരുതുന്നു. ഈ പശ്ചാത്തലത്തിൽ, പലസ്തീൻ വിമോചന സംഘടന (പി എൽ ഒ) എക്സിക്യൂട്ടീവ് കമ്മിറ്റി അംഗം ഹനാൻ അഷ്റാവിയുടെ വാക്കുകൾക്കു പ്രസക്തിയുണ്ട്.

> ഇത് ലോകത്തിന്റെ കൺമുന്നിൽ ഇസ്രായേൽ നടത്തുന്ന അതിക്രൂരമായ യുദ്ധക്കുറ്റങ്ങളാണ്. അത് സ്വരക്ഷയ്ക്കാണെന്നു പറഞ്ഞ് നിഷ്ക്രിയരാവാൻ എങ്ങനെയാണ് ജനങ്ങൾക്കു കഴിയുക എന്നെനിക്കു മനസ്സിലാകുന്നില്ല. ഇസ്രായേലിന് സ്വരക്ഷയ്ക്കുള്ള അവകാശമുണ്ട് എന്ന ആവർത്തിക്കപ്പെടുന്ന മന്ത്രം ഉൾക്കൊള്ളാനും എനിക്കു സാധിക്കുന്നില്ല. ആർക്കെതിരെയാണ് ഈ പ്രതിരോധം? നിഷ്കളങ്കരായ സാധാരണക്കാർക്കെതിരെയോ? ഇസ്രായേലി ആക്രമണങ്ങളിൽ ഇതിനകം എൺപതിലേറെ കുട്ടികളുടെ പിഞ്ചുശരീരങ്ങൾ ചിതറിത്തെറിച്ചുകഴിഞ്ഞു. അത് സ്വയം പ്രതിരോധമാണോ? മനുഷ്യത്വത്തിന്റെ അവസാനത്തെ കണികയും നിങ്ങൾക്കു നഷ്ടപ്പെട്ടിട്ടില്ലെങ്കിൽ, ഈ കൂട്ടക്കൊലയ്ക്കു സമ്മതം മൂളാൻ ഒരിക്കലും നിങ്ങൾക്കാവില്ല. ഇത് അവസാനിപ്പിച്ചേ തീരൂ. ഒബാമയും (യു എസ് പ്രസിഡന്റ്) കോൺഗ്രസും മറ്റെല്ലാവരും മനസ്സിലാക്കേണ്ട ഒരു കാര്യമുണ്ട് - ഇസ്രായേൽ കൊന്നൊടുക്കിക്കൊണ്ടിരിക്കുന്നത് മനുഷ്യജീവികളെയാണ്. നിങ്ങളുടെ കുട്ടികളെക്കുറിച്ചൊന്ന് ഓർക്കുക. ഞാനൊരു അമ്മയാണ്; മുത്തശ്ശിയും. കുട്ടികളുടെ ചിതറിത്തെറിച്ച ശരീരാവശിഷ്ടങ്ങൾ കണ്ടു സഹിക്കാനെനിക്കാവില്ല. ഒന്നിനുമാത്രംപോന്ന മനുഷ്യർ മനം തകർന്ന് തേങ്ങിക്കരയുന്നതു കാണാൻ എനിക്കു

കഴിയില്ല. ജനങ്ങൾ, ഒരു രാഷ്ട്രം മുഴുവനും, ഇങ്ങനെയൊരു ദുരന്തത്തിൽ വെറുങ്ങലിച്ചു നില്ക്കുന്നത് കാണാനും എനിക്കു വയ്യ. ഏതെങ്കിലും തരത്തിൽ പലസ്തീനികൾ പ്രതികരിക്കുമ്പോൾ, അവർ 'ഭീകരർ' എന്നു മുദ്രകുത്തപ്പെടുന്നു; അവർ മനുഷ്യത്വമില്ലാത്തവരായിത്തീരുന്നു; അവരെ അതിഭീകരമായി ഭയപ്പെടുത്തുന്നു. പിന്നീടവരെ കൊല്ലുകയും ചെയ്യുന്നു. ഇവരൊക്കെ വെറും മനുഷ്യരാണ്. അവരെ വേർതിരിച്ച്, ഷെല്ലുകളുതിർത്ത് കൊന്നുകൊണ്ടിരിക്കുന്നതോ, ഈ ഭൂവിഭാഗത്തിലെ ഏറ്റവും ശക്തിയുള്ള സൈന്യവും! കൊല്ലപ്പെടുന്നവർ നിസ്സഹായരും സ്വയം പ്രതിരോധിക്കാൻ ശേഷിയില്ലാത്തവരുമാണ്. നിങ്ങൾ ഒരു രാഷ്ട്രത്തെ പൂർണ്ണമായും താറടിക്കുകയാണ്. നിങ്ങൾ കൂട്ടനരമേധമടക്കമുള്ള യുദ്ധക്കുറ്റങ്ങൾ ചെയ്യാൻ ഇസ്രായേലിനു സമയം അനുവദിച്ചു നല്കുകയാണ്. ഒരുദിനം ഇതിനെല്ലാം കാരണക്കാർ ഇസ്രായേലികളാണെന്ന് തെളിയിക്കപ്പെടും.

ഹനാൻ അഷ്റാവിയുടെ വാക്കുകൾ അടിച്ചമർത്തപ്പെടുന്ന, കൂട്ടക്കൊല ചെയ്യപ്പെടുന്ന, ഒരു ജനതയുടെ ഇടനെഞ്ചിൽനിന്നുയിരെടുത്ത അഗ്നിസ്ഫുലിംഗങ്ങളാണ്. ഉത്തരഗാസയിലെ വീടുകളടക്കമുള്ള നിരവധി ലക്ഷ്യങ്ങൾക്കെതിരെ യാതൊരു വീണ്ടുവിചാരവുമില്ലാതെ, മുമ്പും ഇസ്രായേൽ ബോംബുകൾ വർഷിച്ചിട്ടുണ്ട്, വർഷിച്ചുകൊണ്ടിരിക്കുകയും ചെയ്യുന്നു. ഇപ്പോൾ നടന്നുവരുന്ന ബോംബാക്രമണങ്ങളെക്കുറിച്ച്, നേരത്തേതന്നെ നോട്ടീസുകൾ, സന്ദേശങ്ങൾ, ടെലിഫോൺ വിളികൾ എന്നിവയിലൂടെ സ്ഥലം വിടാൻ പ്രദേശവാസികൾക്ക് മുന്നറിയിപ്പുകൾ നല്കിയിട്ടുണ്ടെന്നാണ് ഇസ്രായേൽ അവകാശപ്പെടുന്നത്.

അതേത്തുടർന്ന് സീതൂൻ, ഷിജൈല എന്നിവിടങ്ങളിൽ പാർക്കുന്ന നൂറുകണക്കിനാളുകൾ കൈയിൽ കിട്ടിയ വസ്തുവകകളുമായി തെരുവുകളിലൂടെ നീങ്ങിക്കൊണ്ടിരുന്നു. അത്യന്താധുനിക ഇസ്രായേലിസൈന്യത്തെ അപേക്ഷിച്ച് 'സാദാപട്ടാള'മെന്നുപോലും വിശേഷിപ്പിക്കാനാവാത്ത ഹമാസ് പോരാളികൾ, ഇസ്രായേലിന്റെ ഭീഷണികൾ 'മാനസികമായി തളർത്താനുള്ള തന്ത്രമാണ്' എന്ന് മുന്നറിയിപ്പു നല്കിക്കൊണ്ട് ജനങ്ങളോട് ഒരിക്കലും നാടുവിടരുതെന്ന് ആഹ്വാനം ചെയ്തിരുന്നു.

പലസ്തീനിയൻ ആരോഗ്യവകുപ്പ് ഉദ്യോഗസ്ഥർ പറയുന്നത് ഇസ്രായേൽ പട്ടാളം ജൂലൈ എട്ടിനു തുടങ്ങിയ ആക്രമണപരമ്പരയിൽ എഴുന്നൂറോളം പേരെങ്കിലും കൊല്ലപ്പെട്ടിട്ടുണ്ടെന്നാണ്. അവരിൽ 175 കുട്ടികളും എൺപതിലേറെ സ്ത്രീകളും ഉൾപ്പെടുന്നു. ഗാസയിൽ ഒരുലക്ഷം പേരെങ്കിലും അഭയാർത്ഥികളായിട്ടുണ്ടെന്നാണ് ഏറ്റവും പുതിയ കണക്ക്. കൊല്ലപ്പെട്ടവരും മരണം മുന്നിൽക്കണ്ടു ജീവിക്കുന്നവരും സ്വന്തം നാട്ടിൽ അഭയാർത്ഥികളാക്കപ്പെട്ടവരാണ്. അവർ കഴിച്ചുകൂട്ടുന്ന പ്രദേശമാകട്ടെ, എവിടെയും രക്ഷാസങ്കേതമില്ലാത്ത ലോകത്തിലെ ഏറ്റവും വലിയ 'തുറന്ന ജയിലും'.

ഇസ്രായേലി ആക്രമണങ്ങൾക്കുശേഷം ഏറ്റവും നിഷ്ഠുരമെന്നു വിശേഷിപ്പിക്കാവുന്ന ഒന്നായിരുന്നു ചാവുകടലിൽനിന്നു നടന്ന ഗൺ ബോട്ട് ഷെല്ലിങ്ങിൽ നാലു പലസ്തീനിയൻ കുട്ടികൾ ദയനീയമായി വധിക്കപ്പെട്ട സംഭവം. ചീറിയെത്തിയ ഷെൽ സ്ഫോടനത്തിൽ പതിനൊന്നുവയസ്സുകാരായ മുഹമ്മദിന്റെയും ഇസ്മായേലിന്റെയും ജീവനൊടുങ്ങി. ഒമ്പതുവയസ്സുകാരായ സക്കറിയയും അഹദും മിഴിയടച്ചുതുറക്കുന്നതിനു മുമ്പ് കൊല്ലപ്പെട്ടു. ഈ കുട്ടികളൊക്കെ 'ബക്കർ കുടുംബ'ത്തിൽപ്പെട്ടവരാണ് - മച്ചുനന്മാർ.

ഈ ദുരന്തത്തെക്കുറിച്ച്, 'ഫ്രാൻസ് 24'ന്റെ പ്രതിനിധി ഗല്ലാഘർ ഫെൻവിക്ക് നല്കുന്ന ദൃക്സാക്ഷിവിവരണം ഇങ്ങനെ:

> ഞങ്ങൾ ഈ സംഭവത്തിനു സാക്ഷികളാണ്. ഒന്നാമത്തെ ആക്രമണം നടക്കുമ്പോൾ, ഞങ്ങൾ പാർപ്പിടത്തിന്റെ ബാൽക്കണിയിലേക്കു പോയി. മിക്ക അന്തർദ്ദേശീയ മാധ്യമപ്രവർത്തകരും താമസിക്കുന്ന ഗാസ കടൽത്തീരത്തെ ഹോട്ടലുകൾക്കു തൊട്ടുമുന്നിലായിരുന്നു സംഭവം. അതുകൊണ്ട്, സ്വാഭാവികമായും നിരവധിപേർ ഈ ദുരന്തത്തിനു സാക്ഷികളായി. ആദ്യ ആക്രമണത്തിനുശേഷം, നാലു കൊച്ചുകുട്ടികൾ ആളൊഴിഞ്ഞ കടൽത്തീരത്തുകൂടെ ഓടുന്നതു കണ്ടു. കുറച്ചകലെനിന്നുപോലും ആർക്കും അവരെ വ്യക്തമായി കാണാമായിരുന്നു. അപ്പോഴാണ് രണ്ടാമത്തെ ആക്രമണം നടന്നത്. അതിലാണ് കടൽത്തീരത്ത് കളിച്ചുനടന്നുകൊണ്ടിരുന്ന ഒരേ കുടുംബത്തിൽപ്പെട്ട നാലു കുട്ടികൾ കൊല്ലപ്പെട്ടത്.

2005 ജനുവരിയിലെ ഒരു പ്രഭാതത്തിൽ റാബാൻ കുടുംബത്തിന് ഏർപ്പെട്ട ദുരന്തത്തിനു സമാനമായിരുന്നു ഈ ഷെല്ലാക്രമണം. 7-11 വയസ്സിനിടയ്ക്കുള്ള പന്ത്രണ്ടു സഹോദരങ്ങൾ അവരുടെ സ്ട്രോബറി തോട്ടത്തിൽ പിക്നിക്കിനെത്തിയതായിരുന്നു. ആ നേരത്താണ് ഇസ്രായേലി പ്രതിരോധസേനയുടെ ഷെല്ലാക്രമണത്തിൽ ഏഴുകുട്ടികൾ വധിക്കപ്പെട്ടത്. അവരുടെ ശരീരഭാഗങ്ങൾ വിവിധ ദിശകളിൽ ചിന്നിച്ചിതറി. മണ്ണിൽ ചോര തളംകെട്ടിക്കിടന്നു. ഗുരുതരമായി മുറിവേറ്റ് അബോധാവസ്ഥയിലായ മുഹമ്മദിന്റെ അമ്മ മറിയം ഒരു ഇസ്രായേലി മാധ്യമപ്രവർത്തകനോടു പറഞ്ഞു: 'എന്നെ സഹായിക്കാനാരുമില്ലെന്ന് ഞാൻ ഷാറോണിനെയും പ്രതിരോധമന്ത്രി മൊഫാസിനെയും അറിയിക്കുകയാണ്. സഹായത്തിനായി ദൈവത്തോടു പ്രാർത്ഥിക്കുന്നു; ഇസ്രായേലി ഗവൺമെന്റിനോട് അഭ്യർത്ഥിക്കുന്നു. ഇസ്രായേലി ഗവൺമെന്റിനൊപ്പമാണ് ഞങ്ങൾ വളർന്നുവന്നത്.' അടിമകളായ ജനതയുടെ അതീവ ദയനീയമായ സഹായാഭ്യർത്ഥനയാണിത്. മക്കളെ കൊന്നവരുടെ കൈകളിൽ ചുംബിക്കുക - അങ്ങനെമാത്രമേ അതിനെ വിശേഷിപ്പിക്കാനാവൂ.

ബക്കർകുടുംബത്തിനേർപ്പെട്ട ദുരന്തം പാശ്ചാത്യമാധ്യമങ്ങൾ

റിപ്പോർട്ടുചെയ്ത രീതിയിൽനിന്ന് എങ്ങനെയാണ് അവർ വാർത്തകൾ 'ഫ്രെയിം' ചെയ്യുക എന്ന് വ്യക്തമാകുന്നു. അമേരിക്കൻ സംപ്രേഷണ സ്ഥാപനമായ എൻ ബി സി, ഗാസയിലെ ഇസ്രായേലിസൈന്യം നടത്തിയ അരുംകൊലയ്ക്കു സാക്ഷിയായതിനെത്തുടർന്ന്, അവരുടെ പ്രശസ്ത ന്യൂസ് കറസ്പോണ്ടന്റ് എയ്മൻ മൊഹിയെൽദിനിനെ അവിടെനിന്നു തിരിച്ചുവിളിച്ചു. പ്രസ്തുത സംഭവം അന്തർദ്ദേശീയ മാധ്യമതലത്തിൽ ചർച്ചയായിട്ടുണ്ട്. ഏതാനും മിനിറ്റുകൾക്കുമുമ്പ് ഇസ്രായേലി ഷെല്ലാക്രമണത്തിൽ കൊല്ലപ്പെട്ട കുട്ടികളോടൊപ്പം കടൽത്തീരത്ത് സോക്കർ ബോൾ തട്ടിക്കളിക്കുകയായിരുന്നു എയ്മൻ. കുറെ വർഷങ്ങളായി ഗാസയിലെ വാർത്താറിപ്പോർട്ടറായിരുന്നു അദ്ദേഹം. 2008, 2009 വർഷങ്ങളിൽ ഗാസയിൽ നടന്ന 'ഓപ്പറേഷൻ കാസ്റ്റ് ലെഡ് ' എന്ന ഓമനപ്പേരുള്ള ഇസ്രായേലി ആക്രമണങ്ങൾ നടക്കുമ്പോൾ എയ്മനും അദ്ദേഹത്തിന്റെ സഹപ്രവർത്തക ഷെറിൻ താദ്രോസും മാത്രമായിരുന്നു, സ്ഥലത്തുണ്ടായിരുന്ന വിദേശ മാധ്യമപ്രവർത്തകർ. അക്കാലത്ത് എയ്മൻ അൽ ജസീറയുടെ റിപ്പോർട്ടറായിരുന്നു. ഓപ്പറേഷൻ കാസ്റ്റ് ലെഡിൽ, 1,400 പേരെങ്കിലും കൊല്ലപ്പെട്ടതായാണ് ഔദ്യോഗിക കണക്ക്.

കടൽത്തീരത്ത് നടന്ന ഇസ്രായേലി ഷെല്ലാക്രമണത്തിൽ കുട്ടികൾ കൊല്ലപ്പെടുന്നതിനു സാക്ഷ്യം വഹിച്ച ഉടൻ, അവരുടെ രക്ഷിതാക്കളുടെ പ്രതികരണങ്ങളെക്കുറിച്ചും മറ്റുമായി എയ്മൻ വികാരാർദ്രമായ ചില ട്വീറ്റുകളും ഞെട്ടിപ്പിക്കുന്ന പടങ്ങളും വീഡിയോ ക്ലിപ്പിങ്ങുകളും തന്റെ ഫെയ്സ്ബുക്കിലും ഇൻസ്റ്റാഗ്രാമിലും പോസ്റ്റു ചെയ്തു. സംഭവത്തിൽ യു എസ് ഗവൺമെന്റിന്റെ നിലപാടിനെക്കുറിച്ചുള്ള ട്വീറ്റുകളും അദ്ദേഹം പോസ്റ്റു ചെയ്യുകയുണ്ടായി.

കുട്ടികൾ കൊല്ലപ്പെട്ടതിനെക്കുറിച്ച് യു എസ് സ്റ്റേറ്റ് ഡിപ്പാർട്ട്മെന്റ് വക്താവിനോടു ചോദിച്ചപ്പോൾ, അമേരിക്കൻ പതിവനുസരിച്ച് അവർ ഇസ്രായേലിനെ പിന്താങ്ങുകയും ഹമാസിനെ കുറ്റപ്പെടുത്തുകയും ചെയ്തു. അതിഭീകരമായ ഇസ്രായേലി യുദ്ധക്കുറ്റങ്ങൾ സംബന്ധിച്ചുപോലും യു എസ് ഭരണകൂടം എന്നും സയണിസ്റ്റുകളെ പിന്തുണച്ചിട്ടേയുള്ളൂ. തന്റെ ഫെയ്സ്ബുക്കിലും ടിറ്ററിലും എയ്മൻ, യു എസ് സ്റ്റേറ്റ് ഡിപ്പാർട്ട്മെന്റിന്റെ നിലപാടിനെക്കുറിച്ച് 'വളരെ മൃദുവായ' ചില കമന്റുകൾ പോസ്റ്റുചെയ്തിരുന്നു. അവയെക്കുറിച്ചുള്ള പ്രതികരണങ്ങളും അദ്ദേഹം ക്ഷണിക്കുകയുണ്ടായി. അന്നുതന്നെ വൈകിട്ട്, എയ്മൻ അവ ഡിലീറ്റ് ചെയ്യുകയും ചെയ്തു. ഒന്നുകിൽ എൻ ബി സി അധികൃതർ അദ്ദേഹത്തോട് ആവശ്യപ്പെട്ടിരിക്കണം; അല്ലെങ്കിൽ പ്രസ്തുത പോസ്റ്റുകളായിരിക്കാം, ഗാസയിൽനിന്ന് എയ്മനെ തിരിച്ചുവിളിക്കാൻ കാരണമായിരിക്കുക.

എയ്മന്റെ അപാരമായ റിപ്പോർട്ടിങ് ശൈലിയുടെ പേരിൽ നവയാഥാസ്ഥിതിക കേന്ദ്രങ്ങൾ, അദ്ദേഹത്തെ 'ഹമാസ് അനുഭാവി' എന്നു ചാപ്പകുത്തി വിമർശിക്കാറുണ്ട്. ഗാസാമുനമ്പിൽ നടക്കുന്ന യുദ്ധത്തിന്റെ

മനുഷ്യത്വരാഹിത്യത്തെയും ഗാസാജനതയുടെ മനുഷ്യത്വത്തെയും കുറിച്ചുള്ള വസ്തുതകൾ ലോകത്തിനുമുന്നിൽ അനാവരണം ചെയ്തതുതന്നെയാണ്, ആ നിർണ്ണായകമുഹൂർത്തത്തിൽ, എയ്മനെ ഗാസയിൽനിന്ന് പിൻവലിക്കാൻ എൻ ബി സിയെ പ്രേരിപ്പിച്ചിരിക്കുക. യു എസിന്റെയും ഇസ്രായേലിന്റെയും നിലപാടുകളെ ചോദ്യംചെയ്യുന്ന തരത്തിലുള്ള അദ്ദേഹത്തിന്റെ ടീറ്റുകൾ എൻ ബി സിയുടെ നടപടിയെ സംശയാസ്പദമാക്കുന്നു.

അടുത്തിടെ, സുഹൃത്തിന്റെ മകളായ എഞ്ചിനീയറിങ് വിദ്യാർത്ഥി എന്നോടു പറഞ്ഞ വാചകങ്ങൾ ഉദ്ധരിച്ചുകൊണ്ട് ഈ ലേഖനം അവസാനിപ്പിക്കാം: 'അങ്കിൾ, ഗാസയിലെ കുട്ടികൾ കൊല്ലപ്പെടുന്നതോർത്ത് എനിക്കുറങ്ങാനാകുന്നില്ല.' എങ്ങോ, എവിടെയോ ഉള്ള, നമ്മോടു നേരിട്ട് യാതൊരു ബന്ധവുമില്ലാത്തവർക്ക് ഏർപ്പെടുന്ന ദുരന്തങ്ങളെക്കുറിച്ചുള്ള ഇത്തരം ആർദ്രവികാരങ്ങൾ ഹൃദയത്തെ സ്പർശിക്കുന്നു.

തങ്ങളുടെ മക്കളുടെ ദുർവ്വിധിയിൽ മനംനൊന്തു വിലപിക്കുന്ന അമ്മമാരുടെ വേദന അക്ഷരങ്ങളിൽ പകർത്താനാവില്ല. ഇറാഖിന്റെ കുവൈത്ത് അധിനിവേശകാലത്ത്, 1991 ൽ യു എസ് ഇറാഖിൽ നടത്തിയ ബോംബുവർഷത്തിന്റെ പശ്ചാത്തലത്തിൽ അസാമാന്യനായ അബു എബ്രഹാം രചിച്ച ഒരു കാർട്ടൂൺ ഞാൻ ഓർത്തുപോകുന്നു. പ്രസ്തുത കാർട്ടൂണിൽ ഒരു പെൺകുട്ടി ആകാശത്തേക്കു നോക്കി സാത്ഭുതം അമ്മയോടു ചോദിക്കുന്നു, 'അമ്മേ, അത് അമേരിക്കൻ പോർവിമാനങ്ങളുടെ ഇരമ്പമാണോ?' മുഖം കുനിച്ച്, പാത്രങ്ങൾ കഴുകുന്നത് തുടർന്നുകൊണ്ടിരുന്ന അമ്മയുടെ മറുപടി: 'അല്ല മോളേ, അത് ഗോർബച്ചേവിന്റെ കൂർക്കംവലിയാണ്.'

ഗോർബച്ചേവിനെപ്പോലെ, നിസ്സീമമായ സഹതാപം പ്രകടിപ്പിച്ചുകൊണ്ട് ലോകജനത ഗാഢനിദ്രയിലമരേണ്ട സമയമല്ല, ഇപ്പോൾ.

'അവസാനത്തെ ആകാശം'

ഇന്നത്തെ സാഹചര്യത്തിൽ, പലസ്തീൻപ്രശ്നത്തിൽ ഇന്ത്യാ ഗവൺമെന്റിന്റെ നിലപാട് ഖേദകരമാണ്. വിദേശകാര്യമന്ത്രി സുഷമാ സ്വരാജ് പറഞ്ഞത് ഇങ്ങനെ: 'പലസ്തീൻപ്രശ്നത്തിൽ ഇന്ത്യയുടെ നിലപാടിൽ യാതൊരു മാറ്റവും വന്നിട്ടില്ല. നാം പലസ്തീനികളെ പൂർണ്ണമായും പിന്തുണയ്ക്കുന്നു; അതേസമയം ഇസ്രായേലുമായി നല്ല ബന്ധം കാത്തുസൂക്ഷിക്കുകയും ചെയ്യുന്നു.' ഗാസയിൽ ഇസ്രായേൽ നടത്തിക്കൊണ്ടിരിക്കുന്ന കൂട്ടക്കൊലകളെ സംബന്ധിക്കുന്ന പ്രതിപക്ഷപ്രമേയത്തിന് കേന്ദ്രസർക്കാർ മുൻകൂട്ടിത്തന്നെ തടയിടുകയും ചെയ്തു. ഇസ്രായേലിൽനിന്ന് സൈനിക ഉപകരണങ്ങൾ ഇറക്കുമതി ചെയ്യരുതെന്ന ചില പ്രതിപക്ഷകക്ഷികളുടെ ആവശ്യം സുഷമാസ്വരാജ് നിരസിച്ചു.

ഇസ്രായേലി ദിനപത്രമായ *ഹാരെറ്റ്സ്* ഇന്ത്യാ-ഇസ്രായേലി സൈനിക ഇടപാടുകളെ ഇപ്രകാരം വിലയിരുത്തുന്നു:

> ഇസ്രായേലി പ്രതിരോധ വ്യവസായസ്ഥാപനങ്ങളുടെ ഒന്നാം നമ്പർ ആവശ്യക്കാർ ഇന്ത്യയാണ്. ഇരുരാജ്യങ്ങളും തമ്മിലുള്ള സുരക്ഷാകച്ചവട ഇടപാടുകൾ സംബന്ധിച്ചുള്ള വിവരങ്ങൾ അവർ രഹസ്യമാക്കിവയ്ക്കുന്നു. ഒരു ബില്യൻ ഡോളറിനും ഒന്നര ബില്യൻ ഡോളറിനുമിടയ്ക്ക് വിലയുള്ള യുദ്ധോപകരണങ്ങളാണ് ഇന്ത്യ, ഇസ്രായേലിൽനിന്ന് ഇറക്കുമതി ചെയ്യുന്നത്. ഈ കച്ചവടം ഇനിയും വർദ്ധിക്കാനുള്ള സാദ്ധ്യത നിലനില്ക്കുകയും ചെയ്യുന്നു.' (Sisters in Arms...... February 2014.)

ചരിത്രപരമായിത്തന്നെ പലസ്തീനുമായി ഇന്ത്യക്ക് വളരെയടുത്ത ബന്ധങ്ങളുണ്ടായിരുന്നു. മുൻ പ്രധാനമന്ത്രി ഇന്ദിരാഗാന്ധിയും പി എൽ ഒ നേതാവ് യാസർ അറഫാത്തും തമ്മിൽ നിലനിന്ന ഊഷ്മളസൗഹൃദം അതിന് ആക്കംകൂട്ടുകയും ചെയ്തു. ഇന്ത്യയും ഇസ്രായേലും പിറന്നത് മാസങ്ങളുടെ വ്യത്യാസത്തിലാണ്. 1947 ആഗസ്ത് 15-ാം തീയതി ഇന്ത്യയും പലസ്തീനെ വിഭജിച്ച് 1948 മെയ് 14-ാം തീയതി ഇസ്രായേലും ജന്മമെടുത്തു. യു എൻ തീരുമാനമനുസരിച്ചായിരുന്നു ഇസ്രായേലിന്റെ പിറവി.

പലസ്തീൻവിഭജനത്തെ എതിർത്ത ഇന്ത്യ, ജൂതരാഷ്ട്രത്തോട് തണുത്ത പ്രതികരണമാണ് പുലർത്തിയത്. 1949 മെയ്മാസത്തിൽ ഇസ്രായേലിന്റെ ഐക്യരാഷ്ട്രസഭാപ്രവേശത്തെ ഇന്ത്യ എതിർത്തു; അതു നിഷ്ഫലമായെങ്കിലും. 1950 ന്റെ ആദ്യത്തിൽ, മടിച്ചുമടിച്ച് ഇസ്രായേലിനെ അംഗീകരിക്കുന്നതിന്റെ ഭാഗമായി മുംബൈയിൽ ഒരു 'ഇമിഗ്രേഷൻ ഓഫീസ്' തുറക്കാൻ കേന്ദ്രഗവൺമെന്റ് ഇസ്രായേലിന് അനുമതി നല്കി. ആത്യന്തികമായി ഇത് ഒരു 'ട്രേഡ് ഓഫീസാ'യും പില്ക്കാലത്ത് ഒരു കോൺസുലേറ്റായും രൂപാന്തരപ്പെട്ടു. 1992 ന്റെ ആദ്യപാദംവരെ ഇസ്രായേലുമായി പൂർണ്ണ നയതന്ത്രബന്ധം സ്ഥാപിക്കുന്നതിനു ദില്ലി എതിരായിരുന്നു. എന്നാൽ, ആ വർഷത്തിൽത്തന്നെ ഇരുരാജ്യങ്ങളും തങ്ങളുടെ എംബസികൾ ഡൽഹിയിലും ടെൽ അവീവിലും തുറന്ന് പ്രവർത്തനമാരംഭിച്ചു.

സ്വാഭാവികനീതിയിൽ അധിഷ്ഠിതമായി, ആദ്യഘട്ടങ്ങളിൽ സ്വതന്ത്ര ഇന്ത്യയുടെ വിദേശനയം അറബികൾക്ക് അനുകൂലമായിരുന്നു. 1938 നവംബർ 11-ാംതീയതിയിലെ *ഹരിജനിൽ* ഗാന്ധിജി ഇപ്രകാരം എഴുതി:

> എനിക്ക് ജൂതന്മാരോട് സഹതാപമുണ്ട്. അതേസമയം യഥാർത്ഥ നീതിനിർവ്വഹണത്തിൽ ഈ സഹതാപം എന്നെ അന്ധനാക്കുന്നില്ല. ജൂതന്മാർക്ക് ഒരു ദേശീയരാഷ്ട്രം വേണമെന്ന ആവശ്യം എന്നെ ഏറെയൊന്നും സ്വാധീനിക്കുന്നുമില്ല. ഈ ഭൂമുഖത്തുള്ള മറ്റു ജനതതികളെപ്പോലെ എന്തുകൊണ്ട് അവർക്ക്, തങ്ങൾ പിറന്നുവീണ, തങ്ങൾക്കു ജീവനോപാധി നല്കുന്ന പ്രദേശത്തെ ജന്മദേശമാക്കിക്കൂടാ? പലസ്തീനെ വിഭജിച്ചുകൊണ്ടോ അല്ലെങ്കിൽ

> പൂർണ്ണമായോ ഒരു ജൂതരാഷ്ട്രമാക്കുന്നത് മാനവരാശിയോട് ചെയ്യുന്ന അക്ഷന്തവ്യമായൊരു അപരാധമായിരിക്കും.

ഗാന്ധിജിയുടെ ഈ നിലപാട്, 'വാഗ്ദത്തഭൂമിയിലേക്ക് തെരഞ്ഞെടുക്കപ്പെട്ട ജനത' എന്ന ഇസ്രായേലികളുടെ അവകാശവാദത്തെ പൂർണ്ണമായും തിരസ്കരിക്കുന്നു. ഗാന്ധിജിയുടെ നിലപാടിനോട് ഇന്ത്യയുടെ പ്രഥമ പ്രധാനമന്ത്രിയായ ജവാഹർലാൽ നെഹ്റുവും പരിപൂർണ്ണ യോജിപ്പാണ് പ്രകടിപ്പിച്ചത്. നെഹ്റു, യൂഗോസ്ലാവിയൻ പ്രസിഡന്റ് ജോസിപ് ടിറ്റോവിനും ഈജിപ്ഷ്യൻ പ്രസിഡന്റ് ഗമാൽ അബ്ദുൽ നാസറിനുമൊപ്പം ചേരിചേരാപ്രസ്ഥാനം കെട്ടിപ്പടുത്ത കാര്യം ചരിത്രപ്രാധാന്യമുള്ളതാണ്. ശീതയുദ്ധകാലത്ത് ചേരിചേരാരാഷ്ട്രങ്ങൾ നിഷ്പക്ഷത പുലർത്തിയെങ്കിലും ഇസ്രായേൽ, അമേരിക്കയോട് അന്ധമായ ചായ്വ് കാണിച്ചു എന്ന വസ്തുത വിസ്മരിച്ചുകൂടാ.

ഇത്തരുണത്തിൽ, 'സയോണിസം' എന്ന ആശയത്തിന്റെ പിറവിയെക്കുറിച്ചുള്ള പരാമർശത്തിനു പ്രസക്തിയുണ്ട്. ജെറുസലേമിന്റെ ബിബ്ളിക്കൽ നാമമാണ് 'സയോൺ'. പത്തൊമ്പതാംശതകത്തിന്റെ രണ്ടാം പാദത്തിൽ കേന്ദ്ര-കിഴക്കൻ യൂറോപ്പിലെ ജൂതന്മാർക്ക് അനുഭവിക്കേണ്ടിവന്ന കൊടുംപീഡനങ്ങൾ, ജൂതമതഭ്രാന്തന്മാരുടെ വികാരങ്ങൾക്ക് അക്ഷരാർത്ഥത്തിൽ അഗ്നിപകർന്നു. വിയന്നയിൽ കുടിയേറിപ്പാർത്ത, 1896 ൽത്തന്നെ *ദ ജൂയിഷ് സ്റ്റേറ്റ്* എന്ന ഗ്രന്ഥം രചിച്ച, തിയോഡോർ ഹെർസൽ ആയിരുന്നു ഈ വികാരങ്ങളുടെ ജനയിതാവ്.

'പലസ്തീനിൽ ജൂതന്മാർക്ക് ഒരു രാഷ്ട്രം' എന്നതായിരുന്നു ഹെർസലിന്റെ ലക്ഷ്യം. 1897 ൽ അദ്ദേഹം, സ്വിറ്റ്സർലൻഡിലെ ബെയ്സലിൽ ഒരു സയണിസ്റ്റ് സമ്മേളനം സംഘടിപ്പിച്ചു. സ്വന്തമായൊരു രാഷ്ട്രമില്ലാതെ വന്നാൽ, ജൂതവംശജർ 'മാനവരാശിയിലെ തന്തയില്ലാത്തവരാ'യിത്തീരുമെന്നായിരുന്നു അവരുടെ വിശ്വാസം. കോൺഗ്രസിനുശേഷം പലസ്തീൻ സന്ദർശിച്ച ഒരുകൂട്ടം റാബികൾ (ജൂതപുരോഹിതന്മാർ) പ്രകടിപ്പിച്ച അഭിപ്രായം അവരുടെ വികാരങ്ങളുടെ നഗ്നപ്രകടനമാണ്. 'വധു അതീവസുന്ദരിയാണ്. എന്നാൽ അവൾ മറ്റൊരാളുടെ ഭാര്യയാണ്!' എന്നായിരുന്നു അവരുടെ ഭഗ്നപ്രതികരണം.

ഹിറ്റ്ലറുടെ ആധിപത്യത്തിൽ നാസി ജർമ്മനി നടത്തിയ വംശീയഹത്യ സമാനതകളില്ലാത്ത കൂട്ടനരമേധത്തിൽ കലാശിച്ചതോടെ, സയണിസത്തോടുള്ള അനുഭാവം കൂടുതൽ വർദ്ധിച്ചു. *ദ ക്വസ്റ്റ്യൻ ഓഫ് പലസ്തീൻ* എന്ന തന്റെ രചനയിൽ എഡ്വേഡ് സെയ്ദ് ഇപ്രകാരം എഴുതി: "യൂറോപ്പിൽ നടന്ന ഭീകരമായ സെമിറ്റിക്വിരുദ്ധ കൂട്ടക്കൊലയെ ഇസ്രായേലിന്റെ സംസ്ഥാപനമായി ബന്ധപ്പെടുത്താതിരുന്നുകൂടാ. അതുപോലെതന്നെ, കൊടുംപീഡനങ്ങളുടെ ഭീകരതയും വ്യാപ്തിയും ആഴവും രണ്ടാംലോകമഹായുദ്ധാനന്തരം സയണിസ്റ്റ് പ്രസ്ഥാനത്തിന്റെ പൈതൃകമായിത്തീർന്ന വസ്തുതയും നാം മനസ്സിലാക്കേണ്ടതുണ്ട്."

യൂറോപ്പിലെ ജൂതന്മാർക്ക് അനുഭവിക്കേണ്ടിവന്ന മഹാദുരന്തത്തിന് അറബികൾ ഒരു നിലയ്ക്കും കാരണക്കാരായിരുന്നില്ലെങ്കിലും, അവർ 'ഇരകളുടെ ഇരകളായി'ത്തീർന്നത് ചരിത്രത്തിലെ ക്രൂരമായൊരു വിരോധാഭാസം.

1881 നും 1914 നുമിടയ്ക്ക് പലസ്തീനിലെ ജൂത ജനസംഖ്യ ഇരുപത്തിനാലായിരത്തിൽനിന്ന് എൺപത്തയ്യായിരത്തിലേക്ക് കുതിച്ചുയർന്നു. കിഴക്കൻയൂറോപ്പിൽ നടന്ന സമാനതകളില്ലാത്ത വംശീയനരഹത്യ ജൂതക്കുടിയേറ്റത്തിന് ആക്കംകൂട്ടി. 1917 ൽ ബ്രിട്ടീഷ് വിദേശകാര്യ സെക്രട്ടറി ആർതർ ബൽഫോർ നടത്തിയ, 'ബൽഫോർ പ്രഖ്യാപന'ത്തിലൂടെ, 'പലസ്തീനിൽ ജൂതജനതയ്ക്ക് ഒരു രാഷ്ട്രം സ്ഥാപിക്കേണ്ടതിന്റെ ആവശ്യകത'യെ അനുകൂലിക്കുന്ന നിലപാടാണ് ബ്രിട്ടൻ കൈക്കൊണ്ടത്. 'പലസ്തീനിൽ ഇപ്പോൾ അധിവസിക്കുന്നവരുടെ അഭിപ്രായങ്ങൾ ആരായണം എന്ന നിർദ്ദേശം നാം മുന്നോട്ടു വയ്ക്കുന്നതേയില്ല. ആ പൗരാണികഭൂമിയിൽ താമസിക്കുന്ന ഏഴുലക്ഷം അറബികളുടെ ആഗ്രഹങ്ങളെയും മുൻവിധികളെയും നാം കണക്കിലെടുക്കുന്നുമില്ല' എന്നാണ്, 1919 ൽ ബൽഫോർ പുറത്തിറക്കിയ മെമ്മോറാണ്ടത്തിൽ അടിവരയിട്ടു പറഞ്ഞിട്ടുള്ളത്.

1920 ൽ ലീഗ് ഓഫ് നേഷൻസ്, പലസ്തീനുമേലുള്ള അധികാരം ബ്രിട്ടനു ചാർത്തിക്കൊടുത്തു. സർ. ഹെർബർട്ട് സാമുവൽ എന്ന ജൂതനായിരുന്നു പലസ്തീനിലെ പ്രഥമ ബ്രിട്ടീഷ് ഹൈക്കമീഷണർ. കടുത്ത സയണിസ്റ്റായ ചെയിം വീസ്മാൻ, ഹെർബർട്ടിന് സർവ്വാത്മനാ പിന്തുണ പ്രഖ്യാപിച്ചുകൊണ്ട് പറഞ്ഞതിങ്ങനെ: "ഇംഗ്ലണ്ട് ഇംഗ്ലീഷുകാർക്കെന്നതുപോലെ, പലസ്തീൻ ജൂതന്മാരുടെതായിരിക്കണം." ബ്രിട്ടീഷ് വാഴ്ചയുടെ തുടക്കത്തിൽ പലസ്തീൻ ജനസംഖ്യയുടെ 92 ശതമാനം അറബികളായിരുന്നുവെങ്കിൽ, 1948 ആയപ്പോഴേക്കും അവരുടെ എണ്ണം മൂന്നിൽ രണ്ടായി കുത്തനെ കുറഞ്ഞു.

1936 ലെ റോയൽ കമീഷനാണ് പലസ്തീൻപ്രശ്നത്തെക്കുറിച്ച് പഠിക്കാൻ നിയുക്തമായ മറ്റൊരു പ്രധാന സമിതി. ലോർഡ് പീൽ അദ്ധ്യക്ഷനായ, ഇത് 'പീൽ കമീഷൻ' എന്നും അറിയപ്പെടുന്നു. പലസ്തീനിന്റെ മൂന്നിലൊന്ന് വിസ്തൃതിയിൽ ഒരു ജൂതരാഷ്ട്രം സ്ഥാപിക്കാൻ ഈ കമീഷൻ നിർദ്ദേശിച്ചു. ഏറ്റവും ഫലഭൂയിഷ്ഠമായ ഹെയ്ഫമുതൽ ടെൽ അവീവിന്റെ തെക്കുഭാഗംവരെ നീണ്ടുകിടക്കുന്ന തീരപ്രദേശമുൾപ്പെടെയുള്ള ഭൂവിഭാഗം ഇസ്രായേലിന്റെ ഭാഗമായിരിക്കണമെന്നും കമീഷൻ നിർദ്ദേശിച്ചു.

1947 ൽ അമേരിക്ക, റഷ്യ എന്നിവയുൾപ്പെടെയുള്ള രാഷ്ട്രങ്ങളുടെ പിന്തുണയോടെ, പലസ്തീന്റെ 56 ശതമാനം നിർദ്ദിഷ്ട ജൂതരാഷ്ട്രത്തിനു വിട്ടുനല്കണമെന്ന് അനുശാസിക്കുന്ന പ്രമേയം മൂന്നിൽ രണ്ടു ഭൂരിപക്ഷത്തോടെ യു എൻ ജനറൽ അസംബ്ലി അംഗീകരിച്ചു. ബ്രിട്ടൻ പക്ഷേ, വോട്ടെടുപ്പിൽനിന്ന് വിട്ടുനിന്നു. എന്നാൽ, 1948 ൽ നടന്ന ജൂത-അറബ്

സംഘട്ടനങ്ങളെത്തുടർന്ന് പലസ്തീന്റെ 77 ശതമാനം ഭൂപ്രദേശങ്ങളും ഇസ്രായേൽ കൈവശപ്പെടുത്തി. ഇരുവിഭാഗങ്ങളും തമ്മിൽ നടന്ന രക്തരൂഷിതമായ പോരാട്ടത്തിൽ നാനൂറ്റി എഴുപത്തിരണ്ടു പലസ്തീനി ഗ്രാമങ്ങൾ പൂർണ്ണമായും നശിപ്പിക്കപ്പെട്ടു. ഈ കൂട്ടവിനാശത്തെത്തുടർന്ന് പലസ്തീനികളിൽ പടർന്നുപിടിച്ച കടുത്ത നിരാശ (നക്ബ) ഈ പ്രദേശത്ത് അവസാനമില്ലാത്ത ശത്രുതയുടെ വിഷവിത്തുകൾ പാകി.

ഇസ്രായേലിന്റെ പ്രഥമ പ്രധാനമന്ത്രി ഡേവിഡ് ബെൻ-ഗ്വിറോൺ, ഒരു സ്വകാര്യസംഭാഷണത്തിൽ തന്റെ രാജ്യത്തിന് ഈ വിനാശത്തിലുള്ള പങ്ക് അംഗീകരിച്ചിട്ടുണ്ട്.

> എന്തുകൊണ്ട് അറബികൾ സമാധാനത്തിനു ശ്രമിക്കണം? കടുത്ത സെമിറ്റിക്‌വിരുദ്ധത നിലനിന്നിരുന്നുവെന്നത് സത്യം. നാസികളും ഹിറ്റ്ലറും ഔഷ്‌വിറ്റ്സ് അടക്കമുള്ള പീഡനക്യാമ്പുകളും ഈ ദുരന്തം ശരിവയ്ക്കുകയും ചെയ്യുന്നു. എന്നാൽ അത് അറബികളുടെ കുറ്റംകൊണ്ടായിരുന്നുവോ? അവരുടെ രാജ്യം നാം കവർന്നെടുക്കുകയായിരുന്നില്ലേ? അവർ എന്തിനത് അംഗീകരിക്കണം?

1978 ൽ വാലിദ് ഖാലിദി എന്ന പലസ്തീൻ പണ്ഡിതൻ എഴുതിയ 'തിങ്കിങ് ദ അൺതിങ്കബിൾ: എ സോവറിൻ പലസ്തീൻ സ്റ്റേറ്റ്' എന്ന ലേഖനത്തിൽ, അനാമികളും അറിയപ്പെടാത്തവരുമായ, വെറും ജനങ്ങളെന്നുപോലും വിശേഷിപ്പിക്കാനാകാത്ത, പലസ്തീൻകാരുടെ മുപ്പതു വർഷം ദീർഘിച്ച ദുരവസ്ഥയ്ക്ക് ഒരു അന്ത്യമുണ്ടാകണം എന്ന ആഹ്വാനമുണ്ട്. 'മറ്റെല്ലാ ജനവിഭാഗങ്ങളെയും അപേക്ഷിച്ച് ജൂതജനതയ്ക്കാണ് പലസ്തീനികളുടെ പ്രശ്നം മനസ്സിലാക്കാൻ ചരിത്രപരമായ ബാദ്ധ്യതയുള്ളത്,' ഖാലിദി തന്റെ ലേഖനത്തിൽ ഊന്നിപ്പറഞ്ഞു. അരക്ഷിതത്വം, അംഗീകാരമില്ലായ്മ, വാസസ്ഥലരാഹിത്യം, നാടില്ലാത്ത അവസ്ഥ എന്നിവയിൽനിന്ന് ഉയിരെടുക്കുന്ന കടുത്ത വിവേചനം ഇസ്രായേലികൾ വർഷങ്ങളോളം അനുഭവിച്ചിട്ടുണ്ടല്ലോ.

ഇസ്രായേലി പ്രതിരോധമന്ത്രി ഷിമോൺ പെറെസും പി എൽ ഒ നേതാവ് അബു മാസനും ചേർന്ന്, 1993 സെപ്തംബർ 13-ാം തീയതി ഒപ്പുവെച്ച ചരിത്രപ്രസിദ്ധമായ ഓസ്‌ലോ സമാധാന ഉടമ്പടിയിൽ ഖാലിദിയുടെ ആശയങ്ങളിൽ പലതും ഉൾപ്പെടുകയുണ്ടായി. ഈ വേളയിൽ, പി എൽ ഒ നേതാവ് യാസർ അറഫാത്തും ഇസ്രായേലി പ്രധാനമന്ത്രി യിറ്റ്ഷാക് റാബിനും സന്നിഹിതരായിരുന്നു. യു എസ് പ്രസിഡന്റ് ബിൽ ക്ലിന്റണും ഇതിനു സാക്ഷിയായി.

1995 ൽ, റാബിനും അറഫാത്തും ഒപ്പുവച്ച രണ്ടാം ഓസ്‌ലോ കരാറും 2005 ലെ ക്യാംപ് ഡേവിഡ് ഉച്ചകോടിയും തകർന്നതിന്റെ പിന്നിൽ പല കാരണങ്ങളുമുണ്ട്. ഇസ്രായേലി പ്രധാനമന്ത്രി ബിന്യാമിൻ നെതന്യാഹുവിന് പലസ്തീൻകാരോടുണ്ടായിരുന്ന തീവ്രമായ വെറുപ്പും ശത്രു

തയും പരാജയത്തിന്റെ മുഖ്യകാരണമായി. കൂടാതെ, ഇസ്രായേലി നേതൃത്വത്തിന്റെ കഴിവുകേടും, അടുത്ത പ്രധാനമന്ത്രിയായ എഹുദ് ബറാക്കിന്റെ കൂട്ടുമന്ത്രിസഭയിലെ ഘടകകക്ഷികളുടെ കടുത്ത വലതു പക്ഷപാതവും കൂടിച്ചേർന്നപ്പോൾ ചർച്ചയുടെ തകർച്ച അനിവാര്യമായി. ഇസ്രായേലി പത്രമായ *ഹാരെറ്റ്സി*ന്റെ കോളമിസ്റ്റും പത്രാധിപസമിതി അംഗവുമായ ഗിഡിയോൺ ലെവി, സമാധാനപ്രക്രിയകളുടെ പരാജയത്തിന് ഉത്തരവാദി തന്റെ രാജ്യംതന്നെയാണെന്ന് കുറ്റപ്പെടുത്തി.

> നീതിയുക്തമായ സമാധാനം ഇസ്രായേലിന് ആവശ്യമില്ല. അവർ പറയുന്നതെല്ലാം നീതിയെക്കുറിച്ചാണ്. എന്നാൽ ഏതെങ്കിലും ഘട്ടത്തിൽ അധിനിവേശം ഉപേക്ഷിക്കാൻ തങ്ങൾ സന്നദ്ധരാണ് എന്ന് ഇസ്രായേൽ പറഞ്ഞിട്ടുണ്ടോ? ഇല്ല, ഒരിക്കലും അങ്ങനെ ഉണ്ടായിട്ടില്ല. ഇസ്രായേലിനു സമയം നീട്ടിക്കിട്ടാനും നിലവിലുള്ള സ്ഥിതി നിലനിർത്താനും മാത്രമാണ് താല്പര്യം. വെസ്റ്റ് ബാങ്കിൽ അധിനിവേശം ഉറപ്പാക്കുന്ന ഗാസയിൽ ആക്രമണങ്ങൾ തുടരുക, ഇസ്രായേലിൽ സമാധാനപൂർണ്ണമായ ജനജീവിതം ഉറപ്പുവരുത്തുക എന്നിവയാണ് സയണിസ്റ്റ് നയത്തിന്റെ മർമ്മം.

ദേശീയവാദിയും മഹാനായ ഇസ്രായേലി കവിയുമായ യെഹൂദാ അമിച്ചയ്, ഇസ്രായേലികൾക്കും പലസ്തീനികൾക്കുമിടയ്ക്ക്, വെറും സാങ്കേതികമല്ലാത്തതും പൂർണ്ണമായും യഥാർത്ഥമായതുമായ സമാധാനം സ്വപ്നം കണ്ടു. 'വെടിനിർത്തലിന്റെ സമാധാന'മായിരുന്നില്ല കവിമനസ്സിലുണ്ടായിരുന്നത്. *വൈൽഡ് പീസ്* എന്ന തന്റെ മനോഹരമായ കവിതയിൽ, 'ജൈവമായ' സമാധാനത്തെക്കുറിച്ചാണ് അദ്ദേഹം ആർദ്രനായി പാടിയത്. 'കാട്ടുപൂക്കളെപ്പോലെ സമാധാനം വിരിയട്ടെ. ഭൂമിക്കത് അനിവാര്യമായിരിക്കുന്നു-ഉന്മത്തമായ സമാധാനം.'

സമാധാനചർച്ചകളിൽ, പലസ്തീനിയൻ അവകാശങ്ങളിൽ വിട്ടുവീഴ്ച ചെയ്തുകൊണ്ടുള്ള അറഫാത്തിന്റെ നിലപാട് ഹാമാസ്, ഇസ്ലാമിക് ജിഹാദ് തുടങ്ങിയ സംഘടനകളിലേക്ക് യുവജനങ്ങളെ ആകർഷിച്ചു. യുവാക്കൾക്കു ലഭിച്ച 'സമാധാനസമ്മാനങ്ങൾ', സഞ്ചാരത്തിന്മേലും യാത്രാരേഖകളിലുമുള്ള നിയന്ത്രണങ്ങൾ, നിരന്തരമായ അവഹേളനം, സൈന്യത്തിന്റെയും പൊലീസിന്റെയും കർശനപരിശോധനകൾ, ജലദൗർലഭ്യം എന്നിവയാണ്. തൊട്ടടുത്ത ജൂതന്മാരുടെ കുടിയേറ്റപ്രദേശങ്ങളിൽ ജലം സമൃദ്ധമാണുതാനും. അമർഷം പുകയുന്ന യുവമനസ്സുകൾ തീ പിടിക്കാൻ മറ്റൊന്നും വേണ്ടതില്ലല്ലോ.

ശത്രുതയിൽ കഴിയുന്ന ഇസ്രായേലിനും പലസ്തീനുമിടയ്ക്ക് നടന്ന സമാധാനശ്രമങ്ങൾ മൃഗതൃഷ്ണ മാത്രമായിപ്പോയത്, ചർച്ചയിൽ നിഷ്പക്ഷമാദ്ധ്യസ്ഥ്യം വഹിക്കുന്നതിൽ അമേരിക്ക ദയനീയമായി പരാജയപ്പെട്ടതുകൊണ്ടാണ്. നിർദ്ദേശങ്ങളെ പലസ്തീനെക്കൊണ്ട് നിർബ്ബന്ധപൂർവ്വം അംഗീകരിപ്പിക്കാനാണ് യു എസ് മദ്ധ്യസ്ഥർ ശ്രമിച്ചത്.

കഴിഞ്ഞകാലങ്ങളിൽ നടന്ന സമാധാനശ്രമങ്ങളിൽ പങ്കെടുത്ത എല്ലാ കക്ഷികളും പലസ്തീൻജനതയെ ബോധപൂർവ്വം വഞ്ചിക്കുകയായിരുന്നു. സയണിസ്റ്റുകൾ പലസ്തീനിൽ നടത്തിക്കൊണ്ടിരിക്കുന്നത് വംശഹത്യയാണെന്ന് വിളിച്ചുപറയാൻ ആരും സന്നദ്ധരാകുന്നുമില്ല.

ലെവി തന്നെ അടുത്തെഴുതിയ 'ഇസ്രായേൽസ് റിയൽ പർപസ് ഇൻ ഗാസ ഓപ്പറേഷൻ? ടു കിൽ ആരബ്സ്' എന്ന ലേഖനത്തിൽ, അദ്ദേഹം പറയുന്നു:

> കഴിഞ്ഞ മുപ്പതു വർഷങ്ങൾക്കിടെ നടന്ന എല്ലാ യുദ്ധങ്ങളും ആത്യന്തികമായി സിവിലിയൻ ജനതയ്ക്കെതിരെയാണ്-ഇപ്പോൾ ഗാസയിൽ നടന്നുകൊണ്ടിരിക്കുന്നതുപോലെ, അതിഭീകരവും നിഷ്ഠുരവുമായ ആക്രമണങ്ങൾ. കഴിവുകളും ആയുധശക്തിയും വച്ചു നോക്കുമ്പോൾ, ആനയും ഉറുമ്പും തമ്മിലുള്ള സംഘട്ടനമാണിത്. എല്ലാ ആക്രമണങ്ങളും അവസാനിക്കുന്നതോ പലസ്തീൻഭാഗത്ത് നൂറുകണക്കിനു സാധാരണജനങ്ങളെ കൊന്നൊടുക്കിക്കൊണ്ടും.

ഗാസയിൽ യു എൻ നടത്തുന്ന ഒരു സ്കൂൾവളപ്പിലേക്ക്, ജൂലൈ 24-ാം തീയതി ഇസ്രായേൽ നടത്തിയ ഷെല്ലാക്രമണത്തിൽ, കുട്ടികളടക്കമുള്ള ഇരുപതുപേർ വധിക്കപ്പെട്ടു.

ഇപ്പോൾ, ഈ വിശുദ്ധ റമദാൻമാസത്തിൽ ലോകം കൈവെടിഞ്ഞ ഗാസയിലെ പലസ്തീനികളെ ഓർക്കുമ്പോൾ, അതിതീവ്രമായ ദുഃഖം തോന്നുന്നു. 1980 കളിൽ, യശഃശരീരനായ പലസ്തീൻ കവി മഹമൂദ് ദർവിശ് എഴുതിയ ഈരടികൾ ഗദ്ഗദമായി, ഒടുങ്ങാത്ത വ്യഥയായി, മനസ്സിൽ പുനർജ്ജനിക്കുന്നു: 'അവസാനത്തെ അതിർത്തികളും കടന്ന് എവിടേക്കാണ് നമുക്ക് പലായനം ചെയ്യാനാവുക? അവസാനത്തെ ആകാശവും കഴിഞ്ഞ് എവിടേക്കാണ് പറവകൾക്ക് പറക്കാനാവുക?'

2014

മുന്നറിയിപ്പ്-പ്ലാച്ചിമട മുതൽ ഡിട്രോയിറ്റ് വരെ

നിങ്ങൾക്കെനിക്ക് മഴ വില്ക്കാനാകുമോ, അതിലെ വെള്ളം നിങ്ങളുടെ കണ്ണീരല്ലേ... അതുതന്നെയല്ലേ നിങ്ങളുടെ നാവിനെ ഈർപ്പമണിയിക്കുന്നത്?

-ക്യൂബൻ കവി നിക്കോളാസ് ഗ്വില്ലെൻ (1901-1990)

രണ്ടായിരത്തിപതിനാല് സെപ്തംബർ അന്ത്യത്തിൽ, പ്രധാനമന്ത്രി നരേന്ദ്രമോദി അമേരിക്ക സന്ദർശിച്ച വേളയിൽ, നമ്മുടെ അച്ചടി-ശ്രവ്യ-ദൃശ്യ മാധ്യമങ്ങളിൽ പ്രസ്തുത സന്ദർശനത്തെ സംബന്ധിച്ചുള്ള വാർത്തകളുടെ ഒരു വേലിയേറ്റംതന്നെയുണ്ടായി. അതിലിടയ്ക്ക്, സെപ്തംബർ 29-ാം തീയതി അമേരിക്കൻനഗരമായ ഡിട്രോയിറ്റിലെ കോടതിയിൽ, ഫെഡറൽ ജഡ്ജി സ്റ്റീവെൻ റോഡ്സ് കുടിവെള്ളവുമായി ബന്ധപ്പെട്ട പരാതിമേൽ ഞെട്ടിപ്പിക്കുന്നൊരു വിധി പ്രഖ്യാപിച്ചു. 'ഡിട്രോയിറ്റ് നഗരവാസികൾക്ക് ജലലഭ്യത മൗലികാവകാശമല്ല' എന്നതായിരുന്നു അതിന്റെ കാതൽ.

2013 ജനുവരി മുതൽ, കടുത്ത സാമ്പത്തികപ്രതിസന്ധി നേരിടുന്ന ഡിട്രോയിറ്റിലെ 50,000 ത്തിലധികം വരുന്ന അല്പവരുമാനക്കാർക്കുള്ള സൗജന്യ ജലവിതരണം അധികൃതർ നിർത്തലാക്കിയിരുന്നു. പ്രതിദിനം നാനൂറു വസതികൾ എന്ന നിരക്കിൽ ജലവിതരണം അവർ തടഞ്ഞുകൊണ്ടുമിരിക്കുന്നു. ലോകത്തിലെ അഞ്ചിലൊന്ന് ശുദ്ധജലം ഉൾക്കൊള്ളുന്ന അഞ്ചു വൻതടാകങ്ങളുടെ സമീപസ്ഥമായ ഡിട്രോയിറ്റ് നഗരത്തിലാണ് ഇതു സംഭവിച്ചുകൊണ്ടിരിക്കുന്നത്. പൊറുതിമുട്ടിയ നഗരവാസികളാണ് പരാതിയുമായി കോടതിയെ സമീപിച്ചത്. അവരുടെ എല്ലാ വാദങ്ങളെയും തള്ളിക്കൊണ്ടുള്ള വിധിന്യായത്തിൽ ജഡ്ജി പറഞ്ഞു:

> യുക്ത്യാധിഷ്ഠിതം എന്നു തോന്നിപ്പിക്കുംവിധം, ജലലഭ്യതയും ബന്ധപ്പെട്ട സേവനങ്ങളും തങ്ങളുടെ അവകാശമാണ് എന്ന പരാതിക്കാരുടെ വാദത്തിൽ കഴമ്പില്ല. പണം നല്കാൻ കഴിവുള്ളവർക്കു മാത്രമേ വെള്ളം ലഭിക്കുകയുള്ളൂ.

ഈ നഗരത്തിലും സ്റ്റേറ്റിലൊട്ടാകെയും നിലവിലുള്ള നിയമത്തിൽ വെള്ളത്തിനുമേൽ ആർക്കും അവകാശമുള്ളതായി പറഞ്ഞിട്ടില്ലെന്നും ജഡ്ജി റോഡ്സ് ചൂണ്ടിക്കാട്ടി. എന്നാൽ, യു എസ് ഭരണഘടനയിൽ എടുത്തുപറഞ്ഞിട്ടുള്ള ജനങ്ങളുടെ 'ജീവിക്കാനുള്ള അവകാശ'ത്തെക്കുറിച്ച് ഈ ന്യായാധിപൻ മൗനംപാലിച്ചു.

'ഡിട്രോയിറ്റിൽ ജലവിതരണം നിർത്തിവച്ചതിനെത്തുടർന്ന് ജനങ്ങൾക്ക് അപരിഹാര്യമായ കഷ്ടതകൾ ഉണ്ടായിട്ടുണ്ട്. മുതിർന്ന പൗരന്മാരെയും കുട്ടികളുടെ വിദ്യാഭ്യാസത്തെയും യുവജനങ്ങളുടെ തൊഴിൽ സാദ്ധ്യതകളെയുമൊക്കെ വെള്ളം കിട്ടാത്ത അവസ്ഥ പ്രതികൂലമായി ബാധിച്ചിട്ടുണ്ടെ'ന്നും ജഡ്ജി നിരീക്ഷിച്ചു.

> ജീവൻ നിലനിർത്തുന്നതിൽ ജലം അനിവാര്യമാണെന്ന കാര്യത്തിൽ ഒട്ടും സംശയമില്ല... എന്നാൽ ജലം കിട്ടാതായതുമൂലം അപരിഹാര്യമായ പ്രയാസങ്ങൾ ജനങ്ങൾ അനുഭവിക്കുന്നുണ്ട് എന്ന വസ്തുത, സൗജന്യ ജലലഭ്യത ജനങ്ങളുടെ മൗലികാവകാശമാണെന്ന വാദത്തെ ന്യായീകരിക്കുന്നില്ല... നിയമത്തിൽ അത്തരമൊരു മൗലികാവകാശമില്ല. പാർപ്പിടം, ഭക്ഷണം, ആതുരസേവനം തുടങ്ങിയ അവശ്യസേവനങ്ങൾ ആരുടെയും അവകാശങ്ങളല്ല എന്നതുപോലെത്തന്നെയാണ് വെള്ളത്തിന്റെ കാര്യവും, ജഡ്ജി റോഡ്സ് അസന്ദിഗ്ദ്ധമായി പ്രഖ്യാപിച്ചു.

ശുദ്ധമായ കുടിവെള്ളത്തിനും ശുചിത്വത്തിനും ഏവർക്കും അവകാശമുണ്ടെന്ന് 2010 ൽ യു എൻ മനുഷ്യാവകാശ കൗൺസിൽ അംഗീകരിച്ചതിനു കടകവിരുദ്ധമായ ഈ കോടതിവിധി, ലോകത്തിലെ ഏറ്റവും സമ്പന്നമായ അമേരിക്കയിലെ ഒരു പ്രദേശത്തുനിന്നാണെന്ന് പ്രത്യേകം ശ്രദ്ധേയമാണ്. അതിന്റെ അലയൊലികൾ ഇന്ത്യയടക്കമുള്ള എല്ലാ രാജ്യങ്ങളെയും താമസംവിനാ ഗ്രസിക്കുമെന്നത് തീർച്ച.

ഡിട്രോയിറ്റ് നിവാസികൾക്കുള്ള ജലവിതരണം നിർത്തുന്നത് അധാർമ്മികമാണെന്ന് 2014 ജൂലൈ 18-ാം തീയതി ആംനസ്റ്റി ഇന്റർനാഷണൽ യു എസിനു മുന്നറിയിപ്പു നല്കി. ജലലഭ്യത മനുഷ്യാവകാശമാണെന്നും ഡിട്രോയിറ്റിലെ ആൾപ്പാർപ്പുള്ള വീടുകളിൽ അതുറപ്പുവരുത്തണമെന്നും ആംനെസ്റ്റി നിർദ്ദേശിക്കുകയുണ്ടായി.

ഈ പശ്ചാത്തലത്തിൽ, മുപ്പതു മില്യൻ ഡോളർ വെള്ളക്കരം അടയ്ക്കുന്നതിൽ വീഴ്ചവരുത്തിയ ഒരു ഗോൾഫ് കോഴ്സ് ഉടമ, നിരവധി കച്ചവടസ്ഥാപനങ്ങൾ തുടങ്ങിയവയ്ക്ക് ഡിട്രോയിറ്റ് അധികൃതർ വെള്ളം

മുടക്കിയിട്ടില്ലെന്നു മാത്രമല്ല, ഒരു നോട്ടീസുപോലും നല്കിയിട്ടുമില്ല.

രണ്ടാംലോകമഹായുദ്ധാനന്തരം രൂപീകൃതമായ അന്താരാഷ്ട്ര സംഘടനകളിൽ ഭൂരിഭാഗവും ആഗോളാടിസ്ഥാനത്തിൽ ഗുരുതരമായ സാമ്പത്തികസുരക്ഷാപ്രശ്നങ്ങൾ സൃഷ്ടിക്കുന്നവിധം ജലക്ഷാമം ഉണ്ടാകുമെന്ന് പ്രതീക്ഷിച്ചിരുന്നില്ല. എന്നാൽ സുരക്ഷിതവും വില കുറഞ്ഞതും എളുപ്പം ലഭ്യവുമായ വെള്ളത്തിന്റെ സുവർണ്ണയുഗം അവസാനിച്ചുവെന്ന് ലോകരാഷ്ട്രങ്ങൾ ഇന്നു നേരിട്ടുകൊണ്ടിരിക്കുന്ന കുടിവെള്ളപ്രതിസന്ധിയെ അപഗ്രഥനാത്മകമായി വിശകലനം ചെയ്യുന്ന *വാട്ടർ, പീസ് ആൻഡ് വാർ (Water, Peace and War)* എന്ന തന്റെ ഗ്രന്ഥത്തിൽ പ്രശസ്ത ചിന്തകനും എഴുത്തുകാരനുമായ ബ്രഹ്മ ചെല്ലാനി നിരീക്ഷിക്കുന്നു.

രാഷ്ട്രീയവും സാമ്പത്തികവും പാരിസ്ഥിതികവുമായ പ്രശ്നങ്ങൾ ജലലഭ്യതയെ ഗുരുതരമായി ബാധിച്ചിട്ടുണ്ട്. ഒരൊറ്റ ഉദാഹരണം മതി, അനഭിലഷണീയമായ ഈ പ്രതിഭാസത്തെ വ്യക്തമാക്കാൻ. ഇന്ന് ഒരു ലിറ്റർ കുപ്പിവെള്ളത്തിന്റെ വില അന്തർദ്ദേശീയ സ്പോട്ട് മാർക്കറ്റിലെ തുല്യ അളവ് അസംസ്കൃത എണ്ണയെക്കാൾ കൂടുതലാണ്. ഈ സാഹചര്യത്തിൽ, കുടിവെള്ളത്തെ 21-ാം ശതകത്തിലെ എണ്ണയായി നിക്ഷേപകർ കരുതുന്നതിൽ തെറ്റില്ല. ഇന്ധനസ്രോതസ്സുകൾ പിടിച്ചടക്കാനാണ് ഇന്നത്തെ യുദ്ധങ്ങൾ. നാളെ, ലോകത്തിലെ ഏറ്റവും വിലപിടിപ്പുള്ള പ്രകൃതിവിഭവമായ ജലത്തിനുവേണ്ടിയായിരിക്കും അതിഭീകര പോരാട്ടങ്ങൾ നടക്കുക എന്ന് മുൻ യു എൻ സെക്രട്ടറി ജനറൽ കോഫി അന്നനും ഇപ്പോഴത്തെ യു എൻ മേധാവി ബാൻ കി മൂണും മുന്നറിയിപ്പു നല്കിയതുകൂടിയിവിടെ കുറിക്കട്ടെ. വെള്ളം ഒരായുധമായി ഉപയോഗിക്കപ്പെടും എന്ന യു എസ് ഇന്റലിജൻസ് ഏജൻസിയുടെ മുന്നറിയിപ്പിനുമുണ്ട്, ആയിരം മുനകൾ.

ആഗോളാടിസ്ഥാനത്തിൽ ജലലഭ്യതയെക്കുറിച്ചു നടന്ന പഠനത്തിൽ വ്യക്തമായ ചില വസ്തുതകൾ: യെമന്റെ തലസ്ഥാനമായ സന നഗരത്തിലായിരിക്കും ജലസ്രോതസ്സുകൾ ആദ്യം വറ്റിവരളുക. സന മാത്രമല്ല, ഈ ശതകത്തിന്റെ മദ്ധ്യമാകുമ്പോഴേക്കും പാകിസ്ഥാനി നഗരമായ ക്വറ്റയിലും മറ്റു പല പ്രദേശങ്ങളിലും ജലസ്രോതസ്സുകൾ ഇല്ലാതാകും. ഇന്ത്യയടക്കമുള്ള വേറെയും ലോകരാഷ്ട്രങ്ങൾ കടുത്ത ജലദൗർലഭ്യത്തിന്റെ പിടിയിലമർന്നുകൊണ്ടിരിക്കുന്നുണ്ട്.

ആസന്നമായ കൊടുംവരൾച്ചയും ജലമലിനീകരണവും ചില സംസ്കാരങ്ങളെപ്പോലും നിഷ്കാസനം ചെയ്യുമെന്നാണ് ശാസ്ത്രീയനിഗമനം. അതിപുരാതനമായ സുമേരിയൻ സംസ്കാരത്തിന്റെയും മെക്സിക്കോ കേന്ദ്രീകരിച്ചു നിലനിന്ന മായൻ സംസ്കാരത്തിന്റെയും അങ്കോർവാട്ട് സംഭാവന ചെയ്ത ഖെമർ സംസ്കാരത്തിന്റെയും തകർച്ചകൾ ഒരു താക്കീതായി നമ്മുടെ മുന്നിലുണ്ട്.

പരിമിതമായ നമ്മുടെ ശുദ്ധജലം നാം മലിനീകരിക്കുകയും ദുരുപ

യോഗം ചെയ്യുകയും ചെയ്തുകൊണ്ടിരിക്കയാണ്. 1990 മുതൽ, ചൈനയിലെ പകുതിയോളം നദികൾ അപ്രത്യക്ഷമായിക്കഴിഞ്ഞു. മറ്റു പല രാജ്യങ്ങളുമുണ്ട് ചൈനയ്ക്കു പുറകിൽ. ഈ നൂറ്റാണ്ടിന്റെ അവസാനത്തോടെ നമ്മുടെ ഗംഗയും അപ്രത്യക്ഷമാകുമെന്നാണ് വിദഗ്ദ്ധ നിഗമനം. അടുത്തിടെയാണ് മനുഷ്യർ നടത്തുന്ന ജലചൂഷണം നമ്മുടെ ഗ്രഹത്തെ ഒരു പുതിയ 'ഭൗമയുഗ'ത്തിൽ കൊണ്ടുചെന്നെത്തിക്കുമെന്ന് അഞ്ഞൂറു ശാസ്ത്രജ്ഞന്മാർ മുന്നറിയിപ്പു നല്കിയത്.

പുതിയ ജലനീതിശാസ്ത്രത്തിനു നാല് അടിസ്ഥാനതത്ത്വങ്ങളുണ്ട്. അതിൽ ഒന്നാമത്തേത് ജലം മനുഷ്യാവകാശമാണ്; അത് തുല്യമായി പങ്കുവയ്ക്കപ്പെടേണ്ടതുമാണ്. ഗവൺമെന്റുകൾ ജനങ്ങൾക്ക് വെള്ളമെത്തിച്ചാൽ മാത്രം പോരാ, ഈ അമൂല്യ പ്രകൃതിവിഭവം സംരക്ഷിക്കാൻ നടപടികൾ സ്വീകരിക്കുകയും വേണം.

രണ്ടാമതായി, വെള്ളം മാനവരാശിയുടെയും ഭാവിതലമുറകളുടെയും പൈതൃകസ്വത്താണ്. അത് ഒരു പൊതു ട്രസ്റ്റായി സംരക്ഷിക്കപ്പെടേണ്ടതുണ്ട്. വെള്ളം പൊതുനന്മയ്ക്കുവേണ്ടിയുള്ളതാണ്; സ്വകാര്യവ്യക്തികൾക്കും കോർപ്പറേറ്റ് സ്ഥാപനങ്ങൾക്കും നേട്ടമുണ്ടാക്കാനുള്ള ഒന്നല്ല അത്.

മൂന്നാമതായി, വെള്ളം ഭൂമിയുടേതും മറ്റു ജീവജാലങ്ങളുടേതുമാണ്. ജൈവമായൊരു പാരിസ്ഥിതികവ്യവസ്ഥയുടെ നിലനില്പിന് അത്യന്താപേക്ഷിതമായൊരു ഘടകമാണത്. നിലവിലുള്ള നിയമങ്ങളും പ്രവർത്തനരീതികളും ജലസംരക്ഷണത്തിന് ഉതകുംവിധം അടിസ്ഥാനപരമായ മാറ്റങ്ങൾക്കു വിധേയമാക്കേണ്ടതുണ്ട്.

നാലാമതായി, ജലദൗർലഭ്യം, ഏറ്റുമുട്ടലുകളിലേക്കും സംഘർഷങ്ങളിലേക്കും യുദ്ധങ്ങളിലേക്കുപോലും നയിക്കുന്ന പശ്ചാത്തലത്തിൽ, ചിന്തിക്കുന്ന മനുഷ്യർ ഈ വിപത്ത് ഒഴിവാക്കാനും ജലസ്രോതസ്സുകൾ സംരക്ഷിക്കാനും ജലവിതരണം പരമാവധി നീതിപൂർവ്വകമാക്കാനും നടപടികൾ സ്വീകരിക്കാൻ നിർബ്ബന്ധിതരാകും.

ജലസ്രോതസ്സുകൾ വറ്റിവരളുന്ന ഭീകരപ്രതിഭാസവുമായി ബന്ധപ്പെട്ടതാണ് വനനശീകരണ വിപത്ത്. ലാറ്റിനമേരിക്കൻ പ്രദേശമായ ആമസോൺ അറിയപ്പെടുന്നതുതന്നെ അവിടെ സമൃദ്ധമായുള്ള ഹരിതസുന്ദരമായ മഴക്കാടുകളുടെയും ജലസമൃദ്ധിയുടെയും പേരിലാണ്. അവിടെ ഇന്നത്തെ നിലയ്ക്ക് വനനശീകരണം തുടർന്നാൽ, 2030 ആകുമ്പോഴേക്ക് ഘനശ്യാമമായ ആമസോൺ കാടുകളുടെ വിസ്തീർണ്ണം 40 ശതമാനംകണ്ട് കുറയും. അതോടെ, 2050 ആകുമ്പോഴേക്ക് ആ പ്രദേശത്തു ലഭിക്കുന്ന മഴയിൽ 20 ശതമാനം കമ്മിയുണ്ടാകുമെന്നും ബ്രിട്ടനിലെ ലീഡ്സ് യൂണിവേഴ്സിറ്റി നടത്തിയ ഒരു പഠനത്തിൽ വ്യക്തമാക്കിയിട്ടുണ്ട്. മരങ്ങളില്ലാതാകുമ്പോൾ, ഭൂമിയും ആകാശവും ഊഷരമാകും; മഴമേഘങ്ങൾ അനന്തതയിൽ അപ്രത്യക്ഷമാവുകയും ചെയ്യും.

കാടുകളെയും സസ്യജാലങ്ങളെയും പരിരംഭണം ചെയ്തുകൊണ്ട്

വീശുന്ന കാറ്റ്, വരണ്ട ഭൂമിയിലൂടെ ആഞ്ഞടിക്കുന്ന കാറ്റിനേക്കാൾ രണ്ടിരട്ടിയിലധികം മഴ ചുരത്താൻ കാരണമാകുമെന്ന് ഈ പഠനത്തിനു നേതൃത്വം നല്കിയ ഡോ. ഡൊമിനിക് സ്പ്രാക്ലെൻ എന്ന ശാസ്ത്രജ്ഞൻ കണ്ടെത്തി. മഴക്കാടുകളെ നശിപ്പിക്കുമ്പോൾ, മനുഷ്യരുടെ ലാഭക്കൊതിക്ക് ഇരയായിത്തീരുന്നത് ഭൗമകാലാവസ്ഥയാണ്. ആമസോണിലെ വനനശീകരണം ആയിരക്കണക്കിനു കിലോമീറ്റർ അകലെവരെയുള്ള പ്രദേശങ്ങളിൽ കടുത്ത കാലാവസ്ഥാവ്യതിയാനമുണ്ടാക്കുമെന്ന് സ്പ്രാക്ലെൻ മുന്നറിയിപ്പു നല്കുന്നു.

ജലസമൃദ്ധിയാൽ അനുഗൃഹീതമായ ബ്രസീലും ഇപ്പോൾ കടുത്ത ജലക്ഷാമത്തെ നേരിട്ടുകൊണ്ടിരിക്കുന്നു. ഈ പശ്ചാത്തലത്തിൽ, കാമ്പുകിരാ എന്ന പട്ടണത്തിലെ 'നീലജലാരാധകരായ' നിവാസികൾ തങ്ങളുടെ വെള്ളം വിശുദ്ധമാണെന്നും അതു വില്ക്കാനോ സ്വകാര്യവല്ക്കരിക്കാനോ ആരെയും അനുവദിക്കുകയില്ലെന്നും കോർപ്പറേറ്റ് കുത്തകയായ നെസ്‌ലെയ്ക്ക് മുന്നറിയിപ്പ് നല്കിയിരിക്കുന്നു എന്ന വസ്തുത പ്രത്യാശയ്ക്കു വകനല്കുന്നു. ഹംഗറിക്കാരനായ വിഖ്യാത ശാസ്ത്രജ്ഞനും നൊബേൽ പ്രൈസ് ജേതാവുമായ ആൽബർട്ട് സെന്റ് ജോർജി വെള്ളത്തെക്കുറിച്ച് ഇപ്രകാരം രേഖപ്പെടുത്തിയിട്ടുണ്ട്. "ജലമാണ് ജീവിതത്തിന്റെ ഉല്പത്തി. ജലമാണ് അമ്മ; ഈ അത്യപൂർവ്വവിഭവമില്ലാതെ ജീവിതമില്ല."

ജലമില്ലാതെ ജീവിതമില്ലെന്ന ശാശ്വതസത്യം ഉൾക്കൊണ്ടുകൊണ്ടാണ്, കൊക്കകോളാ കമ്പനി ജലമൂറ്റലും പരിസരമലിനീകരണവും നടത്തി പാലക്കാട് ജില്ലയിലെ പ്ലാച്ചിമടയെ മൃതപ്രായമാക്കിയതിനെത്തുടർന്ന്, 2004 ജനുവരി 21, 22, 23 തീയതികളിൽ അവിടെയൊരു ലോകജലസമ്മേളനം സംഘടിപ്പിക്കപ്പെട്ടത്.

പ്രശസ്ത പരിസ്ഥിതിപ്രവർത്തകരും എഴുത്തുകാരുമായ മോഡ് ബാർലോ, ഡോ. വാർഡ് മോർഹൗസ്, ഹോസെ ബുവെ, ഹെയ്ദി ഹൗത്താല, ഇങ്കർ ഷോർലിങ്, സ്റ്റീവ് എമ്മോട്ട്, ഡോ. വന്ദന ശിവ, ഡോ. സുകുമാർ അഴീക്കോട്, രാജേന്ദ്രസിങ്, എം ടി വാസുദേവൻനായർ, പി വി ചന്ദ്രൻ, കെ ഗോപാലകൃഷ്ണൻ തുടങ്ങിയവരോടൊപ്പം ഞാനും ഈ സമ്മേളനത്തിൽ സംബന്ധിക്കുകയുണ്ടായി. പ്ലാച്ചിമട സമരനേതാക്കളും രാഷ്ട്രീയ സാമൂഹിക സാംസ്കാരിക മേഖലകളിലെ പ്രമുഖരും ആദ്യാവസാനം സമ്മേളനത്തിൽ സന്നിഹിതരായിരുന്നു. പ്ലാച്ചിമട സമരനായികയായിരുന്ന മയിലമ്മയെ ഞാനിവിടെ സ്മരിക്കുന്നു.

2004 ജനുവരി 23 ന് നടന്ന സമാപനസമ്മേളനത്തിൽ യശഃശരീരനായ ഡോ. സുകുമാർ അഴീക്കോടും മോഡ് ബാർലോവും ചേർന്ന് ലോകത്തിന്റെ വിവിധ ഭാഗങ്ങളിൽനിന്നെത്തിയ പ്രതിനിധികളെയും അവിടെ തിങ്ങിനിറഞ്ഞ ജനങ്ങളെയും സാക്ഷിനിർത്തി നടത്തിയ 'പ്ലാച്ചിമട പ്രഖ്യാപനം' ഒരു ചരിത്രരേഖയാണ്. "ജലം ജീവന്റെ ആധാരമാണ്; അത് പ്രകൃതിയുടെ വരദാനമാണ്; ജലം ഈ ഭൂഗോളത്തിലെ സമസ്ത

ജീവജാലങ്ങളുടേതുമാണ്" എന്നു തുടങ്ങി പത്തു വസ്തുതകൾ അടങ്ങിയ പ്രഖ്യാപനം അവരിരുവരും ചേർന്ന് വായിച്ചപ്പോൾ, അത് വിചാരപരവും വൈകാരികവുമായൊരു അനുഭവമായിരുന്നു. സമ്മേളനത്തിൽ സംബന്ധിച്ച നാല്പതോളം വിദേശപ്രതിനിധികൾ ഈ അനുഭവവുമായാണ് സ്വദേശങ്ങളിലേക്കു മടങ്ങിയത്.

പ്ലാച്ചിമടപ്രഖ്യാപനത്തിനുശേഷം ഒരു ദശകം പിന്നിട്ടുകഴിഞ്ഞു. കുടിവെള്ളപ്രശ്നം കൂടുതൽക്കൂടുതൽ രൂക്ഷമായിക്കൊണ്ടിരിക്കുന്നു; നദികൾ തീർത്തും മലിനീകരിക്കപ്പെടുകയും ചെയ്തുകഴിഞ്ഞു. ഏതാനും ദിവസങ്ങൾക്കുമുമ്പ് പെരിയാറൊഴുകുന്ന കൊച്ചിയിൽ കുടിവെള്ളത്തിനുവേണ്ടി സ്ഥലത്തെ ജനപ്രതിനിധി കുത്തിയിരിപ്പുസമരം നടത്തിയ കാര്യം ഇതോടനുബന്ധിച്ചിവിടെ കുറിക്കട്ടെ. പക്ഷേ, ലോകത്തിന് കുടിവെള്ളക്കമ്പനികൾ പെരുകുകയാണ്. ജലലഭ്യത കുറയുന്തോറും കോർപ്പറേറ്റ് കുത്തകകൾ അതു വിറ്റ് ലാഭം കുന്നുകൂട്ടുകയാണ്; സർക്കാറുകളോ കാഴ്ചക്കാരും. ഈ പശ്ചാത്തലത്തിൽ വേണം ഡിട്രോയിറ്റിലെ കോടതിവിധിയിൽ അന്തർഭവിച്ച മഹാവിപത്തുകളെ വിലയിരുത്താൻ.

2014

മുഖമില്ലാത്ത അമേരിക്ക, മുഖമുള്ള ഇറാഖ്

തുർക്കിയിലെ പ്രശസ്തനായ നോവലിസ്റ്റ് ഓർഹാം പാമുക്ക്, വ്യക്തിയുടെയും രാഷ്ട്രത്തിന്റെയും ആത്മാഭിമാനത്തെക്കുറിച്ച് നടത്തിയ പരാമർശം ശ്രദ്ധേയമായിരുന്നു. ന്യൂയോർക്കിലെ വേൾഡ് ട്രേഡ് സെന്റർ ആക്രമിക്കപ്പെട്ടത് എന്തുകൊണ്ട് എന്ന് ഇസ്താംബൂളിലെ ഒരു വൃദ്ധനോടോ, എന്തുകൊണ്ട് താലിബാനെ പ്രശംസിക്കുന്നുവെന്ന് ഒരു പാകിസ്ഥാനി യുവാവിനോടോ ചോദിച്ചാൽ, അവമതിയിൽനിന്ന് ഉദ്ഭൂതമാകുന്ന ഷണ്ഡത്വത്തിലും തങ്ങളെയാരും മനസ്സിലാക്കുന്നില്ല എന്ന നിരാശയിലും തങ്ങളുടെ ശബ്ദം മറ്റുള്ളവരെ കേൾപ്പിക്കാനാവുന്നില്ല എന്ന നിസ്സഹായതയിലുമായിരിക്കും അവർ ഉത്തരം തേടുക. ഭൗതികനേട്ടങ്ങളോടോ, മറ്റു വികാരങ്ങളോടോ ഉള്ള ത്വരയേക്കാൾ തീവ്രമായിരിക്കും മാന്യതയ്ക്കും ആത്മാഭിമാനത്തിനും അംഗീകാരത്തിനുംവേണ്ടിയുള്ള അഭിവാഞ്ഛ. വ്യക്തിക്കും രാഷ്ട്രത്തിനും ഒരുപോലെ ബാധകമാണിത്.

അമേരിക്കൻ ഗ്രന്ഥകാരൻ ക്ലൈഡ് പ്രെസ്റ്റോവിറ്റ്സ്, *റോഗ് നേഷൻ* (Rogue Nation) എന്ന തന്റെ ഏറ്റവും പുതിയ പുസ്തകത്തിൽ, ഓർഹാമിനെ ഉദ്ധരിച്ചത് അമേരിക്കയ്ക്കുമാത്രമല്ല, ചെറുതും വലുതുമായ മറ്റെല്ലാ ലോകരാഷ്ട്രങ്ങൾക്കും ആത്മാഭിമാനവും തങ്ങൾ അംഗീകരിക്കപ്പെടണമെന്ന ആഗ്രഹവുമുണ്ടെന്ന് സമർത്ഥിക്കാനാണ്. അടിസ്ഥാനപരമെന്ന് വിശേഷിപ്പിക്കപ്പെടുന്ന ഈ വികാരങ്ങൾ അമേരിക്കയ്ക്കു മനസ്സിലാക്കാൻ കഴിയുന്നില്ല. അമേരിക്കക്കാർ പൊതുവേ കരുതുന്നത് തങ്ങളും തങ്ങളുടെ രാജ്യവും മറ്റുള്ളവരെ നയിക്കാനായി ജനിച്ചതാണെന്നാണ്. എന്നാൽ, 'നിങ്ങൾ എന്തുകൊണ്ട് സർവ്വകാര്യങ്ങളുടെയും ചുമതലക്കാരാകുന്നു? ആരാണ് അതിനു നിങ്ങളെ നിയമിച്ചത്?' എന്നാണ് അമേരിക്കയുടെ ഔദ്ധത്യത്തിനെതിരെയുള്ള ഒരു സാധാരണ

മെക്സിക്കോക്കാരന്റെ പ്രതികരണം.

പ്രെസ്റ്റോവിറ്റ്സ് തന്റെ കൃതി ആരംഭിക്കുന്നത് 'റോഗ്' (Rogue) എന്ന ഇംഗ്ലീഷ് നാമവിശേഷണപദത്തിന് വെബ്സ്റ്റേഴ്സ് എൻസൈക്ലോപീഡിക് അൺ എബ്രിഡ്ജ്ഡ് ഡിക്ഷണറിയിൽ നല്കിയ അർത്ഥങ്ങൾ ഉദ്ധരിച്ചുകൊണ്ടാണ്. Rogue - No longer obedient, belonging or accepted, not controllable, defiant, having an abnormally savage or unpredictable disposition എന്നാണ് ആ നിഘണ്ടുവിൽ 'റോഗ്' എന്ന പദത്തിനു കൊടുത്ത അർത്ഥങ്ങൾ. അനുസരണയില്ലാത്ത, അസ്വീകാര്യമായ, നിയന്ത്രിക്കാനാവാത്ത, ധിക്കാരിയായ, അസാധാരണമാംവിധം രാക്ഷസീയവും പ്രവചനാതീതവുമായ സ്വഭാവമുള്ള എന്നൊക്കെയാണ് ഈ പദത്തിന്റെ ഏകദേശ മലയാള പരിഭാഷ. തെമ്മാടി, പോക്കിരി, തസ്കരൻ, വഞ്ചകൻ തുടങ്ങിയ അർത്ഥഭേദങ്ങളും 'റോഗ്' എന്ന പദത്തിനുണ്ട്.

വ്യക്തികൾക്കു മാത്രമല്ല, ചില രാഷ്ട്രങ്ങൾക്കും ഈ പദം നന്നായിണങ്ങുമെന്ന് തെളിയിച്ചൊരു രാജ്യമാണ് അമേരിക്കയെന്ന് ഗ്രന്ഥകാരൻ സമർത്ഥിക്കുന്നു. ആർക്കും വഴങ്ങാത്ത, എല്ലാ നിയമങ്ങളും തങ്ങളുടെ താല്പര്യങ്ങൾക്കനുസൃതമായി വ്യാഖ്യാനിക്കുകയും വളച്ചൊടിക്കുകയും ചെയ്യുന്ന, ഏതു രാജ്യത്തെയും ഏകപക്ഷീയമായി ആക്രമിക്കുന്ന, സ്വതന്ത്ര-പരമാധികാര രാഷ്ട്രങ്ങളിൽ അതിക്രമിച്ചുകയറി അവിടങ്ങളിലെ പൗരന്മാരെ നിഷ്കരുണം കൊന്നൊടുക്കുന്ന തന്റെ രാജ്യം തെമ്മാടിരാജ്യംതന്നെയാണെന്നാണ് അദ്ദേഹം സോദാഹരണം വിശദീകരിക്കുന്നത്. “എന്തുകൊണ്ട് ലോകം തങ്ങളുടെ രാജ്യത്തിനെതിരെ തിരിയുന്നുവെന്ന് പരിഭ്രാന്തരും വ്രണിതഹൃദയരുമായ അമേരിക്കക്കാരെ ബോദ്ധ്യപ്പെടുത്താനുള്ളൊരു ശ്രമമാണ്” താൻ ഈ ഗ്രന്ഥത്തിൽ നടത്തുന്നതെന്നുകൂടി പ്രെസ്റ്റോവിറ്റ്സ് ആമുഖമായിത്തന്നെ പറയുന്നുണ്ട്. ഒരു ഇടത്തരം ക്രിസ്ത്യൻകുടുംബത്തിൽ ജനിച്ച, യാഥാസ്ഥിതികനായ ഗ്രന്ഥകാരൻ, ഉപരിപഠനം നടത്തിയത് ജപ്പാനിലായിരുന്നു. അമേരിക്കൻ വിദേശകാര്യ വകുപ്പിൽ നയതന്ത്രജ്ഞനായി ജോലിക്കു ചേർന്ന പ്രെസ്റ്റോവിറ്റ്സിന്, തന്റെ രാജ്യം നിഷ്കരുണം തകർത്ത, വിയത്നാമിൽ നിയമനം ലഭിക്കണമെന്നായിരുന്നു താല്പര്യമെങ്കിലും ജോലി കിട്ടിയത് നെതർലാൻഡ്സിലായിരുന്നു. അമേരിക്കയുടെ വിയത്നാം നയത്തെ ന്യായീകരിക്കുക എന്ന ദൗത്യം അദ്ദേഹം അവിടെ ഭംഗിയായി നിർവ്വഹിച്ചു. വിയത്നാം ആക്രമണത്തെ, പില്ക്കാലത്ത് പല റിപ്പബ്ലിക്കൻ അനുകൂലികളും എതിർത്തപ്പോഴും, പ്രെസ്റ്റോവിറ്റ്സ് അനുകൂലിച്ചുപോന്നു. വിദേശകാര്യ വകുപ്പിൽനിന്ന് വിരമിച്ചശേഷം അദ്ദേഹം പല ബഹുരാഷ്ട്ര കോർപ്പറേറ്റ് കമ്പനികൾക്കുവേണ്ടിയും പ്രവർത്തിച്ചു. പിന്നീട് ഒരു ബിസിനസുകാരനായി വിവിധ ഭൂഖണ്ഡങ്ങളിൽ സഞ്ചരിച്ചു. പ്രസിഡന്റ് റൊണാൾഡ് റീഗന്റെ ഭരണകൂടത്തിലെ വാണിജ്യമന്ത്രാലയത്തിൽ തന്ത്രപ്രധാനമായ ഒരു തസ്തികയിൽ അദ്ദേഹം ജോലി നോക്കുകയു

ണ്ടായി. ജപ്പാനടക്കമുള്ള പല നാടുകളുമായി അമേരിക്ക ഒപ്പുവച്ച വാണിജ്യക്കരാറുകളുടെ രൂപീകരണത്തിൽ സുപ്രധാന പങ്കുവഹിച്ച പ്രെസ്റ്റോവിറ്റ്സ് അറിയപ്പെട്ടത് 'യു എസ് വ്യാപാരക്കഴുകൻ' എന്നാണ്.

> ഈ പശ്ചാത്തലമുള്ള പ്രെസ്റ്റോവിറ്റ്സ് പോലും മാതൃരാജ്യത്തെ തെമ്മാടിരാഷ്ട്രമായി വിലയിരുത്താൻ നിർബ്ബന്ധിതനാകുന്നു! 'അമേരിക്കയും അതിന്റെ സുഹൃദ്രാഷ്ട്രങ്ങളും തമ്മിലുള്ള വിടവ് അപകടകരമാംവിധം വർദ്ധിക്കുകയാണ്. മറ്റു രാഷ്ട്രങ്ങളുടെ പ്രശ്നങ്ങൾ നാം ശ്രദ്ധിക്കുന്നുവെങ്കിലും നാം അവ കേൾക്കുന്നില്ല; അവയെ കാണാൻ ശ്രമിക്കുന്നുവെങ്കിലും നാം കാണുന്നുമില്ല...

ഗ്രന്ഥകാരൻ വിലയിരുത്തുന്നു.

2002 ൽ തയ്യാറാക്കപ്പെട്ട ദേശീയ സുരക്ഷാനയത്തിൽ ലോകാധീശശക്തിയായ അമേരിക്ക പ്രഖ്യാപിച്ചത്, തക്കതായ കാരണങ്ങളോ അന്തർദ്ദേശീയ അംഗീകാരമോ ഇല്ലെങ്കിൽത്തന്നെയും, തങ്ങൾക്ക് ഏതു രാജ്യത്തെയും ആക്രമിക്കാനുള്ള സ്വാതന്ത്ര്യമുണ്ടായിരിക്കുമെന്നാണ്. ഇതൊരു വെറും വാക്കല്ലെന്ന് ലോകരാഷ്ട്രങ്ങളെ ബോദ്ധ്യപ്പെടുത്താനാണ് അതിനടുത്ത വർഷംതന്നെ അശക്തരും നിരാലംബരുമായ ഒരു രാഷ്ട്രത്തെ - ഇറാഖിനെ - ആക്രമിച്ച് തകർക്കാൻ വൃദ്ധരും സ്ത്രീകളും കുട്ടികളുമടക്കമുള്ള ലക്ഷക്കണക്കിന് ഇറാഖികളെ കൂട്ടക്കൊല ചെയ്യാനും പ്രസിഡന്റ് ജോർജ് ഡബ്ല്യു ബുഷ് കല്പന കൊടുത്തത്.

2004 ജനുവരി 10-ാംതീയതിയിലെ പത്രങ്ങളിൽ ഒരു പടം അച്ചടിച്ചുവന്നിരുന്നു. മുൻ ഇറാഖി പ്രസിഡന്റ് സദ്ദാം ഹുസൈനെ ഒരു നിലവറയിൽനിന്ന് യു എസ് സൈനികൻ വലിച്ചിഴച്ച് പുറത്തിടുന്ന ചിത്രം. ദയനീയമായിരുന്നു ആ പടമെങ്കിലും, അതിൽ സദ്ദാമിന് മുഖമുണ്ടായിരുന്നു; അമേരിക്കൻ പട്ടാളക്കാരനോ നിർമ്മുഖനും. വിവിധ രാഷ്ട്രങ്ങളിൽ ഏകപക്ഷീയമായി ആക്രമണമഴിച്ചുവിട്ട, നിരങ്കുശമായ ക്രൂരതയിലൂടെ തീർത്തും മുഖം നഷ്ടപ്പെട്ട അമേരിക്കയുടെ പ്രതീകമായിത്തോന്നി, യു എസ് പട്ടാളക്കാരന്റെ പടം.

സദ്ദാമിനെ പിടിച്ചുവലിച്ചു പുറത്തിടുന്നതിനുപിന്നിൽ അമേരിക്കൻ ഭരണകൂടത്തിന്റെ നിഷ്ഠുരമായ സാഡിസമാണ് പ്രകടമാകുന്നത്. എല്ലാ അന്തർദ്ദേശീയ മര്യാദകളെയും മാന്യതയുടെ സർവ്വസീമകളെയും ലംഘിക്കുന്നതായിരുന്നു ഈ നടപടി. വാതകങ്ങൾ പ്രയോഗിച്ച്, മയക്കത്തിലാക്കിയശേഷം സദ്ദാമിനെ, ശത്രുക്കൾ യു എസ് പട്ടാളക്കാർക്ക് കൈമാറുകയായിരുന്നുവെന്ന് അദ്ദേഹത്തിന്റെ മകൾ റഗ്ദ പ്രസ്താവിച്ചത് ഒരിക്കൽക്കൂടി ഇവിടെ ഓർക്കാം. സൈനികൻ വലിച്ചുപുറത്തിടുന്ന സദ്ദാമിന്റെ ചിത്രം അതീവ ദൈന്യമായിരുന്നു. കണ്ണുകളടഞ്ഞ്, ചേതനയറ്റ ഒരു മനുഷ്യൻ. മുഖത്ത് ചോരപ്പാടുകൾപോലെ ചുവന്ന കുത്തുകൾ. അമേരിക്കൻ അജണ്ടയ്ക്കനുസരിച്ച് ഇറാനികളെയും കുർദുകളെയും കൊന്നൊടുക്കിയപ്പോൾ അവർക്ക് പ്രിയങ്കരൻ. അമേരിക്കൻ സാമ്രാജ്യ

ത്വത്തിനെതിരെ ശബ്ദമുയർത്തിയപ്പോൾ നിർദ്ദയം വേട്ടയാടപ്പെട്ടയാൾ. അതുകൊണ്ടൊക്കെയാണ് 'യു എസ് സാഡിസത്തിന്റെ ഇര' എന്ന് സദ്ദാമിനെ വിശേഷിപ്പിക്കുന്നത്.

ഇറാഖ് അധിനിവേശകാലത്തും അതിനുശേഷവും ആ രാജ്യത്തിന്റെയും അവിടത്തെ ജനങ്ങളുടെയും അന്തസ്സും ആത്മാഭിമാനവും തകർക്കാനാണ് അമേരിക്ക ശ്രമിച്ചുപോന്നിട്ടുള്ളത്. ഇല്ലാത്ത ആയുധങ്ങളുടെ പേരിലായിരുന്നുവല്ലോ അധിനിവേശം. ഇപ്പോൾ അമേരിക്ക പറയുന്ന ന്യായം ഇറാഖിൽ ജനാധിപത്യ പുനഃസ്ഥാപനത്തിനായിരുന്നു ആക്രമണമെന്നാണ്. അമേരിക്കയ്ക്ക് ആരാണതിനുള്ള അധികാരം കൊടുത്തത്? എത്രയെത്ര ഏകാധിപത്യ - പട്ടാള ഭരണകൂടങ്ങളെ അവർ സംരക്ഷിച്ചുപോരുന്നുണ്ട്? അമേരിക്കക്കാരെപ്പോലെത്തന്നെ അന്തസ്സും ആത്മാഭിമാനവും ഉള്ള ജനങ്ങളല്ലേ ഇറാഖികളും?

ഒരുകാലത്ത് സദ്ദാം അമേരിക്കയ്ക്ക് വളരെ അഭിമതനായിരുന്നു. എന്നാൽ പില്ക്കാലത്ത് എണ്ണതാല്പര്യങ്ങളടക്കം പലതും സംരക്ഷിക്കാൻ അമേരിക്കയ്ക്ക് സദ്ദാമിനെ അനഭിമതനാക്കേണ്ടതുണ്ടായിരുന്നു. അതിനിശിതമായ 'കാര്യപരിപാടി'കളനുസരിച്ച് ആ രാജ്യം അതു നടപ്പാക്കുകയാണ് ചെയ്തത്. ഇനിയൊരിക്കലും അമേരിക്കയ്ക്കെതിരെ പ്രതിരോധമുണ്ടാകരുത് എന്ന ലക്ഷ്യത്തോടെയാണ് ഇറാഖികളുടെ ആത്മവീര്യം തകർക്കാൻ, 'തെമ്മാടിരാഷ്ട്രം' എന്ന് പ്രെസ്റ്റോവിറ്റ്സ് വിശേഷിപ്പിച്ച, അമേരിക്ക ശ്രമിച്ചുവരുന്നത്. നേരത്തെ തങ്ങൾ വെടിവച്ചുകൊന്ന, സദ്ദാമിന്റെ മക്കളായ ഉദയ്യിന്റെയും ഖുസെയുടെയും മൃതദേഹങ്ങളുടെ ചിത്രം പ്രസിദ്ധീകരണത്തിനു നല്കിയത് ഇതേ ദുഷ്ടലാക്കോടെയായിരുന്നു.

അമേരിക്കൻ അഹന്തയുടെയും തെമ്മാടിത്തത്തിന്റെയും കാതൽ വെളിവാക്കുന്ന ഒരു റിപ്പോർട്ട് 2003 ഫെബ്രുവരി 24-ാം തീയതി യു എസ് ദിനപത്രമായ *വാഷിങ്ടൺ പോസ്റ്റ്* ഒന്നാംപേജിൽ പ്രസിദ്ധീകരിച്ചിരുന്നു. സദ്ദാമിനേക്കാൾ ബുഷാണ് ലോകസമാധാനത്തിനു ഭീഷണി എന്നു വിശ്വസിക്കുന്ന നിരവധി പേർ ഈ ഭൂമുഖത്തുണ്ട് എന്നായിരുന്നു പ്രസ്തുത റിപ്പോർട്ട്. ഇതിന് ഉപോദ്ബലകമാണ് ബ്രിട്ടീഷ് പത്രമായ *ഗാർഡിയനിൽ* വന്ന മറ്റൊരു വാർത്ത. 'ഒഴിച്ചുകൂടാനാവാത്ത രാഷ്ട്രം' എന്നു വിശേഷിപ്പിക്കപ്പെട്ടിരുന്ന അമേരിക്ക ആത്യന്തികമായി 'തെമ്മാടി രാഷ്ട്രം' എന്ന അവസ്ഥയുമായി താദാത്മ്യം പ്രാപിച്ചുകൊണ്ടിരിക്കയാണെന്നും എല്ലാ രാജ്യങ്ങളെയും നയിക്കാൻ ഉത്തരവാദിത്വമുള്ള ഈ രാജ്യം ബുഷിന്റെ നേതൃത്വത്തിൽ സർവ്വനാടുകളുമായും ഏറ്റുമുട്ടിക്കൊണ്ടിരിക്കുകയാണെന്നുമാണ് *ഗാർഡിയൻ* പറഞ്ഞത്.

'ഞങ്ങൾക്കിഷ്ടമുള്ളത് ഞങ്ങൾ ചെയ്യും, അതനുസരിക്കാനാവില്ലെങ്കിൽ പ്രത്യാഘാതങ്ങൾ നേരിടാൻ ഒരുങ്ങിക്കൊള്ളുക' എന്നത്രേ ലോക രാഷ്ട്രങ്ങൾക്കുള്ള യു എസ് ഭരണകൂടത്തിന്റെ സന്ദേശം. ഈ നിലപാടിന്റെ പ്രതിഫലനമായിരുന്നു 2001 ൽ ആഗോളതാപനം സംബന്ധിച്ച

ക്യോട്ടോ ഉടമ്പടിയുടെ തിരസ്കരണം. വിവിധ ലോകരാഷ്ട്രങ്ങളിൽ പ്രവർത്തിക്കുന്ന വൻകിട യു എസ് ഫാക്ടറികൾക്ക് അന്തരീക്ഷത്തിലേക്ക് അനുസ്യൂതം വിഷവാതകങ്ങൾ തള്ളിവിടാനുള്ള 'അവകാശം' സംരക്ഷിക്കാനായിരുന്നു, മാനവരാശിയുടെ നിലനില്പുതന്നെ അനിവാര്യമെന്നു വിശേഷിപ്പിക്കപ്പെട്ട ഈ ഉടമ്പടിയുടെ നിഷേധം. ബല്ലാസ്റ്റിക് മിസൈൽ നിരോധന ഉടമ്പടിയിൽനിന്ന് അമേരിക്ക പിന്നോട്ടു പോയതും ചീനയെ 'തന്ത്രപ്രാധാന്യമുള്ളൊരു പ്രതിയോഗിയെ'ന്നു മുദ്രകുത്തിയതും പുതിയൊരു ശീതയുദ്ധത്തിന് തുടക്കംകുറിക്കുമെന്ന് നയതന്ത്രജ്ഞർ വിലയിരുത്തുന്നു.

അമേരിക്ക പ്രചരിപ്പിക്കുന്ന ആഗോളീകരണ സിദ്ധാന്തത്തെ ('അമേരിക്കനൈസേഷൻ' എന്ന പര്യായവും ഇതിനുണ്ട്) ലോകരാഷ്ട്രങ്ങൾ, പ്രത്യേകിച്ചും ഏഷ്യൻ-ലാറ്റിനമേരിക്കൻ നാടുകൾ, ഭീതിയോടെയാണ് കാണുന്നത്. വികസ്വരനാടുകളെ ഗ്രസിച്ച 1997-'98 കാലത്തെ സാമ്പത്തികപ്രതിസന്ധിയെ ശാശ്വതീകരിക്കാനാണ് ആഗോളീകരണം അഥവാ അമേരിക്കനൈസേഷൻ വഴിതെളിയിക്കുക എന്ന് ഈ രാജ്യങ്ങൾ കരുതുന്നു. പ്രതിസന്ധികാലത്ത് അമേരിക്കൻ സമ്പദ്വ്യവസ്ഥ ഒരു പോറൽപോലുമേല്ക്കാതെ രക്ഷപ്പെട്ടു. ആഗോളീകരണം സാമ്രാജ്യത്വത്തിന്റെ മറ്റൊരു വികൃതമുഖമാണ്. അമേരിക്കയുടെ നവ ഉദാരീകരണനയം നടപ്പിലാവുന്നതോടെ, അന്താരാഷ്ട്ര കോർപ്പറേഷനുകൾക്ക് വികസ്വരരാജ്യങ്ങളെ വരുതിയിൽ നിർത്താനാകും. അന്തർദ്ദേശീയ ബിസിനസ് മാധ്യമങ്ങൾ ഈ കോർപ്പറേഷനുകളെയും അവയെ നിയന്ത്രിക്കുന്ന അമേരിക്കയെയും വിശേഷിപ്പിക്കുന്നത് 'ലോക ഗവൺമെന്റ്' എന്നാണ്. ബുഷ് അടക്കമുള്ള യു എസ് ഭരണാധികാരികൾക്ക് ഈ കോർപ്പറേറ്റ് കുത്തകകളിൽ നിർണ്ണായക ഓഹരികളും സ്വാധീനവുമുണ്ട്. അമേരിക്ക പ്രഖ്യാപിച്ച ഇറാഖ് പുനർ നിർമ്മാണക്കരാറുകളിൽ ഭൂരിഭാഗവും നേടിയത് ബുഷിനും കൂട്ടാളികൾക്കും പ്രത്യേക താല്പര്യമുള്ള കോർപ്പറേറ്റ് കുത്തകകളാണ്. സർവ്വസ്വവും നഷ്ടപ്പെട്ട ഒരു രാഷ്ട്രത്തെ, നശിപ്പിച്ചവർതന്നെ വീണ്ടും കൊള്ളയടിക്കുന്നതിനെ ഏതു നീതിശാസ്ത്രത്തിനാണ് ന്യായീകരിക്കാൻ കഴിയുക? 'റോഗ്' എന്ന പദത്തിന്റെ അർത്ഥമന്വേഷിച്ച് മറ്റെവിടെയെങ്കിലും പോകേണ്ടതുണ്ടോ?

ഒരു സ്വതന്ത്ര പരമാധികാരരാഷ്ട്രത്തിലെ വെള്ളവും എണ്ണയും കല്ക്കരിയും സ്വർണ്ണവും വജ്രവുമെല്ലാം തങ്ങൾക്ക് അടിയറ വെച്ചില്ലെങ്കിൽ മിസൈലുകളും ബോംബുകളുമായിരിക്കും ആ 'ധിക്കാര' ത്തിന് മറുപടി പറയുക എന്നാണ് അമേരിക്ക പരോക്ഷമായി കല്പിക്കുന്നത്. അതാണ് ആഗോളീകരണത്തിന്റെയും നവ ഉദാരീകരണത്തിന്റെയും കാതൽ എന്നു വ്യക്തമാക്കുന്നതാണ് ഇറാഖ് അധിനിവേശമടക്കമുള്ള വർത്തമാനകാലദുരന്തങ്ങൾ.

അമേരിക്ക ഇന്ന് ലോകവിപണിയെ നിയന്ത്രിക്കുന്ന, കുത്തകസ്വഭാവമുള്ള, ന്യൂനപക്ഷ രാജ്യമാണ്. ലോകജനസംഖ്യയുടെ വെറും നാലുശ

തമാനം മാത്രം ജനങ്ങളുള്ള അമേരിക്കയുടെ വിരൽത്തുമ്പിലാണ് 'ആഗോള സ്വതന്ത്രവിപണികൾ'. സാമ്പത്തിക- സാംസ്കാരിക-സാങ്കേതിക മേഖലകൾ ഈ നാലുശതമാനം അമേരിക്കക്കാർ കൈയടക്കിയിരിക്കുന്നു. ചുരുക്കത്തിൽ ആഗോള വിപണീകരണ(global marketisation)ത്തിന്റെ സ്രഷ്ടാവും ഗുണഭോക്താവും അമേരിക്ക മാത്രം. ഒൻപതു ട്രില്യൺ ഡോളർ മൊത്ത ഗാർഹിക ഉല്പന്ന(Gross Domestic Product)മുള്ള അമേരിക്ക ലോകത്തിലെ ഏറ്റവും വിപുലവും സാങ്കേതികത്തികവുമുള്ള സമ്പദ്വ്യവസ്ഥയാണ്; ഏറ്റവും ശക്തമായ വ്യാവസായികരാജ്യവും. ഇതിനർത്ഥം എല്ലാ അമേരിക്കക്കാരും സമ്പന്നരാണെന്നൊന്നുമല്ല. 1999 ലെ കണക്കനുസരിച്ച്, അമേരിക്കൻ ജനസംഖ്യയുടെ 40 ശതമാനം പേരുടെ ആസ്തികൾ യു എസ് ധനാഢ്യനായ ബിൽ ഗേറ്റ്സ് കുന്നുകൂട്ടിയിട്ടുണ്ടെന്നാണ്- അമേരിക്കൻ ഗ്രന്ഥകാരിയായ ആമി ചാ ആണ് ഈ സ്ഥിതിവിവരണക്കണക്കുകൾ ഉദ്ധരിക്കുന്നത്, *വേൾഡ് ഓൺ ഫയർ (World on Fire)* എന്ന അവരുടെ പുസ്തകത്തിൽ.

ദരിദ്രനാടുകളിലെ വിഭവങ്ങളും ധനവും കൊള്ളയടിക്കാനുള്ള ഉപാധിയാണ്, അമേരിക്കയ്ക്ക് ആഗോളീകരണം. പട്ടിണിപ്പാവങ്ങളെ ആഗോളതലത്തിൽ കൊള്ളയടിച്ച് ഈ രാജ്യം സാമ്പത്തികപടയോട്ടം തുടർന്നുകൊണ്ടിരിക്കുന്നു. ലോകവ്യാപാരസംഘടന, ലോകബാങ്ക് തുടങ്ങിയ യു എസ് നിയന്ത്രിത അന്തർദ്ദേശീയ സാമ്പത്തിക ഏജൻസികൾ മുന്നോട്ടുവയ്ക്കുന്ന കയറ്റുമതി-ഇറക്കുമതി നിയന്ത്രണങ്ങളോ സബ്സിഡി നിരോധനമോ ഒന്നുംതന്നെ അമേരിക്കയ്ക്കു ബാധകമല്ല.

2001 ൽ അമേരിക്കയിൽ സ്റ്റീൽ വ്യവസായം പ്രതിസന്ധിയിലായപ്പോൾ, സ്റ്റീൽ ഇറക്കുമതിമേൽ യു എസ് ഭരണകൂടം കനത്ത ചുങ്കമേർപ്പെടുത്തി. അമേരിക്കൻ കാർഷികമേഖലയിൽ കുഴപ്പമുണ്ടായപ്പോൾ, കർഷകർക്കുള്ള സബ്സിഡി, ഗവൺമെന്റ് കുത്തനെ ഉയർത്തുകയും ചെയ്തു. അമേരിക്കയിലേക്കുള്ള ബ്രസീലിന്റെ കയറ്റുമതിയുടെ 75 ശതമാനമാണ് ഒറ്റയടിക്ക് ഇടിഞ്ഞത്. ഇന്ത്യയടക്കമുള്ള ദരിദ്രരാജ്യങ്ങളിലെ കർഷകർക്ക് സബ്സിഡിയായി ഒരു പൈസപോലും കൊടുത്തുപോകരുത് എന്ന് ആജ്ഞാപിക്കുമ്പോഴാണ്, അമേരിക്കൻ കർഷകനെ സഹായധനംകൊണ്ട് വീർപ്പുമുട്ടിക്കുന്നത്.

യു എൻ സെക്യൂരിറ്റി കൗൺസിൽ, ലോകകോടതി തുടങ്ങിയ അന്തർദ്ദേശീയ സ്ഥാപനങ്ങളെയും ആഗോളതലത്തിൽ അംഗീകരിക്കപ്പെട്ട നിയമങ്ങളെയും പെരുമാറ്റച്ചട്ടങ്ങളെയും ലംഘിച്ചുകൊണ്ടാണ് കഴിഞ്ഞ ഏതാനും ദശകങ്ങൾക്കകം അമേരിക്ക വിവിധ ഭൂഖണ്ഡങ്ങളിലെ രാജ്യങ്ങളെ ആക്രമിച്ചത്. ജപ്പാനിലെ ഹിരോഷിമ-നാഗസാക്കി മുതൽ ഇറാഖ് വരെ നീളുന്നു, ഈ രാജ്യത്തിന്റെ അധിനിവേശ-ഭസ്മീകരണ ചരിത്രം! ഇപ്പോഴത്തെ അമേരിക്കൻ പ്രസിഡന്റ് ബുഷിന് അന്തർദ്ദേശീയ നിയമങ്ങൾ, മര്യാദകൾ, ഐക്യരാഷ്ട്രസഭ എന്നീ പദങ്ങളോടുപോലും പരമപുച്ഛമാണ്. കാര്യങ്ങൾ ഈ നിലയ്ക്കു മുന്നോട്ടുപോയാൽ,

അമേരിക്ക സർവ്വരാജ്യങ്ങൾക്കും എതിരായിത്തീരുമെന്ന് ഒരു മലേഷ്യൻ നേതാവ് തന്നോടഭിപ്രായപ്പെട്ടതായി പ്രെസ്റ്റോവിറ്റ്സ് വെളിപ്പെടുത്തുന്നുണ്ട്. 'ബുഷ് ആരാണ്, ഒരു ചക്രവർത്തിയോ?' എന്ന ഒരു മെക്സിക്കൻ എക്സിക്യൂട്ടീവിന്റെ പ്രതികരണവും അദ്ദേഹം തന്റെ പുസ്തകത്തിൽ എടുത്തുദ്ധരിച്ചിട്ടുണ്ട്.

യു എസ് ഭരണകൂടത്തിന്റെ തീട്ടൂരങ്ങൾ അനുസരിക്കുന്നില്ലെങ്കിൽ ഐക്യരാഷ്ട്രസഭയുടെ സാംഗത്യംപോലും നഷ്ടപ്പെടുമെന്ന് ഒരുവർഷം മുമ്പ് ബുഷിന്റെ സ്റ്റേറ്റ് സെക്രട്ടറി കോളിൻ പവൽ പ്രസ്താവിക്കുകയുണ്ടായി. യു എൻ ജനറൽ അസംബ്ലിയുടെയും രക്ഷാസമിതിയുടെയും പ്രമേയങ്ങൾ അവഗണിച്ചുകൊണ്ടാണ് അമേരിക്ക പലസ്തീൻകാരെ ഉന്മൂലനം ചെയ്യാനുള്ള ഇസ്രായേലി നയങ്ങളെ പിൻതുണയ്ക്കുന്നതും സംരക്ഷിക്കുന്നതും.

കഴിഞ്ഞ മുപ്പതു വർഷത്തിലേറെയായി യു എസ് ഭരണകൂടം ഇസ്രായേലിന് നിർല്ലോഭം ആയുധങ്ങളും സാമ്പത്തികസഹായങ്ങളും നല്കിക്കൊണ്ടിരിക്കുകയാണ്. പലസ്തീൻ വിമോചന സംഘടന (പി എൽ ഒ) യെ നശിപ്പിക്കാൻ പ്രത്യേക യു എസ് ഫൗണ്ടേഷനുകൾ ഉണ്ടത്രെ. ഇസ്രായേലി ചാരസംഘടനയായ മൊസാദുമായിച്ചേർന്ന് പി എൽ ഒ നേതാവ് യാസർ അരാഫത്തിനെ ഒറ്റപ്പെടുത്താനും അധികാരത്തിൽനിന്ന് പുറത്താക്കാനും അമേരിക്ക ശ്രമിച്ചുവരുന്നു. യു എസ് ചാരസംഘടനയായ സി ഐ എ യെ ഉപയോഗപ്പെടുത്തിയാണ് യു എസ് സാമ്രാജ്യത്വം ലാറ്റിനമേരിക്ക, ആഫ്രിക്ക, ഏഷ്യ തുടങ്ങിയ പ്രദേശങ്ങളിലെ ഗവൺമെന്റുകൾക്കെതിരെ അട്ടിമറി നടത്തിയതും നടത്തിക്കൊണ്ടിരിക്കുന്നതും. യു എൻ രക്ഷാസമിതിയെ ധിക്കരിച്ചുകൊണ്ടായിരുന്നല്ലോ അമേരിക്കയുടെ ഇറാഖി അധിനിവേശം. അമേരിക്കയും ബ്രിട്ടനുമൊഴികെ, മറ്റേതെങ്കിലും രാജ്യം യു എന്നിനെതിരെ ഇത്രയും ധിക്കാരപരമായ നിലപാടു സ്വീകരിച്ചതായി ചരിത്രമില്ല.

ഇറാഖി അധിനിവേശത്തെക്കുറിച്ച് സ്തോഭജനകമായ വാർത്തകളാണിപ്പോൾ പുറത്തുവന്നുകൊണ്ടിരിക്കുന്നത്. ഏറെക്കാലമായി മന്ത്രിസഭായോഗങ്ങളിൽ താല്പര്യംകെട്ട അവസ്ഥയിലായിരുന്നു ബുഷ് എന്നാണ് മുൻ യു എസ് ട്രഷറി സെക്രട്ടറി പോൾ ഓ'നീൽ അടുത്ത ദിവസം വെളിപ്പെടുത്തിയത്. 'ബധിരർക്കിടയിലെ അന്ധൻ' എന്നത്രെ അദ്ദേഹം ബുഷിനെ വിശേഷിപ്പിക്കുന്നത്. പുലിറ്റ്സർ പ്രൈസ് ജേതാവായ റോൺ സുസ്കിൻഡിന്റെ പ്രസിദ്ധീകരിക്കാനിരിക്കുന്ന *ദി പ്രൈസ് ഓഫ് ലോയൽറ്റി (The Price of Loyalty)* എന്ന പുസ്തകത്തിലാണ് അദ്ദേഹം ഓ'നീലിനെ ഉദ്ധരിച്ചുകൊണ്ട് ഇക്കാര്യങ്ങൾ വ്യക്തമാക്കുന്നത്. ഒരിക്കൽ ചില പ്രധാന കാര്യങ്ങളെക്കുറിച്ച് സംസാരിക്കാൻ ബുഷിന്റെ ഓഫീസിലെത്തിയ ഓ'നീൽ, പ്രസിഡന്റിന്റെ പ്രതികരണം കണ്ട് സ്തംഭിച്ചുപോയത്രെ. ഓ'നീൽ സംസാരിച്ചുകൊണ്ടിരുന്നുവെങ്കിലും ബുഷ് അദ്ദേഹം പറഞ്ഞ ഒരു വാക്കുപോലും കേൾക്കുന്നില്ലായിരുന്നുവെന്നാ

ണ് ഓ'നീൽ പറഞ്ഞത്.

ഈ നിസ്സംഗതയ്ക്കും വിഭ്രാന്തിക്കും കാരണം 2001 സെപ്തംബർ 11-ാം തീയതി വേൾഡ് ട്രേഡ് സെന്റർ ആക്രമിച്ച് തകർക്കപ്പെടുന്നതിനു വളരെ മുമ്പുതന്നെ സദ്ദാമിനെ ഇറാഖി പ്രസിഡന്റ് സ്ഥാനത്തുനിന്ന് നിഷ്കാസനം ചെയ്യാൻ ബുഷ് തീരുമാനിച്ചുറച്ചിരുന്നുവെന്നതാണ്. നാഷണൽ സെക്യൂരിറ്റി കൗൺസിൽ യോഗങ്ങളിൽ യു എസ് ഭരണകൂടത്തിലെ ഒരൊറ്റ അംഗവും ഇറാഖിനെ എന്തിന് ആക്രമിക്കുന്നുവെന്ന ചോദ്യം ഉന്നയിക്കപോലും ചെയ്തില്ലെന്ന് മുൻ ട്രഷറി സെക്രട്ടറി വെളിപ്പെടുത്തി. 'ഇറാഖിനെ ആക്രമിക്കാൻ ഏതെങ്കിലുമൊരു പഴുതെനിക്കു കാണിച്ചുതരൂ' എന്ന നിലപാടായിരുന്നുവത്രെ ബുഷിന്. അധിനിവേശത്തിനും വ്യോമാക്രമണങ്ങൾക്കും എന്തെങ്കിലും കാരണത്തിനുവേണ്ടി ഉഴറിനടക്കുകയായിരുന്നു ബുഷ്. ഇറാഖ് ആക്രമണത്തെ നീതീകരിക്കാൻ കോളിൻ പവൽ യു എൻ രക്ഷാസമിതിയിൽ നടത്തിയ 'പ്രസന്റേഷൻ' കുപ്രസിദ്ധമാണല്ലോ. അഭിമതനല്ലാത്ത ഒരു ടീം അംഗം എന്ന കാരണം കാണിച്ചുകൊണ്ട് ഒരുവർഷം മുമ്പാണ് ബുഷ്, ഓ'നീലിനെ വൈറ്റ് ഹൗസിൽനിന്നു പുറത്താക്കിയത്.

അമേരിക്കയെ ഭയമെന്ന മനോരോഗം ബാധിച്ചിരിക്കുന്നു. 2001 ജൂൺ വരെ താലിബാൻ നേതാവായ ബിൻ ലാദൻ, സദ്ദാമിനെപ്പോലെത്തന്നെ അമേരിക്കയ്ക്കു വേണ്ടപ്പെട്ടയാളായിരുന്നു. സൗദി അറേബ്യ അടക്കമുള്ള ഗൾഫ് രാജ്യങ്ങളിൽനിന്ന് യു എസ് പട്ടാളത്തെ പിൻവലിക്കണമെന്ന് ബിൻ ലാദൻ ആവശ്യപ്പെട്ടതോടെ അദ്ദേഹം അമേരിക്കയുടെ ബദ്ധശത്രുവായി. അഫ്ഗാനിസ്ഥാനിലെ കമ്യൂണിസ്റ്റ് ഭരണം അട്ടിമറിക്കാൻ ബിൻ ലാദൻ അവർക്ക് ആവശ്യമായിരുന്നു; പ്രസിഡന്റ് നജീബുള്ളയെ വെടിവച്ചുകൊന്ന്, വിളക്കുകാലിൽ കെട്ടിത്തൂക്കി, കഴുകന്മാർക്ക് ഭക്ഷണമാക്കാൻ അവർക്ക് ബിൻ ലാദൻ വേണമായിരുന്നു. ഇപ്പോൾ അൽ-ഖയ്ദയെന്ന് കേൾക്കുമ്പോൾ ബുഷ് ഒന്നാമനെപ്പോലെത്തന്നെ രണ്ടാമനും ഞെട്ടിവിറയ്ക്കുന്നു. സമാനമായ പേരുകൾപോലും യു എസ് ഭരണകൂടത്തിന്റെ ഉറക്കംകെടുത്തുകയാണ്. അകാരണമായ ഭയം ഒരു വ്യക്തിയെമാത്രമല്ല, ലോകാധീശശക്തിയായ അമേരിക്കയെപ്പോലും മുൾമുനയിൽ നിർത്തുമെന്ന് വർത്തമാനകാല സംഭവങ്ങൾ തെളിയിച്ചുകൊണ്ടിരിക്കുന്നു. ഇന്തോനേഷ്യയിൽ സുക്കാർണോ ഭരണകൂടത്തെ അട്ടിമറിച്ച കഥ മറക്കാറായിട്ടില്ല. എന്തെന്തു പീഡനങ്ങൾക്കാണ് സുക്കാർണോവിന്റെ കുടുംബം വിധേയമായത്!

മിക്ക ലോകരാഷ്ട്രങ്ങളും വെറുക്കുന്ന നിലയിലേക്ക് അമേരിക്കയെ അധഃപതിപ്പിച്ചതിനു കാരണക്കാരായ, ബുഷ്വരെ ഉൾപ്പെടുന്ന പ്രസിഡന്റുമാർക്ക്, അമേരിക്കയുടെ ആദ്യകാല ഭരണാധികാരികളായിരുന്ന ജോർജ് വാഷിങ്ടണും ജെഫേഴ്സനും മറ്റും മാപ്പു നല്കില്ല. അമേരിക്ക, 'സ്വാതന്ത്ര്യത്തിന്റെ സാമ്രാജ്യ'മാകണമെന്ന സ്വപ്നമായിരുന്നു ജെഫേഴ്സണ്. ജോൺ ക്വിൻസി ആഡംസിന്റെ പ്രശസ്തമായ വാച

കം ഇതായിരുന്നു: 'രാക്ഷസന്മാരെ തെരഞ്ഞുപിടിച്ചു നശിപ്പിക്കാൻ അമേരിക്ക വിദേശത്തു പോകയില്ല...' അത് അമേരിക്കൻ വിദേശനയത്തിന്റെ ഭാഗമായിരിക്കില്ല എന്നാണ് അദ്ദേഹം വിശ്വസിച്ചത്. അമേരിക്കയെ ലോകശക്തിയാക്കി വളർത്തിക്കൊണ്ടുവരണമെന്ന് അവർ ആഗ്രഹിച്ചിരുന്നുവെങ്കിലും ബുഷിന്റെ പ്രവർത്തനശൈലി അവരുടെ വന്യമായ സ്വപ്നങ്ങളിൽപ്പോലും ഉണ്ടായിരുന്നിരിക്കില്ല. അവർ ചില മാനുഷികമൂല്യങ്ങളിൽ വിശ്വസിച്ചിരുന്നുവെന്നതാണ് അതിന്റെ കാരണം.

യു എസ് നേതൃത്വത്തിലുള്ള ഇറാഖി ആക്രമണത്തിനെതിരെ പ്രതിഷേധിച്ചുകൊണ്ട്, 2003 ഫെബ്രുവരി 15-ാം തീയതി, എല്ലാ ഭൂഖണ്ഡങ്ങളിലുമായി നൂറു ലക്ഷത്തിലേറെ ജനങ്ങൾ റാലികൾ നടത്തിയത് ആഗോളതലത്തിൽ ശക്തിപ്രാപിച്ചുകൊണ്ടിരിക്കുന്ന അമേരിക്കൻവിരുദ്ധ വികാരങ്ങളുടെ പ്രത്യക്ഷപ്രകടനമായിരുന്നു. റാലികളുടെ ഭാഗമായി അമേരിക്കയുടെ തലസ്ഥാനമായ വാഷിങ്ടൺ ഡി സി യിൽ ജനലക്ഷങ്ങൾ തെരുവിലിറങ്ങി. ന്യൂയോർക്കിലും മറ്റു യു എസ് നഗരങ്ങളിലും പ്രതിഷേധമിരമ്പി. പ്രസിഡന്റ് ബുഷ്, യുദ്ധവിജയമാഘോഷിക്കാൻ ലണ്ടനിലെത്തിയപ്പോൾ, ലക്ഷക്കണക്കിനാളുകൾ ഇറാഖിലെ ആംഗ്ലോ-യു എസ് അധിനിവേശത്തിനെതിരെ അണിചേർന്നു. ബാർസിലോണ, ലിസ്ബൺ, ആംസ്റ്റർഡാം, പാരീസ് തുടങ്ങിയ പല യൂറോപ്യൻ നഗരങ്ങളിലും യുദ്ധവിരുദ്ധപ്രകടനങ്ങൾ നടക്കുകയുണ്ടായി.

അടുത്ത ദിവസം മുംബൈയിൽ സമാപിച്ച വേൾഡ് സോഷ്യൽ ഫോറത്തിൽ ഏകപക്ഷീയമായ ആക്രമണങ്ങളുമായി മുന്നോട്ടുപോകുന്ന ബുഷിനും യു എസ് ഭരണകൂടത്തിനുമെതിരെ ലോകമൊന്നിക്കണമെന്ന് ആഹ്വാനമുയർന്നു. ഇറാഖി അധിനിവേശത്തിനെതിരെ മാത്രമല്ല, വിവിധ രാജ്യങ്ങളിൽ അമേരിക്ക നടത്തുകയും നടത്തിക്കൊണ്ടിരിക്കുകയും ചെയ്യുന്ന അത്യാചാരങ്ങളെയും കൂട്ടക്കൊലകളെയും മുൻ യു എസ് അറ്റോർണി ജനറൽ റംസി ക്ലാർക്കും മുൻ യു എൻ അസിസ്റ്റന്റ് സെക്രട്ടറി ജനറൽ ഡെന്നീസ് ഹാലിഡെയുമടക്കം വിവിധ ഭൂഖണ്ഡങ്ങളിൽനിന്നെത്തിയ പ്രതിനിധികൾ അപലപിച്ചു. അമേരിക്ക അടിച്ചേല്പിച്ച യുദ്ധങ്ങളുടെ കെടുതികൾ ആത്യന്തികമായി ഏറ്റുവാങ്ങേണ്ടിവന്ന സ്ത്രീകൾ ആ രാജ്യത്തെ പ്രതിക്കൂട്ടിൽ നിർത്തി നടത്തിയ വിചാരണ സോഷ്യൽ ഫോറത്തിൽ രോഷമുയർത്തി.

വിചാരണയ്ക്കു തുടക്കമിട്ട റംസി ക്ലാർക്ക്, സ്വന്തം രാജ്യത്തെ യുദ്ധക്കുറ്റങ്ങൾക്ക് വിചാരണചെയ്ത് ശിക്ഷിക്കുംവരെ അമേരിക്കൻ ജനതയ്ക്ക് ഭീകരപ്രവർത്തനങ്ങളുടെ ഉത്തരവാദിത്വത്തിൽനിന്ന് മോചനമുണ്ടാവില്ലെന്ന് പ്രസ്താവിച്ചു. ബുഷ് അന്താരാഷ്ട്ര യുദ്ധക്കുറ്റവാളിയാണെന്നും അദ്ദേഹം പറഞ്ഞു. ഇറാഖിലെ പിഞ്ചുകുഞ്ഞുങ്ങളടക്കം ജനലക്ഷങ്ങളെ സാമ്പത്തിക ഉപരോധത്തിലൂടെയും വ്യോമാക്രമണങ്ങളിലൂടെയും കൊന്നൊടുക്കിയ അമേരിക്ക മാപ്പർഹിക്കുന്നില്ലെന്ന ഡെന്നിസ് ഹാലിഡെയുടെ വാക്കുകൾ വികാരവിക്ഷോഭത്തോടെ സദസ്സ് കേട്ടിരുന്നു. പരി

സ്ഥിതി, പൊതുജനാരോഗ്യം, സ്ത്രീസുരക്ഷ തുടങ്ങിയവയെ തകർത്തുകൊണ്ടിരിക്കുന്ന അമേരിക്കൻ യുദ്ധങ്ങളുടെ ഭീകരത വ്യക്തമാക്കുന്ന ഡോക്യുമെന്ററികളും ചർച്ചകളും സാക്ഷിമൊഴികളും സോഷ്യൽ ഫോറത്തെ തീവ്രമായൊരു വൈകാരിക അനുഭവമാക്കിയെന്നായിരുന്നു റിപ്പോർട്ടുകൾ. ഈജിപ്തിൽനിന്നെത്തിയ നവാൽ അൽ സദാവി, അഫ്ഗാൻ പ്രതിനിധി സാഹർ സബാഹ്, ആംനസ്റ്റി ഇന്റർനാഷണലിന്റെ ഐറിൻ ഖാൻ, എഴുത്തുകാരിയും ഇന്ത്യൻ പരിസ്ഥിതി - മനുഷ്യാവകാശ പ്രവർത്തകയുമായ അരുന്ധതി റോയ് തുടങ്ങിയവരുടെ യുദ്ധവിരുദ്ധ ആവിഷ്കാരങ്ങൾ അമേരിക്കൻ നയങ്ങളിലെ ഭീകരത തുറന്നുകാട്ടുന്നതായിരുന്നു. ഇറാഖ് ഇന്നൊരു രാഷ്ട്രമല്ല, അമേരിക്കയുടെ സ്വകാര്യസ്വത്താണെന്ന അരുന്ധതിയുടെ വിലയിരുത്തൽ ഒരു ദുരന്തപർവ്വത്തിന്റെ നേർക്കാഴ്ചയായി.

പ്രാദേശിക യുദ്ധങ്ങളുടെ കാലം കഴിഞ്ഞുവെന്നും ഇനിയുണ്ടാവുക ആഗോളയുദ്ധങ്ങൾ മാത്രമായിരിക്കുമെന്നുമുള്ള ഇസ്രായേലിലെ 'ആൾട്ടർനേറ്റീവ് ഇൻഫർമേഷൻ സെന്റർ' ഡയറക്ടർ മൈക്കേൽ വാർഷാവ്സ്കിയുടെ നിഗമനം ശ്രദ്ധേയമായിരുന്നു. വിയത്നാമിൽനിന്നെത്തിയ ട്രാൻ ഡാക് ലോയ്, തന്റെ രാജ്യത്ത് അമേരിക്ക വർഷിച്ച ദശലക്ഷക്കണക്കിന് ലിറ്റർ വിഷരാസവസ്തുക്കളുടെ ദുരിതഫലങ്ങൾ ജനങ്ങൾ ഇന്നും അനുഭവിച്ചുകൊണ്ടിരിക്കുകയാണെന്ന് ഫോറത്തെ അറിയിച്ചു. ന്യൂയോർക്ക് നഗരത്തിലെ ജനങ്ങളെ മുഴുവൻ കൊന്നൊടുക്കാൻ 80 മില്ലിഗ്രാം ഡിയോക്സിനു കഴിയും. 365 കിലോ ഡിയോക്സിനാണ് അമേരിക്ക വിയത്നാമിൽ പ്രയോഗിച്ചത്! തൽഫലമായി ലക്ഷക്കണക്കിനാളുകൾ മരണമടഞ്ഞു. മാരകമായ സിരാരോഗങ്ങളുടെ പിടിയിലമർന്ന അസംഖ്യം ജനങ്ങൾക്ക് ആവശ്യമായ ചികിത്സ നല്കാൻപോലുമാകാതെ വിയത്നാം ഗവൺമെന്റ് ഇന്നും വിഷമിക്കുകയാണ്. അമേരിക്കൻ പിന്തുണയോടെ ഇസ്രായേൽ നടത്തുന്ന അതിക്രമങ്ങളെ പലസ്തീൻ പ്രതിനിധി ഷാരിഫ് ഒമാർ വിശദീകരിച്ചു.

അമേരിക്കയുടെ ഇറാഖ് അധിനിവേശത്തെക്കുറിച്ച് ഞാൻ മുമ്പെഴുതിയ ലേഖനങ്ങളിൽ സൂചിപ്പിച്ചതുപോലെ, അധിനിവേശസേനയ്ക്കെതിരെയുള്ള ഇറാഖി പ്രതിരോധം അവസാനിക്കുന്നില്ല. സദ്ദാമിനെ കസ്റ്റഡിയിലെടുത്തതിനുശേഷം അതു കൂടുതൽ ശക്തിപ്രാപിച്ചുവരികയാണ്. രാജ്യത്ത് പൊതുതിരഞ്ഞെടുപ്പൊഴിവാക്കി, ഇപ്പോഴവിടെ ഭരണം നടത്തുന്ന യു എസ് പാവഗവൺമെന്റിന് അധികാരം കൈമാറാനുള്ള ബുഷിന്റെ നീക്കങ്ങൾക്കെതിരെ ഈയിടെ ബസ്രയിൽ ഷിയാകളുടെ കൂറ്റൻ പ്രകടനം നടന്നു. തൊട്ടടുത്ത ദിവസം സുന്നികളും ഷിയാകളും ബാഗ്ദാദിൽ അണിചേർന്നു. ആ പ്രതിഷേധറാലിയിൽ ഒരു ലക്ഷത്തിലെറേപ്പേർ പങ്കെടുത്തുവെന്ന് സി എൻ എന്നിന് റിപ്പോർട്ട് ചെയ്യേണ്ടിവന്നു. സ്വതന്ത്രവും നീതിയുക്തവുമായ തിരഞ്ഞെടുപ്പ് നടത്താനാണ് ഷിയാ - സുന്നി വ്യത്യാസമില്ലാതെ ഇറാഖികൾ ആവശ്യപ്പെടുന്നത്.

വംശീയഭിന്നതകളിൽനിന്ന് മുതലെടുക്കാമെന്ന ബുഷിന്റെ മോഹം ഇറാഖിൽ തകരുകയാണ്. ചാവേർ ആക്രമണങ്ങളും ബോംബ്സ്ഫോടനങ്ങളും രാജ്യത്ത് തുടർന്നുകൊണ്ടിരിക്കുന്നു. സ്ഥിതിഗതികൾ നിയന്ത്രണാതീതമാണെന്ന് ഇറാഖിലെ യു എസ് ഭരണാധികാരി പോൾ ബ്രെമർ തിരിച്ചറിഞ്ഞിരിക്കുന്നു. അധിനിവേശത്തിനു മുമ്പ് ഐക്യരാഷ്ട്രസഭയെ തള്ളിപ്പറഞ്ഞ യു എസ് ഭരണകൂടം എങ്ങനെയും യു എന്നിനെ ഇറാഖിൽ ഇടപെടുവിക്കാൻ പാടുപെട്ടുകൊണ്ടിരിക്കയാണിപ്പോൾ. ഇറാഖികളുടെ ആക്രമണങ്ങളിൽ അഞ്ഞൂറിലേറെ അധിനിവേശസൈനികർ കൊല്ലപ്പെട്ട കണക്ക് അമേരിക്ക ഉദ്ധരിക്കുന്നു. യുദ്ധത്തിൽ കൊല്ലപ്പെട്ട ഇറാഖികളുടെ കണക്ക് ആർക്കുമറിയില്ല; അമേരിക്ക അത് വെളിപ്പെടുത്തുന്നുമില്ല. ബുഷ് ഭരണകൂടത്തിനത് ഒരു സ്ഥിതിവിവരക്കണക്കുപോലും അല്ലാതായിരിക്കുന്നു!

മാനവരാശിയെ നയിക്കാൻ തിരഞ്ഞെടുക്കപ്പെട്ട ജനതയാണ് തങ്ങളെന്ന് ആ രാജ്യത്തിന് ഭൂപടത്തിൽ സ്ഥാനം കിട്ടിയതുമുതൽ ഭൂരിഭാഗം അമേരിക്കക്കാരും വിശ്വസിച്ചുപോരുന്നു. റെഡ് ഇന്ത്യക്കാരെ കൊന്നൊടുക്കി, ഐക്യരാജ്യങ്ങൾ സ്ഥാപിച്ച ചരിത്രമാണവർക്കുള്ളത്. അമേരിക്കക്കാർ 'തിരഞ്ഞെടുക്കപ്പെട്ട ജനത'യാണെങ്കിൽ, അമേരിക്ക 'വാഗ്ദത്തഭൂമി'യാണെന്നും അവർ ധരിച്ചു. ഈ അബദ്ധധാരണകളാണ് അവരെയും അവരുടെ രാജ്യത്തെയും പ്രെസ്റ്റോവിറ്റ്സ് വിശേഷിപ്പിച്ച അവസ്ഥയിലെത്തിച്ചത്. ധിക്കാരികളെയും പോക്കിരികളെയുമൊന്നും ദീർഘനാൾ വാഴിച്ച ചരിത്രം ലോകത്തിനില്ല. യൂഫ്രട്ടീസ്- ടൈഗ്രീസ് നദീതടങ്ങളിൽ സഹസ്രാബ്ദങ്ങൾക്കു മുമ്പ് തഴച്ചുവളർന്ന ഒരു മഹാസംസ്കാരം പല ഉയർച്ചകൾക്കും താഴ്ചകൾക്കും സാക്ഷ്യംവഹിക്കുകയുണ്ടായി. പുരാതനസംസ്കൃതികളിൽനിന്നും സർവ്വോപരി ചരിത്രസംഭവങ്ങളിൽനിന്നും അമേരിക്കയ്ക്ക് ഇനിയും ഏറെ പഠിക്കാനും ഉൾക്കൊള്ളാനുമുണ്ട്.

2004

ഗുജറാത്ത്: ഈ പോക്ക് എങ്ങോട്ട്?

കുന്നുകളിലും താഴ്‌വരകളിലും പർവ്വതനിരകളിലും ഹിന്ദുക്ഷേത്രങ്ങളിലും ക്രിസ്ത്യൻദേവാലയങ്ങളിലും മുസ്ലിംപള്ളികളിലും വൃഥാ ഞാൻ നിന്നെത്തേടിയലഞ്ഞു... ദിനരാത്രങ്ങളും വർഷങ്ങളും കടന്നുപോയി. എന്റെ മസ്തിഷ്കത്തിൽ അഗ്നി നീറിപ്പുകഞ്ഞു. പകൽ രാവിലൊടുങ്ങിയതെപ്പോഴെന്ന് ഞാൻ അറിഞ്ഞില്ല. എന്റെ ഹൃദയം പിളരുകയാണെന്ന് തോന്നി. ഞാൻ ഗംഗാതീരത്ത് വെയിലും മഴയും കൊണ്ടുകിടന്നു. എല്ലാ പുണ്യാത്മാക്കളേയും വിളിച്ചുകേണു - മഹിതാത്മാക്കളേ, എനിക്കു കാരുണ്യപൂർവ്വം നേർവഴി കാണിച്ചാലും...

- സ്വാമി വിവേകാനന്ദൻ

'ഇസ്ലാമികതീവ്രവാദത്തിനുമാത്രമല്ല, ഹിന്ദുതീവ്രവാദത്തിനും ഞാൻ എതിരാണ്. സ്വാമി വിവേകാനന്ദൻ വിഭാവനം ചെയ്ത ഹിന്ദുത്വത്തിലാണ് ഞാൻ വിശ്വസിക്കുന്നത്. അതാണ് ഞാൻ പിന്തുടരുന്നത്. ഏതെങ്കിലും ഹിന്ദുസംഘടനകൾ രാജ്യത്തിന്റെ ഐക്യത്തിന് ഭീഷണിയാകുമെന്ന് ഞാൻ കരുതുന്നില്ല' - ഈ വാക്കുകൾ മറ്റാരുടെയുമല്ല, പ്രധാനമന്ത്രി എ ബി വാജ്പേയിയുടെതാണ്. വിവേകാനന്ദൻ വിഭാവനം ചെയ്ത ഹിന്ദുത്വം മാനവസ്നേഹത്തിലും സാഹോദര്യത്തിലും സഹിഷ്ണുതയിലും അധിഷ്ഠിതമായിരുന്നു.

> നമ്മുടെ ഈ ഭാരതത്തിൽ, ഹിന്ദുക്കൾ ക്രിസ്ത്യാനികൾക്കുവേണ്ടിയും മുസ്ലീങ്ങൾക്കുവേണ്ടിയും പള്ളികൾ പണിതു. ഇന്നും പണിതുകൊണ്ടിരിക്കുന്നു. തീർച്ചയായും ഇനിയും നാം പണിയേണ്ടതുണ്ട്... നാം ഇപ്രകാരം ചെയ്തുകൊണ്ടിരിക്കുന്നത് മാനവ

ഹൃദയങ്ങളെ സ്നേഹത്തിലൂടെ കീഴടക്കാനാണ്. സേവനത്തിനുള്ള ഏറ്റവും അനുയോജ്യമായ ഉപാധി വെറുപ്പല്ല, സ്നേഹം മാത്രമാണെന്ന് നാം ലോകത്തിന് കാണിച്ചുകൊടുത്തതാണ്. ക്രൂരതയും ശാരീരികശക്തിയുമല്ല, പ്രത്യുത മാന്യതയാണ് ജീവിക്കാനുള്ള ശക്തി പ്രദാനം ചെയ്യുന്നതെന്നും നാം തെളിയിച്ചിട്ടുണ്ട്.

ഇപ്രകാരമാണ് വിവേകാനന്ദൻ സനാതന ഹൈന്ദവദർശനത്തെ ക്രോഡീകരിക്കുന്നത്. ഈ ദർശനം പ്രധാനമന്ത്രി വാജ്പേയി അംഗീകരിക്കുന്നുണ്ടോ?

ശ്വാസവും ഹൃദയസ്പന്ദനവുമില്ലാത്ത മരിച്ച വാക്കുകളാണ് വാജ്പേയിയുടെത്. അവയ്ക്ക് ഗുജറാത്തിലെ സ്ഫോടനാത്മകവും ദുഃഖപൂർണ്ണവുമായ വർത്തമാനകാല സംഭവങ്ങളിൽ പ്രസക്തിയൊന്നുമില്ല. ഗുജറാത്തിൽ നടന്ന കൂട്ടക്കൊലയും കൊള്ളയും കൊള്ളിവയ്പും ബലാത്സംഗവുമടങ്ങുന്ന, മനുഷ്യമനഃസാക്ഷി നടുങ്ങുന്ന, സംഭവപരമ്പരകളിൽ അദ്ധ്യക്ഷസ്ഥാനമലങ്കരിച്ച സംസ്ഥാന മുഖ്യമന്ത്രി നരേന്ദ്രമോദിയെ സത്വരം നീക്കംചെയ്യണമെന്ന പ്രതിപക്ഷത്തിന്റെ ആവശ്യം നിരാകരിച്ചുകൊണ്ട്, രാജ്യസഭയിൽ സംസാരിക്കുകയായിരുന്നു, പ്രധാനമന്ത്രി. ആഭ്യന്തരമന്ത്രി എൽ കെ അദ്വാനിയും ഒരു കോറസുപോലെ പ്രധാനമന്ത്രിയുടെ അഭിപ്രായങ്ങൾ ഏറ്റുപാടി. അതുപക്ഷേ, പതിവുപോലെത്തന്നെ കൂടുതൽ കടുത്തതും ശക്തവുമായിരുന്നു. ഇതേ ആഭ്യന്തരമന്ത്രി അദ്വാനി തന്നെയാണ് ഗുജറാത്തിൽ നടന്ന നരനായാട്ടിനുശേഷം മുഖ്യമന്ത്രി മോദിക്ക് നല്ല സർട്ടിഫിക്കറ്റ് നല്കിയത്.

'എനിക്ക് കത്തിക്കാളുന്ന കലാപങ്ങൾക്കിടയിൽ അഭയംതന്നത് ഏതാനും ഹിന്ദുസഹോദരങ്ങളാണ്. എന്റെ ഉറ്റവരെയും ഉടയവരെയും കൊന്നതും കുറേ ഹിന്ദുക്കളാണ്. ഇതിൽ ഏതാണ് യഥാർത്ഥ ഹിന്ദുവിന്റെ മുഖം?'- എല്ലാം നഷ്ടപ്പെട്ട ഒരു മുസ്ലിംവനിതയുടെ വിലാപമാണിത്.

സംസ്ഥാനത്ത് ക്രമസമാധാനപാലനത്തിന് മോദി ഗവൺമെന്റ് ഒന്നും ചെയ്യുന്നില്ലെന്ന് എല്ലാഭാഗത്തുനിന്നും രൂക്ഷമായ വിമർശനം ഉയർന്നതോടെയാണ് ഗുജറാത്തിലേക്ക് പട്ടാളത്തെ അയക്കാൻ വാജ്പേയി നേതൃത്വം നല്കുന്ന കേന്ദ്രഗവൺമെന്റ് തീരുമാനിച്ചത്. അപ്പോഴേക്കും തന്നെ സമയം വളരെയധികം അതിക്രമിച്ചുകഴിഞ്ഞിരുന്നു. പട്ടാളത്തെ അയക്കേണ്ടതില്ലെന്നാണ് മോദി കേന്ദ്രത്തെ അറിയിച്ചിരുന്നത്. പട്ടാളവുമായി ഗുജറാത്തിലെത്തിയ പ്രതിരോധമന്ത്രി ഫെർണാണ്ടസ്, എവിടെയൊക്കെയാണ് കലാപം നടന്നതെന്നറിയാതെ നട്ടംതിരിഞ്ഞുവത്രെ. സംസ്ഥാന ഗവൺമെന്റ് പട്ടാളവുമായി സഹകരിച്ചില്ല. അവർക്ക് വാഹനങ്ങളോ അത്യാവശ്യം വേണ്ട വിവരങ്ങളോ നല്കിയില്ല. ആയതിനാൽ സൈന്യത്തിന് ഫലപ്രദമായി ഒന്നുംതന്നെ ചെയ്യാനുമായില്ല. പട്ടാളക്കാർ ഫ്ളാഗ്മാർച്ച് നടത്തുമ്പോഴും അക്രമികൾ അഴിഞ്ഞാട്ടം തുടരുകയായിരുന്നു. എന്നിട്ടും അദ്വാനി പറഞ്ഞത് കുഴപ്പം തുടങ്ങി എഴുപത്തിരണ്ട് മണിക്കൂറിനകം സാധാരണഗതി പുനഃസ്ഥാപിക്കാൻ സംസ്ഥാന

ഗവൺമെന്റിനു കഴിഞ്ഞുവെന്നാണ്. പക്ഷേ, ഇന്നും ഏതു ദിനാന്ത്യത്തിലും കിട്ടുന്ന റിപ്പോർട്ടുകൾ വെളിപ്പെടുത്തുന്നത് പുതിയ കൊലപാതകങ്ങളുടെ ഭീകരകഥകളും!

ഗോധ്രയിൽ 2002 ഫെബ്രുവരി 27-ാം തീയതി, ഒരുകൂട്ടം അക്രമികൾ സബർമതി എക്സ്പ്രസ് ട്രെയിനിന്റെ ഏതാനും കംപാർട്ടുമെന്റുകൾ കത്തിച്ച് കുറെ മനുഷ്യരെ ചുട്ടുകൊന്ന സംഭവത്തെ ഒരിക്കലും ലാഘവത്തോടെ കാണാൻ കഴിയില്ല. അയോദ്ധ്യക്കടുത്തുള്ള ഫൈസാബാദിൽനിന്ന് അഹമ്മദാബാദിലേക്ക് യാത്രതിരിച്ചതായിരുന്നു സബർമതി എക്സ്പ്രസ്. ട്രെയിനിൽ രണ്ടായിരത്തഞ്ഞൂറിലേറെ യാത്രക്കാരിൽ അയോദ്ധ്യയിൽനിന്നുവരുന്ന കർസേവകരും വി എച്ച് പി പ്രവർത്തകരും അവരുടെ കുടുംബാംഗങ്ങളുമുണ്ടായിരുന്നു. സബർമതി എക്സ്പ്രസ്സ്, ഗുജറാത്ത്, മദ്ധ്യപ്രദേശ് അതിർത്തിയിലെ ഗോധ്ര റെയിൽവേ സ്റ്റേഷനിലെത്തിയപ്പോൾ കർസേവകരിൽ ചിലർ ചായ കഴിക്കാൻ പ്ലാറ്റ്ഫോമിലിറങ്ങി. ഒരു മുസ്ലിംയുവാവാണ് കുഴപ്പം തുടങ്ങിവച്ചതെന്ന് ചില റിപ്പോർട്ടുകൾ പറഞ്ഞു. തുടർന്ന് അക്രമികൾ ട്രെയിനിന്റെ എസ്-5 കമ്പാർട്ടുമെന്റിലേക്ക് ആസിഡ് ബൾബുകളും കത്തിച്ച തുണിക്കഷ്ണങ്ങളും എറിയുകയായിരുന്നു. ഭയവിഹ്വലരായ യാത്രക്കാർ കംപാർട്ടുമെന്റിന്റെ ജനലുകളും വാതിലുകളും അടയ്ക്കുന്നതിനിടെ, പുറത്തുനിന്ന് വണ്ടിക്കകത്തേക്ക് പെട്രോൾ ഒഴിക്കപ്പെട്ടു. തീ ആളിപ്പടർന്നു. എസ്-6ലേക്കും അഗ്നി പടർന്നുകയറി. പിന്നീട് നടന്നത് വിവരിക്കാനാവില്ല. ആളിക്കത്തുന്ന മനുഷ്യരുടെ കൂട്ടനിലവിളികളുയർന്നു. ആയിരത്തിലേറെ വരുന്ന അക്രമികളുടെ താണ്ഡവമവസാനിച്ചപ്പോൾ കംപാർട്ടുമെന്റുകളിൽ സ്ത്രീകളുടെയും കുട്ടികളുടെയും പുരുഷന്മാരുടെയും കത്തിക്കരിഞ്ഞ ശവശരീരങ്ങൾ കെട്ടിപ്പിണഞ്ഞുകിടന്നു.

ഗോധ്ര ട്രെയിൻദുരന്തത്തിൽനിന്ന് രക്ഷപ്പെട്ട ഗായത്രി പഞ്ചാൽ (16) എന്ന പെൺകുട്ടി പറയുന്നു: "ശക്തമായ കല്ലേറിനുശേഷം അക്രമികൾ ഞങ്ങളുടെ കംപാർട്ടുമെന്റിലേക്ക് മണ്ണെണ്ണ ഒഴിക്കാൻ തുടങ്ങി. യാത്രക്കാരിൽ ഞങ്ങൾ കുറച്ചുപേർക്കുമാത്രമേ ജനാലവഴി പുറത്തേക്ക് കടക്കാൻ കഴിഞ്ഞുള്ളൂ. വൃദ്ധരും മറ്റ് അവശതയുള്ളവരും കംപാർട്ടുമെന്റിൽ കുടുങ്ങി." ഞങ്ങളെ കൊല്ലരുതേ, കൊല്ലരുതേ എന്ന് വൃദ്ധകൾ ആർത്തുകരഞ്ഞുവെങ്കിലും അക്രമികൾ അതൊന്നും കേട്ടതേയില്ല. താൻ കംപാർട്ടുമെന്റിൽനിന്ന് ചാടിയോടുന്നതിനിടെ തന്റെ പിന്നാലെ നാലഞ്ചുപേർ ഓടിയടുത്തുവെന്നും വെറും ഭാഗ്യംകൊണ്ടാണ് രക്ഷപ്പെട്ടതെന്നും ഗായത്രി പറഞ്ഞു. കംപാർട്ടുമെന്റിൽനിന്ന് എങ്ങനെയോ രക്ഷപ്പെട്ട ദേവികാ ലുഹാന എന്ന അറുപത്തഞ്ചു വയസ്സുള്ള വൃദ്ധ ഭയവിഹ്വലയായിരുന്നു. അക്രമികളെ അവർ ശപിച്ചുകൊണ്ടിരുന്നു.

ഗോവിന്ദ മക്വാനയുടെ ഏക മകൻ ഉമാകാന്ത് (22) ഗോധ്രദുരന്തത്തിൽ മരണമടഞ്ഞു. മകന്റെ ശവസംസ്കാരത്തിൽ പങ്കെടുക്കാനെത്തിയവരോട് കുഴപ്പമുണ്ടാക്കരുതേ എന്ന് താൻ യാചിക്കുകയായിരുന്നുവെന്ന് അദ്ദേഹം ഓർക്കുന്നു. "മറ്റുള്ളവരെ കൊല്ലുന്നത് പ്രശ്നങ്ങൾക്ക് പരി

ഹാരമേ അല്ല. മാതാപിതാക്കളെ സംബന്ധിച്ചിടത്തോളം മകനെ നഷ്ട പ്പെടുന്നതിനേക്കാൾ വേദനാകരമായി എന്താണുള്ളത്? മറ്റൊരച്ഛനും അമ്മയ്ക്കും എന്റെ അനുഭവമുണ്ടാകരുതെന്നേ എനിക്ക് പ്രാർത്ഥന യുള്ളൂ." മക്വാന വാർത്താലേഖകരോടു പറഞ്ഞു. ഈ ദുരന്തഭൂമിയിൽ, പ്രതികാരത്തിനുവേണ്ടി ആർത്തട്ടഹസിച്ചു നടക്കുന്നവർക്കിടയിൽ ഇങ്ങ നെയും ചില വേറിട്ട ശബ്ദങ്ങൾ ഗുജറാത്തിൽ കേട്ടു. റെയിൽവേ പ്രൊട്ട ക്ഷൻ ഫോഴ്സുകാർ അവസരത്തിനൊത്തുയർന്ന് പ്രവർത്തിച്ചിരുന്നു വെങ്കിൽ നിരവധി ജീവൻ രക്ഷിക്കാമായിരുന്നുവെന്ന് ദൃക്സാക്ഷികൾ പറഞ്ഞു. സംഭവമറിഞ്ഞ് പൊലീസ് എത്തിയപ്പോൾ ജനക്കൂട്ടത്തിന്റെ അക്രമംകണ്ട് പേടിച്ച് പിന്തിരിയുകയായിരുന്നുവത്രെ തോക്കുകളേന്തിയ പൊലീസുകാർ. ബലാത്സംഗം നടത്തുകയും കൊലയും കൊള്ളയും നടത്തുകയും ചെയ്തവരിൽ കൗമാരപ്രായം കഴിയാത്തവരും ധാരാള മുണ്ടായിരുന്നുവെന്ന് ഇപ്പോൾ വ്യക്തമായിട്ടുണ്ട്.

അടുത്തയിടെ ഞാൻ സംബന്ധിച്ച ഒരു പൊതുചടങ്ങിൽ കേന്ദ്ര റെയിൽവേ സഹമന്ത്രി ഒ രാജഗോപാൽ പറഞ്ഞത്, കൊലയാളികൾ പ്രാദേശിക മുനിസിപ്പൽ കൗൺസിലിലെ കോൺഗ്രസ് അംഗങ്ങളാണെ ന്നായിരുന്നു. മുസ്ലിംസമുദായത്തിൽപ്പെട്ടവരാണ് ഈ കടുംകൈ ചെയ് തതെന്നാണ് പരക്കെ പറയപ്പെടുന്നത്. ഇതു ചെയ്തവർ നിന്ദ്യരാണ്; കൊടുംപാതകികളാണ്. ശാന്തിയുടെ മതമായ ഇസ്ലാം കൊലയെയും കൊള്ളിവയ്പിനെയും അക്രമത്തെയും ന്യായീകരിക്കുന്നില്ല. ഇത് ഇസ്ലാ മിന്റെ മുഖമല്ല; ഒരിക്കലും ആയിക്കൂടാ.

തുടർന്നുണ്ടായ കലാപങ്ങൾക്കിടയിൽ കണ്ടതും കേട്ടതുമായ വർത്തമാനങ്ങൾ ഹൃദയഭേദകങ്ങളായിരുന്നു. സയിദ എന്ന യുവതിയെ ഒരുകൂട്ടം അക്രമികൾ വളഞ്ഞുപിടിച്ചത് അവയിലൊന്നുമാത്രം. അവ ളെ അവർ കുത്തിമലർത്തി; വയറുകീറി, കത്തിച്ച തുണിക്കഷണങ്ങൾ വയറ്റിൽ തിരുകി; പിന്നെ അവളുടെ നെറ്റിയിൽ കൂർത്ത കത്തിമുനകൊണ്ട് ഓം എന്നെഴുതാനും അവർ മറന്നില്ല. ഹിന്ദുമതത്തിലെ ഏതു ദർശന മാണ് ഈ കൊടുംക്രൂരതയെ ന്യായീകരിക്കുന്നത്? സബർമതി എക് സ്പ്രസിലെ യാത്രക്കാരെ ചുട്ടുകൊന്നതിനെ *ഖുർആനി*ലെ ഏതെങ്കിലും സൂക്തങ്ങൾ നീതീകരിക്കുമോ? നോക്കുകൊണ്ടും വാക്കുകൊണ്ടും പ്രവൃ ത്തികൊണ്ടും അപരനെ വേദനിപ്പിക്കരുതെന്നാണ് ഭാരതീയദർശനങ്ങൾ പഠിപ്പിക്കുന്നത്.

ഗോധ്രയിലായാലും ഗുജറാത്തിലായാലും കൊല്ലപ്പെട്ടത് ആരു ടെയൊക്കെയോ മക്കളും ആരുടെയൊക്കെയോ ഭർത്താക്കന്മാരും ആരു ടെയൊക്കെയോ അച്ഛന്മാരും അമ്മമാരും സഹോദരങ്ങളുമായിരുന്നില്ലേ? മതപരമായ വിഭിന്നതയുടെ പേരിൽ പരസ്പരം കൊല്ലുന്നവർ തമ്മിൽ അടിസ്ഥാനപരമായി യാതൊരു വ്യത്യാസവുമില്ലെന്ന് നാം തിരിച്ചറിയണം. അവർ ഒരേ ദേവാലയത്തിലാണ് പ്രാർത്ഥിക്കുന്നത്; അവർ ആരാധി ക്കുന്ന ദൈവം കൊലയാളിയാണ്; ആ ദൈവത്തിനുവേണ്ടത് മനുഷ്യര ക്തവുമാണ്.

ക്രൂരതയുടെ താണ്ഡവം

കേന്ദ്രം ഭരിക്കുന്നത് ഭീകരതയ്ക്കെതിരെ അവിശ്രമം പോരാടുമെന്ന് പ്രഖ്യാപിച്ച ബി ജെ പി യുടെ നേതൃത്വത്തിലുള്ള ഒരു ഗവൺമെന്റാണ്. ഭീകരരെ ഒതുക്കാനവർ 'പോട്ട' പാസാക്കിയെടുത്തിട്ടുണ്ട്. ഇഷ്ടാനുസരണം വളച്ചൊടിച്ച ചരിത്രമാണവർ സ്കൂൾ കുട്ടികളെ പഠിപ്പിക്കുന്നത്. അയോദ്ധ്യയിൽ രാമക്ഷേത്രം പണിയുമെന്നവർ ആവർത്തിച്ച് പ്രഖ്യാപിച്ചുകൊണ്ടിരിക്കുന്നു. പക്ഷേ, ഇതിനൊന്നുംതന്നെ അവരുടെ ജനപ്രിയത വർദ്ധിപ്പിക്കാൻ കഴിഞ്ഞിട്ടില്ല. അതുകൊണ്ടാണ് അവർക്ക് നിർണ്ണായക സ്വാധീനവും ഉറച്ച ഗവൺമെന്റുമുള്ള ഇന്ത്യയിലെ ഒരു സംസ്ഥാനമായ ഗുജറാത്തിനെ ഹൈന്ദവ ഫാസിസ്റ്റ് തന്ത്രങ്ങളുടെ പ്രായോഗികശക്തി തെളിയിക്കാനുള്ള വേദിയാക്കാൻ അവർ തീരുമാനിച്ചത്.

പരക്കെ അഴിഞ്ഞാടിയ അക്രമത്തിനിടെ കോൺഗ്രസ് എം പി യായിരുന്ന ഇക്ബാൽ ഇഹ്സാൻ ജാഫ്രിയുടെ വസതി ആക്രമിക്കപ്പെട്ടു. അദ്ദേഹം ഡി ജി പി യെയും പൊലീസ് കമീഷണറെയും ചീഫ് സെക്രട്ടറിയെയും മറ്റ് ഉന്നത ഉദ്യോഗസ്ഥരെയും ഫോണിൽ ബന്ധപ്പെട്ടുവെങ്കിലും ഫലമുണ്ടായില്ല. അദ്ദേഹത്തിന്റെ വസതിയുടെ അടുത്തുതന്നെ നിലയുറപ്പിച്ചിരുന്ന മൊബൈൽപൊലീസ് അക്രമപ്രദേശത്തേക്ക് എത്തിനോക്കുകപോലും ചെയ്തില്ല. അക്രമികൾ ജാഫ്രിയുടെ വീടിനുള്ളിലേക്ക് ഇരച്ചുകയറി കണ്ണിൽക്കണ്ടതൊക്കെ തകർത്തു. അദ്ദേഹത്തിന്റെ പെൺമക്കളെ വസ്ത്രാക്ഷേപം ചെയ്തു. പിന്നീടവരെ ചുട്ടുകൊന്നു. തുടർന്നവർ ജാഫ്രിയുടെ നേരെ തിരിഞ്ഞു. കൺമുന്നിലിട്ട് മക്കൾ തീയിൽ വെന്തെരിയുന്നതുകണ്ട് മരവിച്ചുനിന്ന ആ പിതാവിനെ അവർ ശിരച്ഛേദം ചെയ്തു. അദ്ദേഹത്തിന്റെ ശരീരം വെട്ടിനുറുക്കി. മുഖ്യമന്ത്രി മോദിയുടെ ഒരു കടുത്ത വിമർശകനായിരുന്നു ജാഫ്രി. രാജ്കോട്ട് അസംബ്ലിയിലേക്കു നടന്ന ഉപതിരഞ്ഞെടുപ്പിൽ അദ്ദേഹം മോദിയെ എതിർത്തിരുന്നു. പ്രധാനമന്ത്രിയും ആഭ്യന്തരമന്ത്രിയുമൊക്കെ അടുത്തറിയുന്ന ഒരു മുൻ പാർലമെന്റ് അംഗത്തിന് നേരിടേണ്ടിവന്ന ദുരന്തമായിരുന്നു ഇതെന്നുകൂടി ഓർക്കണം.

അഹമ്മദാബാദിൽ പതിനെട്ടുവയസ്സുമാത്രം പ്രായമുള്ള നസീമ ബാനു എന്ന പെൺകുട്ടിയെ പൊലീസ് നെറ്റിയിൽ വെടിവച്ചാണ് കൊന്നത്. അവളുടെ പിതാവ് മഹ്മൂദ് ഹുസൈൻ ഇബ്രാഹിംഭായിയെയും പൊലീസ് പോയന്റ് ബ്ലാങ്ക് റേഞ്ചിൽ ഇതേപോലെത്തന്നെ വധിച്ചു. തുടർന്ന് ഒരു സ്ത്രീയടക്കം നാലുപേരെ തൊട്ടടുത്തുനിന്ന് വെടിവച്ചുകൊന്നു. ഇരുപത്തൊന്നുകാരനായ ലദ്ദൂൻഖാന് വെടിയേറ്റത് കൃത്യം അയാളുടെ കണ്ണുകൾക്കിടയിലാണ്. അബ്റാർ അഹമ്മദ് മുഹമ്മദലി എന്ന ഇരുപത്തിരണ്ട് വയസ്സുമാത്രം പ്രായമുള്ള യുവാവ് മരിച്ചത് വയറ്റിൽ വെടിയേറ്റിട്ടും. ഇതൊക്കെ പൊലീസ് വെടിവയ്പിൽ മരിച്ച ഏതാനും പേരുടെ പോസ്റ്റ്മോർട്ടം റിപ്പോർട്ടിൽ വ്യക്തമാക്കിയ കാര്യങ്ങളാണ്.

കലാപമൊതുക്കാൻ ഇത്തരത്തിലുള്ള വെടിവയ്പ് ഏത് പൊലീസ് കോഡിലാണ് രേഖപ്പെടുത്തിയിട്ടുള്ളത്? ഈ സംഭവം ഗുജറാത്തിൽ നടന്ന, ഇപ്പോഴും നടന്നുകൊണ്ടിരിക്കുന്ന, വർഗ്ഗീയകലാപത്തിൽ നരേന്ദ്രമോദി ഗവൺമെന്റിന്റെ നേതൃത്വപരമായ പങ്കാണ് വെളിപ്പെടുത്തുന്നത്. വർഗ്ഗീയലഹളയുടെ മുഖം അതിഭീകരമാണ്. അതിൽ ഒരുവിഭാഗത്തിന് ഗവൺമെന്റിന്റെ പിന്തുണകൂടി ലഭിക്കുമ്പോൾ ഊഹിക്കാൻപോലും കഴിയാത്ത കൊടുംക്രൂരതയുടെ കരാളതാണ്ഡവമാണ് അരങ്ങേറുക. രണ്ടായിരത്തിലേറെ ജനങ്ങൾ കൊല്ലപ്പെട്ടുകഴിഞ്ഞുവെന്ന് റിപ്പോർട്ടുകൾ പറയുന്ന ഗുജറാത്തിൽ സംഭവിച്ചുകൊണ്ടിരിക്കുന്നത് ഇതാണ്.

രാഷ്ട്രപിതാവും ഹിന്ദു-മുസ്ലിം മൈത്രിക്കുവേണ്ടി രക്തസാക്ഷിത്വം വഹിച്ച അഹിംസയുടെ ഉപാസകനുമായിരുന്ന മഹാത്മജിയുടെ സബർമതി ആശ്രമവും ഈയിടെ ആക്രമിക്കപ്പെട്ടു. അവിടെയൊരു സമാധാന സമ്മേളനം നടക്കുകയായിരുന്നു. അക്രമം നടത്തിയത് ഗാന്ധിജിയെ വധിച്ചവരുടെ പിന്തുടർച്ചക്കാർതന്നെയെന്നത് ചരിത്രത്തിന്റെ ആവർത്തനം തന്നെ.

ഗോധ്രദുരന്തത്തെത്തുടർന്ന് ഗുജറാത്തിൽ ഇതഃപര്യന്തം ദർശിച്ചിട്ടില്ലാത്ത കലാപം ആളിപ്പടരുകയായിരുന്നു. ദിനംപ്രതി നൂറുകണക്കിനാളുകൾ കൊല്ലപ്പെട്ടു. മരണമടഞ്ഞവരിൽ ബഹുഭൂരിഭാഗം മുസ്ലീങ്ങളായിരുന്നുവെന്നത് വെറും യാദൃച്ഛികമായിരുന്നില്ല. വി എച്ച് പി യിലും ബജ്റംഗ്ദളിലും സംഘപരിവാറിലുംപെട്ട ഹിന്ദുതീവ്രവാദികൾ ന്യൂനപക്ഷ സമുദായത്തിൽപ്പെട്ടവരെ തെരഞ്ഞുപിടിച്ച് അറുകൊല ചെയ്യുകയായിരുന്നു.

നടുക്കുന്ന ഒരുദാഹരണം: അഹമ്മദാബാദിലെ വസ്ന മെയിൻ റോഡാണ് രംഗം. സമയം നട്ടുച്ച. ഒരു ഭാര്യയും ഭർത്താവും സ്കൂട്ടറിൽ വരുന്നു. കത്തികളും മറ്റ് ആയുധങ്ങളുമായി അമ്പതോളംവരുന്ന ഒരു സംഘം ആ ദമ്പതികളെ തടയുന്നു. അവർ ആരെന്ന് വെളിപ്പെടുത്താൻ അക്രമികൾ ആക്രോശിച്ചപ്പോൾ അപകടം മണത്തറിഞ്ഞ ഭർത്താവ് ഒരു ഹിന്ദുനാമം ഉരുവിട്ടു. അവരെ വളഞ്ഞുവച്ചവർ അയാളുടെ ഉടുവസ്ത്രമുരിഞ്ഞു. ആൾ മുസ്ലിമെന്ന് ബോദ്ധ്യപ്പെട്ടതോടെ അയാളുടെ നെഞ്ചിലും വയറ്റത്തും അവർ ആഞ്ഞുകുത്തി. മുന്നാഭായ് എന്ന ആ ഇരുപത്തെട്ടുകാരൻ ആശുപത്രിയിൽ മരണത്തോട് മല്ലടിച്ചുകഴിയുകയാണ്. ഒരുപക്ഷേ, അയാൾ ഇതിനകം മരിച്ചിരിക്കാം. അദ്ദേഹത്തിന്റെ പത്നി മുംതാസ് ബാനുവിനെ അക്രമികൾ വിവസ്ത്രയാക്കുകയും അവരുടെ ഗുഹ്യഭാഗങ്ങളിൽ കുത്തിപ്പരിക്കേല്പിക്കുകയും ചെയ്തു. സംഭവസ്ഥലത്തുവച്ചുതന്നെ മുംതാസ് മരിച്ചു. മുംതാസ് മുമ്പ് ഗീതാബെൻ എന്ന ഹിന്ദു പെൺകുട്ടിയായിരുന്നു. അവൾ മുന്നാഭായിയെ വിവാഹം ചെയ്തശേഷമാണ് മതംമാറിയത്. കൊലയ്ക്ക് അതും ഒരു കാരണമായിരുന്നു. ബറോഡയിൽ ഇതേ കുറ്റത്തിനാണ് ഒരു മുസ്ലിംയുവാവിനെ ഹിന്ദു തീവ്രവാദികൾ കൊലക്കത്തിക്കിരയാക്കിയത്.

ഈയിടെ നടന്ന ഗുജറാത്ത് ബന്ദ് ദിനത്തിൽ അയ്യായിരത്തോളം വരുന്ന അക്രമികളുടെ മുന്നിലിട്ട് ഏതാനും നരാധമന്മാർ ഒരു യുവതിയെ ആവർത്തിച്ച് ബലാത്സംഗം ചെയ്ത് തീക്കുണ്ഡത്തിലേക്ക് വലിച്ചെറിഞ്ഞു. അഹമ്മദാബാദിലെ മേഘനിംഗാർ പ്രദേശത്തായിരുന്നു സംഭവം. മുസ്ലീങ്ങളെ തെരഞ്ഞുപിടിച്ച് കൂട്ടക്കൊല ചെയ്തതും സ്ത്രീകളെ കൂട്ട ബലാത്സംഗം നടത്തി, വെട്ടിയും കുത്തിയും തീയിട്ടും വധിച്ചതും കുട്ടികളെ ചിത്രവധം ചെയ്തതും മനുഷ്യമനഃസാക്ഷിയെ നടുക്കിയ സംഭവങ്ങളാണ്. നരമേധത്തോടൊപ്പംതന്നെ സമാനതകളില്ലാത്ത കൊള്ളയും കൊള്ളിവയ്പും സംസ്ഥാനത്ത് അരങ്ങേറുകയുണ്ടായി.

ഗോധ്രദുരന്തത്തെയും തുടർന്ന് ഗുജറാത്തിലൊട്ടാകെ ആളിപ്പടർന്ന വർഗ്ഗീയകലാപങ്ങളെയും പരിശോധിക്കുമ്പോൾ ഗോധ്രകൂട്ടക്കൊല അനാസൂത്രിതമായിരുന്നുവെങ്കിൽ, പിന്നീടു നടന്ന വർഗ്ഗീയ ലഹളകൾ ആസൂത്രിതവും സംഘടിതവുമായിരുന്നു എന്ന് വ്യക്തമാവുന്നുണ്ട്. ഹിന്ദുവികാരത്തെ ആളിക്കത്തിച്ച് രാഷ്ട്രീയനേട്ടമുണ്ടാക്കുകയായിരുന്നു ബി ജെ പി യുടെ ലക്ഷ്യം. ഹിന്ദു വോട്ടുബാങ്കിലായിരുന്നു അവരുടെ കണ്ണ്.

അതിക്രമങ്ങൾ ആഴ്ചകളോളം തുടർന്നിട്ടും മുഖ്യമന്ത്രി നരേന്ദ്ര മോദിയുടെ ഭാഗത്തുനിന്ന് ആത്മാർത്ഥമായ സമാധാന ശ്രമങ്ങളൊന്നുമുണ്ടായില്ല. അക്രമികളെ പരോക്ഷമായി പ്രോത്സാഹിപ്പിക്കുന്ന പ്രസ്താവനകളിറക്കാനും അദ്ദേഹം മടിച്ചില്ല. ചില ഉന്നത സർക്കാർ ഉദ്യോഗസ്ഥർ പറഞ്ഞത് ഇത്രയും വിഭാഗീയമായ ഗവൺമെന്റിനുവേണ്ടി ജോലി ചെയ്യുന്നതിൽ ലജ്ജ തോന്നുന്നുവെന്നാണ്.

മാർച്ച് 15-ാം തീയതി അയോദ്ധ്യയിൽ രാമക്ഷേത്രം പണിയുന്നതിന്റെ പ്രാരംഭമായി നടന്ന ശിലാപൂജയോടനുബന്ധിച്ചുതന്നെ ഗുജറാത്തിൽ വിശ്വഹിന്ദു പരിഷത്തിന്റെ നേതൃത്വത്തിൽ മുസ്ലിംവിരുദ്ധ നീക്കങ്ങളുടെ തയ്യാറെടുപ്പുകൾ നടന്നുവന്നിരുന്നു. രണ്ടാഴ്ച മുമ്പുണ്ടായ ഗോധ്ര ദുരന്തത്തെ തങ്ങളുടെ മുസ്ലിം ഹഠാവൊ പരിപാടിക്ക് ആക്കം കൂട്ടാൻ ഹിന്ദു തീവ്രവാദികൾ ഉപയോഗപ്പെടുത്തുകയായിരുന്നുവെന്നതിന് വ്യക്തമായ തെളിവുകളുണ്ട്.

പൊലീസിന്റെ സാന്നിദ്ധ്യത്തിലാണ് ലഹളയുടെ ആദ്യഘട്ടത്തിൽ കൊലയും കൊള്ളയും നടന്നതെന്ന് ദൃക്സാക്ഷികൾ പറയുന്നു. മോദി മന്ത്രിസഭയിലെ രണ്ട് അംഗങ്ങളുടെയും, നിരവധി മുനിസിപ്പൽ നേതാക്കളുടെയും സാന്നിദ്ധ്യത്തിലാണ് കൊള്ളയും കൊള്ളിവയ്പും നടന്നതത്രെ. സമാധാനം പുനഃസ്ഥാപിക്കാൻ മോദിഗവൺമെന്റ് ശക്തമായ നടപടികളൊന്നുംതന്നെ എടുക്കുന്നില്ലെന്ന് പരക്കെ അഭിപ്രായമുണ്ട്. പ്രധാനമന്ത്രി വാജ്പേയി ആവശ്യപ്പെട്ടതനുസരിച്ച് മുഖ്യമന്ത്രി മോദിക്ക് 'രാജധർമ്മം' അനുഷ്ഠിക്കാൻ കഴിയുമെന്ന് ഇന്നത്തെ സാഹചര്യത്തിൽ ആരും വിശ്വസിക്കുന്നില്ല. പഞ്ചാബിൽ സിഖ്തീവ്രവാദികളെ അടിച്ചമർത്തിയ കെ പി എസ് ഗിൽ മോദിയുടെ ഉപദേഷ്ടാവായി നിയമിതനായിട്ടുണ്ടല്ലോ. അദ്ദേഹത്തിന്റെ നിയമനത്തെക്കുറിച്ചുള്ള വിവാദങ്ങൾ ഇനിയും കെട്ടടങ്ങിയിട്ടില്ല.

ആശ്വാസത്തിന്റെ അമൃതകിരണങ്ങൾ

പ്രമുഖ ചരിത്രകാരനും സംസ്കൃത സർവ്വകലാശാലാ വൈസ് ചാൻസലറുമായ ഡോ. കെ എൻ പണിക്കരുടെ നേതൃത്വത്തിലുള്ള ഇന്ത്യൻ പീപ്പിൾസ് ട്രൈബ്യൂണൽ വെളിച്ചത്തുകൊണ്ടുവന്നത് തീവ്രവാദികൾ നടത്തിയ കൊടുംക്രൂരതയുടെ കഥകളാണ്.

> ഭരണകൂടത്തിന്റെ സ്പോൺസർഷിപ്പിൽ നടന്നതായിരുന്നു ഗുജറാത്ത് കലാപം. ഇതിന് മുമ്പ് ഇന്ത്യയിലുണ്ടായ എല്ലാ കലാപങ്ങളും പെട്ടെന്നുണ്ടായ ചില പ്രകോപനങ്ങളുടെ അടിസ്ഥാനത്തിൽ നടന്നതായിരുന്നു. പത്തൊൻപതാം നൂറ്റാണ്ടുമുതൽ ഇതായിരുന്നു അവസ്ഥ. പള്ളിക്ക് മുന്നിൽ പാട്ടുപാടി ചെണ്ടകൊട്ടിയെന്നോ അല്ലെങ്കിൽ നിഷിദ്ധമായ മാംസം വിതരണം ചെയ്തെന്നോ ഒക്കെയുള്ള പ്രകോപനങ്ങൾ. ഗോധ്രയിലുണ്ടായത് അത്തരമൊരു പ്രകോപനമാണെന്നും ഗുജറാത്തിലുണ്ടായത് അതിന്റെ പ്രത്യാഘാതമാണെന്നും ബി ജെ പി നേതാക്കളും കേന്ദ്രമന്ത്രിമാരും പറയുന്നുണ്ടെങ്കിലും യാഥാർത്ഥ്യം വ്യത്യസ്തമാണ്. പ്രകോപനത്തിന്റെ മാത്രം പേരിലുണ്ടായ ഒന്നല്ല ഗുജറാത്ത് സംഭവം. വ്യക്തമായ ആസൂത്രണം അതിനുപിന്നിൽ കാണാൻ കഴിയും.

– ഡോ. പണിക്കർ പറയുന്നു. ഇത്തരമൊരു ആസൂത്രിതവും ബോധപൂർവ്വവുമായ ആക്രമണം, കഴിഞ്ഞ പത്തുവർഷമായി ഗുജറാത്തിലെ വ്യാപാര-വ്യവസായ മേഖലകളിൽ മുസ്ലിംസമുദായത്തിനുണ്ടായ നേട്ടങ്ങളുമായി ബന്ധപ്പെട്ടിരിക്കുന്നുവെന്ന് അദ്ദേഹം നിരീക്ഷിക്കുന്നു. മേമൻ, ബോറ വിഭാഗത്തിൽപ്പെട്ട മുസ്ലീങ്ങൾ വ്യാപാര-വ്യവസായരംഗത്ത് വളരെയേറെ മുന്നോട്ടുപോയിട്ടുണ്ട്. പല വൻവ്യവസായങ്ങളും ഇവരുടെ ഉടമസ്ഥതയിലായിട്ടുമുണ്ട്. ബോറ വിഭാഗത്തിൽപ്പെട്ടവർ ബി ജെ പി യുടെ തിരഞ്ഞെടുപ്പ് ഫണ്ടിലേക്ക് വൻതുകകൾ നല്കിയിരുന്നു. അവരിൽ മഹാഭൂരിപക്ഷവും ബി ജെ പി യുടെ വോട്ടർമാരായിരുന്നു എന്നുകൂടി ഓർക്കുക.

> ഞാൻ എയർപോർട്ടിലിറങ്ങി ടൗണിലേക്ക് യാത്രചെയ്യുമ്പോൾ ആദ്യം കണ്ടത് മോത്തി മിനാർ എന്ന ഹോട്ടൽ ചാരമായിക്കിടക്കുന്നതാണ്. ആയിരത്തൊരുനൂറിലേറെ ഹോട്ടലുകൾ ഇത്തരത്തിൽ കത്തിച്ചു. മുസ്ലീംസമുദായത്തിന്റെ ഹോട്ടലുകളാണ് കത്തിച്ചത്. ആയിരത്തിലേറെ ട്രക്കുകൾ തകർത്തു. ഓരോ ബിസിനസ് ഏരിയയിലും മുസ്ലീങ്ങളുടെ കടകൾ തെരഞ്ഞുപിടിച്ച് തകർക്കുകയും കൊള്ളയടിക്കുകയും ചെയ്തു. ഒരു മുസ്ലിം ഷോപ്പിനും മറ്റൊരു മുസ്ലിം ഷോപ്പിനുമിടയിലുള്ള കടകൾ ഹിന്ദുക്കളുടേതാണെങ്കിൽ അവയെ ആക്രമണത്തിൽനിന്ന് ഒഴിവാക്കിയതും കാണാമായിരുന്നു. സ്വർണ്ണവ്യാപാരം പൂർണ്ണമായും ഹിന്ദുക്കളുടെ നിയ

ന്ത്രണത്തിലാണ്. ഈ കടകളൊന്നുംതന്നെ നശിപ്പിക്കുകയോ കൊള്ളയടിക്കുകയോ ചെയ്തിട്ടില്ല.... മുസ്ലിം വ്യാപാരസ്ഥാപനങ്ങളെ തൂത്തെറിയുക എന്നതായിരുന്നു ലക്ഷ്യം.

പീപ്പിൾസ് ട്രൈബ്യൂണൽ ചെയർമാന്റെ നിഗമനം.

അഹമ്മദാബാദിലെ ഒരു മാർക്കറ്റിങ് ഏജൻസി മുസ്ലിം സ്ഥാപനങ്ങളുടെ ഒരു കമ്പ്യൂട്ടർ ലിസ്റ്റ് കുറച്ചുമുമ്പുതന്നെ തയ്യാറാക്കിയിരുന്നുവെന്ന് ട്രൈബ്യൂണൽ കണ്ടെത്തിയത് വ്യക്തമാക്കുന്നതും കലാപത്തിന്റെ ആസൂത്രിത സ്വഭാവം തന്നെ. മൂവായിരത്തഞ്ഞൂറുകോടി രൂപയുടെ നഷ്ടമെങ്കിലും മുസ്ലിം സ്ഥാപനങ്ങൾക്കുണ്ടായതായാണ് ഏകദേശ കണക്ക്. കലാപത്തിനിടയിൽ വി എച്ച് പി ഇറക്കിയ നോട്ടീസിൽ പത്തുനിർദ്ദേശങ്ങൾ അക്കമിട്ടുനിരത്തിയിട്ടുണ്ട്. മുസ്ലീങ്ങൾക്ക് ഹിന്ദുസ്ഥാപനങ്ങളിൽനിന്നൊന്നും കൊടുക്കരുത്, മുസ്ലിം സ്ഥാപനങ്ങളിൽനിന്ന് ഹിന്ദുക്കളൊന്നും വാങ്ങരുത്, മുസ്ലിം നായകനായി വരുന്ന സിനിമകൾ ബഹിഷ്കരിക്കണം, വീടുകൾ മുസ്ലീങ്ങൾക്ക് വാടകയ്ക്കോ വിലയ്ക്കോ കൊടുക്കരുത്, മുസ്ലിം യുവാക്കളെയോ യുവതികളെയോ ഹിന്ദുക്കൾ പ്രേമിക്കരുത്, മുസ്ലിം അദ്ധ്യാപകർക്കു കീഴിൽ പഠനം നടത്തരുത് എന്നിവയൊക്കെയായിരുന്നു ആ 'പത്തു കല്പനകളി'ലുണ്ടായിരുന്നത്.

പലതും കാണേണ്ടിയിരുന്നില്ല... കേൾക്കേണ്ടിയിരുന്നില്ല... ക്രൂരതയുടെ കേട്ടുകേൾവിപോലുമില്ലാത്ത രൂപങ്ങളാണ് അവിടെക്കണ്ടത്. ഗർഭിണിയായ ഒരു സ്ത്രീയുടെ വയർ വെട്ടിപ്പൊളിച്ച് ഗർഭസ്ഥശിശുവിനെ കീറിമുറിച്ച് കലാപകാരികൾ ആനന്ദിച്ച നിമിഷത്തെക്കുറിച്ച് ഞാൻ കേട്ടു.

ഡോ. പണിക്കർ നടുക്കത്തോടും വേദനയോടുംകൂടി പറഞ്ഞു.

സബർമതിയുടെ പടിഞ്ഞാറുഭാഗം പരമദരിദ്രരായ മുസ്ലീങ്ങൾ തിങ്ങിപ്പാർക്കുന്ന പ്രദേശമാണ്. കടുത്ത ആക്രമണമാണ് പതിനയ്യായിരത്തിലേറെ വരുന്ന ഹിന്ദു തീവ്രവാദികൾ അവിടെ അഴിച്ചുവിട്ടത്. അവർ അസംഖ്യം സ്ത്രീകളെ കൂട്ടബലാത്സംഗം ചെയ്തു. അതിൽ പലരെയും കൊന്നു. കൊല്ലപ്പെട്ട മറ്റുള്ളവരുടെ യഥാർത്ഥ കണക്കുകൾ പറയാൻ കൊലയാളികൾക്കുപോലും കഴിയുന്നില്ല. പ്രാദേശിക വി എച്ച് പി നേതാക്കളായിരുന്നു കലാപത്തിന്റെ മുൻനിരയിലെന്ന് ട്രൈബ്യൂണലിന് മൊഴി നല്കിയ പലരും പറഞ്ഞു. ഭക്ഷ്യ-സിവിൽ സപ്ലൈസ് മന്ത്രി ഭരത് ബറോത്, ആഭ്യന്തരമന്ത്രി ഗോർദ്ധാൻ സഫിയ, ധനമന്ത്രി നിതിൻ പട്ടേൽ, ആരോഗ്യമന്ത്രി അശോക്ഭട്ട്, നഗരവികസനമന്ത്രി ഐ കെ ജഡേജ തുടങ്ങിയവർ ലഹളയ്ക്ക് നേതൃത്വം നല്കിയിരുന്നുവെന്ന് റിപ്പോർട്ടുകളുണ്ട്.

ആധുനിക ഉർദുകവിതയുടെ പിതാവെന്ന് വിളിക്കപ്പെടുന്ന, ഏവരും ബഹുമാനിക്കുന്ന, വാലി ഗുജറാത്തിയുടെ ദർഗ ഒരുകൂട്ടം അക്രമികൾ

അടിച്ചുപൊളിച്ചു. ഉസ്താദ് ഫയാസ് അലി ഖാൻ എന്ന സംഗീതജ്ഞന്റെ ശവകുടീരവും നശിപ്പിക്കപ്പെട്ടു. അക്രമികൾ അസംഖ്യം കടകളും വീടുകളും ഹോട്ടലുകളും തുണിമില്ലുകളും കൊള്ളചെയ്യുകയും കൊള്ളിവയ്ക്കുകയും ചെയ്തു. ബസുകളും കാറുകളും ട്രക്കുകളും മറ്റു വാഹനങ്ങളും കത്തിച്ചു. ലക്ഷക്കണക്കിനാളുകൾക്കാണ് ഈ അക്രമത്തിന്റെ ഫലമായി തൊഴിൽ നഷ്ടപ്പെട്ടത്.

കലാപത്തിന് രാവും പകലുമെന്ന വ്യത്യാസമുണ്ടായിരുന്നില്ല. പകൽ വെളിച്ചത്തിൽ കൊലയും കൊള്ളയും ബലാത്സംഗവുമൊക്കെ നിർബ്ബാധം അരങ്ങേറുകയായിരുന്നു. എന്നാൽ, അവിടെ ഉയർന്ന ദീനരോദനങ്ങൾക്കും ആകാശം മുട്ടെ ഉയർന്ന കറുത്ത, കനത്ത, ധൂമപടലങ്ങൾക്കുമിടയ്ക്ക് മാനവസ്നേഹത്തിന്റെയും സാമുദായിക സൗഹാർദ്ദത്തിന്റെയും ചില അമൃതകിരണങ്ങൾ ദർശിക്കാനാവുന്നത് നല്കുന്ന ആശ്വാസം കുറച്ചൊന്നുമല്ല. സുഖ്ഹം നഗറിൽ മുസ്ലീങ്ങൾ തിങ്ങിപ്പാർക്കുന്ന അഹമ്മദ് സൊസൈറ്റി പ്രദേശത്ത് ഏതാനും ചില ഹിന്ദുക്കൾ ഉറക്കമിളച്ച് കാവൽനിന്നാണ് തങ്ങളുടെ മുസ്ലിം സഹോദരങ്ങളെ കൊലയാളികളിൽനിന്ന് രക്ഷിച്ചത്. മുസ്ലീങ്ങളെ ആക്രമിക്കാൻ ആരെങ്കിലും വരുന്നെങ്കിൽ അത് തങ്ങളുടെ ശവത്തിൽ ചവിട്ടിക്കടന്നാവണമെന്ന് അവർ പറഞ്ഞു. 'മുപ്പതിലേറെ വർഷങ്ങളായി ഇവിടെ ഞങ്ങൾ, ഹിന്ദുക്കളും മുസ്ലീങ്ങളും തികഞ്ഞ സൗഹൃദത്തിലാണ്' - അവിടത്തെ അറുപതു കഴിഞ്ഞ ഒരഭിഭാഷകനായ മധുപ്രേം വാർത്താലേഖകരോട് പറഞ്ഞു. ഇതേ വാക്കുകൾ വളരെ മുമ്പുതന്നെ യശഃശരീരനായ സോഷ്യലിസ്റ്റ് ചിന്തകൻ ഡോ. റാംമനോഹർ ലോഹ്യ പറഞ്ഞത് ഓർക്കുന്നു.

ഗുജറാത്ത് കലാപം നേരത്തെ ആസൂത്രണം ചെയ്തതും സംഘടിതവുമാണെന്നും അതിന് സംസ്ഥാന ഗവൺമെന്റിന്റെ പിന്തുണയുണ്ടെന്നും ഇന്ത്യയിലെ ഉയർന്ന ബ്രിട്ടീഷ് നയതന്ത്രജ്ഞർ തയ്യാറാക്കിയ ഒരു റിപ്പോർട്ടിൽ പറഞ്ഞു. വംശീയ ഉന്മൂലനശ്രമമാണ് ഗുജറാത്തിൽ നടക്കുന്നതെന്നും മുഖ്യമന്ത്രിയായി നരേന്ദ്രമോദി അധികാരത്തിൽ തുടരുന്നിടത്തോളം കാലം, ഗുജറാത്തിൽ ഹിന്ദു-മുസ്ലിം അനുരഞ്ജനം അസാദ്ധ്യമാണെന്നും റിപ്പോർട്ട് വ്യക്തമാക്കി. റിപ്പോർട്ടിന്റെ കോപ്പി ലഭിച്ച ബ്രിട്ടീഷ് ബ്രോഡ്കാസ്റ്റിങ് കോർപ്പറേഷ (ബി ബി സി) നാണ് ഇക്കാര്യം പറഞ്ഞത്.

ഗുജറാത്തിലെ സംഭവവികാസങ്ങൾ ഇന്ത്യയുടെ ആഭ്യന്തര കാര്യമാണെന്നും വിദേശരാഷ്ട്രങ്ങൾ അതു സംബന്ധിച്ച് അഭിപ്രായപ്രകടനങ്ങൾ നടത്തുന്നത് അഭിലഷണീയമല്ലെന്നും കേന്ദ്ര ഗവൺമെന്റ് ഈയിടെ പ്രസ്താവിക്കുകയുണ്ടായി. എങ്കിലും ഗുജറാത്തിൽനിന്ന് വിട്ടുനില്ക്കാൻ അമേരിക്കയും ബ്രിട്ടനും കാനഡയും മറ്റും തങ്ങളുടെ പൗരന്മാർക്ക് മുന്നറിയിപ്പ് നല്കിയിട്ടുണ്ട്. ഭാരതത്തിന്റെ ആഭ്യന്തര സുരക്ഷിതത്വത്തിനു കിട്ടിയ ഒരു നല്ല സർട്ടിഫിക്കറ്റല്ല, ഈ മുന്നറിയിപ്പ്. ഗുജറാത്തിലെ സ്ഥിതിഗതികൾ സ്ഫോടനാത്മകമാണെന്നും അവിടെ വീണ്ടും

കലാപങ്ങൾ ആളിപ്പടർന്നേക്കാമെന്നുമാണ് ഈ രാജ്യങ്ങൾ കരുതുന്നത്. ന്യൂസിലാൻഡിനെപ്പോലുള്ള രാജ്യങ്ങളും ഗുജറാത്തിനെ അപകടകരമായ പ്രദേശങ്ങളുടെ പട്ടികയിൽ ഉൾപ്പെടുത്തിയിട്ടുണ്ട്. നേരത്തെ ഗാന്ധിജിയുടെ ജന്മദേശമെന്ന കീർത്തി ഈ സംസ്ഥാനത്തിനുണ്ടായിരുന്നു. അതിനു പുറമെ ഏഷ്യാ വൻകരയിലെ വനരാജന്മാരായ സിംഹങ്ങളുടെ ആവാസകേന്ദ്രമായ ഗീർവനങ്ങൾ നിലനില്ക്കുന്ന സംസ്ഥാനം എന്ന പ്രശസ്തിയും. ഏതായാലും, സിംഹനിരീക്ഷണത്തിന് ഗീർവനങ്ങളുടെ പ്രാന്തപ്രദേശങ്ങളിൽ കറങ്ങുന്നത് വംശീയകലാപങ്ങൾ ചോരപ്പുഴയൊഴുക്കിയ ചെച്ച്നൻ പർവതനിരകളിൽ സഞ്ചരിക്കുന്നതിന് തുല്യമായിരിക്കുമെന്നാണ് വിദേശരാജ്യങ്ങളുടെ നിഗമനം.

മോദിക്കെതിരെയുള്ള കുറ്റപത്രം

ഇന്ത്യയിൽ വി എച്ച് പി ക്ക് ശക്തമായ ജനകീയ അടിത്തറയുള്ള സംസ്ഥാനമാണ് ഗുജറാത്ത്. അയോദ്ധ്യയിലെ സംഭവവികാസങ്ങളും ബി ജെ പി ക്ക് രാജ്യത്തിന്റെ വിവിധ ഭാഗങ്ങളിൽ നേരിട്ട തിരിച്ചടികളും ഗുജറാത്തിലെ വംശീയകലാപം നീണ്ടുപോകുമെന്ന സൂചന നല്കിയിരുന്നതായി രാഷ്ട്രീയനിരീക്ഷകർ വിലയിരുത്തുന്നു. അത് ഹിന്ദുതീവ്രവാദികളുടെ രാഷ്ട്രീയനിലനില്പിന് ആവശ്യമാണ്. സുപ്രീംകോടതി മുൻ ചീഫ് ജസ്റ്റിസ് വർമ്മയുടെ നേതൃത്വത്തിലുള്ള ദേശീയ മനുഷ്യാവകാശ കമീഷൻ ഗുജറാത്തിനെ സംബന്ധിച്ചുള്ള അതിന്റെ റിപ്പോർട്ടിൽ പറഞ്ഞത് ഗോധ്ര ദുരന്തത്തെത്തുടർന്ന് സംസ്ഥാനത്തുണ്ടായേക്കാവുന്ന കലാപങ്ങളെ മുൻകൂട്ടി കാണുന്നതിലും മുൻകരുതൽ നടപടികളെടുക്കുന്നതിലും ഗവൺമെന്റ് ദയനീയമായി പരാജയപ്പെട്ടുവെന്നാണ്. 1971 നും 2002 നുമിടയ്ക്ക് നിരവധി കലാപങ്ങൾ നടന്ന സംസ്ഥാനമാണ് ഗുജറാത്ത്. നാനൂറ്റിനാല്പത്തിമൂന്ന് വൻ അക്രമങ്ങൾ ഈ കാലയളവിൽ ഇവിടെയുണ്ടായിട്ടുണ്ട്. ആ പശ്ചാത്തലത്തിൽ സംസ്ഥാന ഗവൺമെന്റിന് വേണമെങ്കിൽ കലാപം തടയാമായിരുന്നു.

ജനങ്ങൾ തികഞ്ഞ അരക്ഷിതാവസ്ഥയിലാണെന്ന് ജസ്റ്റിസ് വർമ്മ ചൂണ്ടിക്കാട്ടി. ഗോധ്രദുരന്തം ഹീനമായിരുന്നു. അതുപോലെത്തന്നെ ഹീനമാണ് അതേത്തുടർന്ന് സംസ്ഥാനത്തുണ്ടായ രക്തരൂഷിതമായ കലാപം- അദ്ദേഹം പറഞ്ഞു. ജനങ്ങളിൽ ആത്മവിശ്വാസമുണ്ടാക്കാൻ അടിയന്തര നടപടികളാണാവശ്യം. സംസ്ഥാനത്തുള്ള ദുരിതാശ്വാസ ക്യാമ്പുകളുടെ നടത്തിപ്പിനെയും ജസ്റ്റിസ് വർമ്മ നിശിതമായി വിമർശിച്ചു. സംസ്ഥാനത്ത് സാധാരണനില പുനഃസ്ഥാപിക്കാനും സമാധാനവും സൗഹൃദവും പുലരാനും സുരക്ഷിതബോധമുളവാക്കാനും ഭാവനാപൂർണ്ണമായ പ്രവർത്തനങ്ങൾ ആവശ്യമാണ്. എന്നാൽ ഇപ്പോൾ മോദി പറയുന്നത് അഭയാർത്ഥി ക്യാമ്പുകളെല്ലാം ഉടൻ അടച്ചുപൂട്ടണമെന്നാണ്. എല്ലാം നഷ്ടപ്പെട്ട ഒന്നരലക്ഷത്തിലേറെ അഭയാർത്ഥികളുണ്ട് ഗുജറാത്തിൽ.

ഗുജറാത്തിൽ വർഗ്ഗീയലഹള തുടങ്ങി ഒന്നിലേറെ മാസങ്ങൾ

കഴിഞ്ഞ്, ഏപ്രിൽ നാലാം തീയതി, പ്രധാനമന്ത്രി വാജ്പേയി അഹമ്മദാബാദിലെത്തി. ഷാ ആലം ദർഗാ അഭയാർത്ഥിക്യാമ്പിനടുത്തുവച്ച് അദ്ദേഹം ജനങ്ങളെ അഭിസംബോധനചെയ്തു. പിന്നീട് കലാപത്തെ അതിജീവിച്ച പത്തുപേരെ കണ്ടു. പന്ത്രണ്ടു വയസ്സുകാരനായ ജാവേദ് ഹസൻ എന്ന കുട്ടി തന്റെ മാതാപിതാക്കളടക്കം പതിനൊന്നു പേരെ നരോദ് പാട്യയിൽ വച്ച് അക്രമികൾ തീയിട്ടുകൊന്നുവെന്ന് ഒടുങ്ങാത്ത തേങ്ങലിനിടയിൽ പ്രധാനമന്ത്രിയെ ധരിപ്പിച്ചു. "ഞങ്ങളവരോട് കൊല്ലരുതേയെന്ന് യാചിച്ചു. അക്രമികൾ കേട്ടില്ല. അവർ ഓരോരുത്തരെയായി വീട്ടിനകത്തുനിന്ന് പിടിച്ചു പുറത്തിട്ടു. ഡീസലും പെട്രോളുമൊഴിച്ച് എന്റെ കണ്ണിന്റെ മുന്നിലിട്ട് എന്റെ പിതാവിനെയും മാതാവിനെയും സഹോദരങ്ങളെയുമൊക്കെ തീയിട്ടു കൊന്നു...." കൂടുതലൊന്നും ആ ബാലന് പറയാൻ കഴിഞ്ഞില്ല. ഈ ഭയാനകമായ കാഴ്ച, ഈ കുട്ടിയുടെ ചേതനയിലുണ്ടാക്കിയ മുറിവ് എന്നെങ്കിലും ഉണങ്ങുമോ? വളർന്നു വരുമ്പോൾ എന്തായിരിക്കും അവന്റെ മാനസികാവസ്ഥ? നമ്മെ ഉൽക്കണ്ഠപ്പെടുത്തുന്ന ചോദ്യങ്ങളാണിവ.

ഏതായാലും പ്രധാനമന്ത്രി ആ ബാലനെ പുറത്തുതട്ടി ആശ്വസിപ്പിച്ചു. മറ്റുള്ളവരെയും വാജ്പേയി ഇപ്രകാരം തന്നെ സമാധാനപ്പെടുത്താൻ ശ്രമിച്ചു. ഇങ്ങനെ കലാപത്തിന് ഇരയായവരെ ആശ്വസിപ്പിച്ച പ്രധാനമന്ത്രി, ഗോവയിൽ നടന്ന ബി ജെ പി യുടെ ദേശീയ നിർവാഹക സമിതി യോഗത്തിൽ പങ്കെടുക്കാനെത്തിയപ്പോൾ ഒരു പൊതുയോഗത്തിൽ പറഞ്ഞത് ഗുജറാത്ത് കലാപം ഗോധ്രകൂട്ടക്കൊലയുടെ തിരിച്ചടിയാണെന്നാണ്. മുസ്ലീങ്ങളിൽ വലിയൊരു വിഭാഗം അക്രമത്തിന്റെ പാത സ്വീകരിക്കുകയാണെന്നും ഇത് സമാധാനജീവിതത്തിന് ഭീഷണിയാകുന്നുണ്ടെന്നും പ്രധാനമന്ത്രി കുറ്റപ്പെടുത്തി. ഇസ്ലാംമതം സമാധാനമാണ് പ്രഖ്യാപിക്കുന്നത്. എന്നാൽ ഒരു സ്ഥലത്തും മുസ്ലീങ്ങൾ മറ്റുള്ളവരുമായി ഒത്തൊരുമിച്ച് മുഖ്യധാരയിൽ ചേർന്നുപോകാൻ ഇഷ്ടപ്പെടുന്നില്ല. സബർമതി തീവണ്ടി കത്തിച്ച സംഭവം നടന്നിരുന്നില്ലെങ്കിൽ ഗുജറാത്തിൽ കലാപമുണ്ടാകുമായിരുന്നില്ല. ഗോധ്രയ്ക്കുശേഷം ഉണ്ടായത് അപമാനകരംതന്നെയാണ്. എന്നാൽ, മുഖ്യമന്ത്രി മോദിക്കെതിരെ പരാമർശമൊന്നും പ്രധാനമന്ത്രി നടത്തിയില്ല എന്നത് അർത്ഥഗർഭമാണ്. ഹിന്ദുത്വരാഷ്ട്രീയം മുസ്ലീങ്ങളെ ഒറ്റപ്പെടുത്താനും അവരുടെ ഉന്നമനയത്നങ്ങളെ തടസ്സപ്പെടുത്താനും പ്രതിജ്ഞാബദ്ധമാണ്. അവരെ സാമ്പത്തികമായി പാർശ്വവല്ക്കരിക്കാനും ഹിന്ദുത്വവാദികൾക്ക് കഴിഞ്ഞിട്ടുണ്ട്. എന്നിട്ടും, അവർ സമൂഹത്തിന്റെ മുഖ്യധാരയിൽ ചേരാൻ വിസമ്മതിക്കുന്നുവെന്നാണ് ആരോപണം. 'ഇര'യായതിന് 'ഇര'യെ കുറ്റപ്പെടുത്തുന്നതിലും വലിയ വിരോധാഭാസം എന്താണുള്ളത്? സംസ്ഥാന ജനസംഖ്യയുടെ പതിനാലു ശതമാനം വരുന്ന മുസ്ലീങ്ങൾക്ക് ഗവൺമെന്റിലുള്ള വിശ്വാസം പൂർണ്ണമായും നഷ്ടപ്പെട്ടിരിക്കുന്നു. ഗുജറാത്ത് ഒരു ഹിന്ദുത്വ പരീക്ഷണശാലയായാണ് ഇപ്പോൾ വിശേഷിപ്പിക്കപ്പെടുന്നത്. അവിടെ

നടക്കുന്ന പരീക്ഷണങ്ങൾ വിജയിക്കുകയാണെങ്കിൽ രാജ്യവ്യാപകമായി സാംസ്കാരിക ശുദ്ധീകരണം ആരംഭിക്കാമെന്ന് സംഘപരിവാർ കണക്കുകൂട്ടുന്നു. മുഖ്യമന്ത്രി മോദിയാണ് ഈ പൈലറ്റ് പ്രോജക്ടിന്റെ തലവൻ; മുഖ്യകുറ്റവാളിയും അദ്ദേഹംതന്നെ. തനിക്കെതിരെയുള്ള ചാർജുകൾ മോദിക്കുപോലും നിഷേധിക്കാനാവില്ല.

മോദിക്കെതിരെയുള്ള ഒന്നാമത്തെ കുറ്റം സംസ്ഥാനം എരിഞ്ഞമർന്നുകൊണ്ടിരുന്നപ്പോഴും അദ്ദേഹം പട്ടാളത്തെ വിളിച്ചില്ല എന്നതാണ്. പെട്ടെന്ന് ശക്തമായ നടപടികളെടുത്തിരുന്നുവെങ്കിൽ നിരവധിപേരെ മരണത്തിൽനിന്ന് രക്ഷിക്കാമായിരുന്നു. മോദിയുടെ ഭരണകൂടമാകട്ടെ വളരെ പക്ഷപാതപരമായാണ് പെരുമാറിയത്. കലാപം തുടർന്നുകൊണ്ടിരുന്നപ്പോഴും സംസ്ഥാന ഗവൺമെന്റ് ഒരുതരത്തിലുള്ള ദുരിതാശ്വാസ പ്രവർത്തനവും പ്രഖ്യാപിച്ചില്ല എന്നു മാത്രമല്ല, അധികാരികൾ കലാപങ്ങൾക്ക് ആക്കം കൂട്ടുകയുമായിരുന്നു. വളരെ വൈകിയെത്തിയ പ്രധാനമന്ത്രിയുടെ കൂടെയാണ് സംസ്ഥാന മുഖ്യമന്ത്രി ഒരു അഭയാർത്ഥി ക്യാമ്പ് സന്ദർശിക്കാൻ നിർബ്ബന്ധിതനായത്.

കലാപം അടിച്ചമർത്താൻ ആത്മാർത്ഥമായി പ്രവർത്തിച്ച ഉയർന്ന പൊലീസ് ഉദ്യോഗസ്ഥന്മാരെ മോദി നിർജ്ജീവമായ തസ്തികകളിലേക്ക് സ്ഥലം മാറ്റി. കച്ചിലെ പൊലീസ് സൂപ്രണ്ട് വിവേക് ശ്രീവാസ്തവ, ഭവ്നഗറിലെ എസ് പി രാഹുൽശർമ്മ, അഹമ്മദ് സിറ്റിയിലെ ഡി സി പി പ്രവീൺ ഗോണ്ടിയ, ബനസ്കന്ദ എസ് പി ഹിമാൻഷു ഭട്ട്, ഭറൂച്ച് എസ് പി മനോജ് അന്താനെ എന്നിവർ മോദി ശിക്ഷിച്ചവരിൽ ചിലർ മാത്രം. 'മോദി സ്റ്റൈൽ ഓപ്പറേഷൻ' പൊലീസ് ഉദ്യോഗസ്ഥരെ അസംതൃപ്തരാക്കിയിട്ടുണ്ട്. ഇനി എന്ത് അക്രമങ്ങളുണ്ടായാലും തങ്ങൾ തീർത്തും നിഷ്ക്രിയരായിരിക്കുമെന്ന് അവർ പറയുന്നു. ഉന്നത പൊലീസ് തസ്തികകളിൽ സംഘപരിവാറിന്റെ പിണിയാളുകളെ മോദി പ്രതിഷ്ഠിച്ചുകഴിഞ്ഞിട്ടുണ്ട്.

ഗുജറാത്തിൽ നടന്ന ദുരന്തത്തെ രാഷ്ട്രീയനേട്ടങ്ങൾക്കുപയോഗിക്കാനാണ് മോദി ശ്രമിച്ചത്. 2003 മാർച്ചിൽ അവസാനിക്കേണ്ട സംസ്ഥാനമന്ത്രിസഭയുടെ കാലാവധി നേരത്തെ അവസാനിപ്പിച്ച് പൊതു തിരഞ്ഞെടുപ്പ് നടത്തുകയാണ് അദ്ദേഹത്തിന്റെ ഉദ്ദേശ്യം. ഹിന്ദുവികാരങ്ങൾ ആളിക്കത്തിച്ച് വൻഭൂരിപക്ഷത്തോടെ വീണ്ടും അധികാരത്തിലെത്താമെന്ന് അദ്ദേഹം കണക്കുകൂട്ടുന്നു. ഇത് ഗുജറാത്തിൽ മാത്രമല്ല, ദേശവ്യാപകമായിത്തന്നെ ബി ജെ പി ക്ക് വൻനേട്ടങ്ങളുണ്ടാക്കുമെന്നാണ് പാർട്ടിയുടെ കണക്കുകൂട്ടൽ.

താൻ ഗുജറാത്ത് മുഖ്യമന്ത്രിയാണെന്ന കാര്യം മോദി പൂർണ്ണമായും വിസ്മരിച്ചു. മാത്രവുമല്ല 'ഹിന്ദുത്വ പ്രചാരക'നായാണ് അദ്ദേഹം പ്രവർത്തിച്ചതും ഇപ്പോൾ പ്രവർത്തിക്കുന്നതും. ഗോധ്രദുരന്തത്തിനുശേഷമുണ്ടായ വർഗ്ഗീയകലാപങ്ങൾ ഒരു പ്രവർത്തനത്തിന്റെ സ്വാഭാവികമായ പ്രതിപ്രവർത്തനം മാത്രമാണെന്ന് മുഖ്യമന്ത്രി പറഞ്ഞു. 'ഇതാ ഒരു അഭി

നവ ഐസക് ന്യൂട്ടൺ!' എന്നാണ് ദേശീയമാധ്യമങ്ങൾ മോദിയെ വിശേഷിപ്പിച്ചത്. എഴുപത്തിരണ്ടു മണിക്കൂറിനുള്ളിൽ താൻ സംസ്ഥാനത്തിലെ വർഗ്ഗീയലഹള അമർത്തിയെന്ന് മോദി അവകാശപ്പെട്ടു. എന്നിട്ടും വാർത്തകളിൽ കലാപം നിറഞ്ഞുനിന്നത് ലോക്സഭാ സമ്മേളനം നടക്കുന്നതുകൊണ്ടായിരുന്നു എന്നായിരുന്നു മുഖ്യമന്ത്രിയുടെ വിചിത്രഭാഷ്യം. ലോകസഭാംഗങ്ങൾ വർഗ്ഗീയ ലഹളയെക്കുറിച്ച് നിരന്തരം ചോദ്യങ്ങൾ ചോദിച്ചതുകാരണം മാധ്യമപ്രവർത്തകർ അവയൊക്കെ വാർത്തകളാക്കുകയാണെന്ന് സാരം. ഇങ്ങനെയൊക്കെയാണ് മോദി എന്ന പുതിയ നീറോ ഗുജറാത്ത് കത്തിയെരിയുമ്പോൾ വീണ വായിച്ചത്!

ഗുജറാത്ത് കൂട്ടക്കൊലയ്ക്കുശേഷം ബാംഗ്ലൂരിൽ നടന്ന ആർ എസ് എസ് സമ്മേളനത്തിൽ ഉയർന്ന ആഹ്വാനം മുസ്ലീങ്ങൾ ഭൂരിപക്ഷ സമുദായക്കാരുടെ പിന്തുണയും സൗമനസ്യവും നേടാൻ പ്രയത്നിക്കണമെന്നായിരുന്നു. എന്താണ് ഈ ആഹ്വാനത്തിന്റെ കാതൽ? അത് ജനാധിപത്യത്തിന് അനുഗുണമായതാണോ? അതോ ഫാസിസത്തിന്റെ വൃത്തികെട്ട മുഖമാണോ ആ ആഹ്വാനത്തിൽ പ്രതിഫലിക്കുന്നത്? ഉത്തരം വളരെ ലളിതമാണ്.

ഗോവാസമ്മേളനത്തിൽ വച്ച് മോദി നാടകീയമായി രാജിവയ്ക്കാനൊരുങ്ങി. 'അരുതേ, അരുതേ' എന്ന് പാർട്ടി നേതാക്കൾ 'മഹാനായ' ആ മുഖ്യമന്ത്രിയെ 'കടുംകൈ'യിൽനിന്ന് സർവ്വശക്തിയുമുപയോഗിച്ച് തടയുകയായിരുന്നു. അടുത്തയിടെ മോദി നടത്തിയ പ്രസംഗത്തിൽ, ഗുജറാത്ത് സംഭവങ്ങളെ അദ്ദേഹം ഉപമിച്ചത് ഗാന്ധിജിയുടെ ദണ്ഡിയാത്രയോടായിരുന്നു. രണ്ടും സ്വാതന്ത്ര്യപ്രസ്ഥാനത്തിലെ അവിസ്മരണീയ സംഭവങ്ങളാണെന്നായിരുന്നു മോദിയുടെ ഭാഷ്യം. ദണ്ഡിയാത്രയിപ്പോൾ കാർഗിൽ എന്ന ബഹുരാഷ്ട്ര കുത്തകയുടെയും (ദണ്ഡി ഉപ്പ്) ഹിന്ദുത്വവാദികളുടെയും പ്രചാരണോപാധിയായിരിക്കുകയാണ്! ഇതിലും കൊടിയൊരു കളങ്കം മഹാത്മാവിന്റെ ദണ്ഡിയാത്രയ്ക്ക് വരാനില്ലല്ലോ.

പ്രശസ്ത എഴുത്തുകാരിയും ബുക്കർപ്രൈസ് ജേതാവുമായ അരുന്ധതിറോയ് പറയുന്നു:

> രണ്ടാം ലോകമഹായുദ്ധത്തിനു മുമ്പുള്ള ജർമ്മനിക്കും ഇപ്പോഴത്തെ ഇന്ത്യക്കും തമ്മിൽ പൊതുവായി പലതുമുണ്ട്. ജർമ്മനിയെപ്പോലെ ഇന്ത്യയിൽ ഒരു ഹിറ്റ്ലറില്ലെങ്കിലും, ആർ എസ് എസിന് ജന്മം നല്കിയവർ ഹിറ്റ്ലറുടെയും അദ്ദേഹത്തിന്റെ പ്രവർത്തന പരിപാടികളുടെയും ആരാധകരായിരുന്നു. സംഘപരിവാർ അതിന്റെ തുല്യപ്രാധാന്യമുള്ള ഘടകങ്ങളായ ബി ജെ പി, ആർ എസ് എസ്, വി എച്ച് പി, ബജ്റംഗ്ദൾ എന്നിവയെ ഉപയോഗിച്ച് ജർമ്മൻ ഏകാധിപതിയെക്കാൾ വൈദഗ്ദ്ധ്യത്തോടെ ഒരു വംശത്തെ നശിപ്പിക്കുന്ന പ്രക്രിയ ആരംഭിച്ചുകഴിഞ്ഞു. സംഘപരിവാറിന് ഓരോ കൃത്യനിർവ്വഹണത്തിനും ഏറ്റവും അനുയോജ്യനായ ആളുണ്ട്. ആഭ്യന്തര കാര്യത്തിന് യാതൊരു ഒത്തുതീർപ്പിനും

> സന്നദ്ധനാകാത്ത ഒരു കടുംപിടിത്തക്കാരൻ, വിദേശകാര്യത്തിന് പരിഷ്കൃതനെന്ന് തോന്നിക്കുന്ന ഒരാൾ, ടി വി യിലെ വാക് തർക്കങ്ങൾ കൈകാര്യം ചെയ്യാൻ നന്നായി ഇംഗ്ലീഷ് സംസാരിക്കുന്ന ഒരു അഭിഭാഷകൻ, മുഖ്യമന്ത്രിയായി എന്തിനും മടിയില്ലാത്ത ഒരു വ്യക്തി, നരഹത്യ നടത്താൻ ബജ്റംഗ്ദൾ, വി എച്ച് പി പ്രവർത്തകരുടെ സുശിക്ഷിതമായ ഒരു വൻപട - കർമ്മനിരതമായ സംഘപരിവാർ ടീമിന്റെ ഒരേകദേശ ചിത്രമാണിത്. തീർന്നില്ല, പ്രതിരോധ കാര്യത്തിന്റെ ചുമതലക്കാരനായി ഒരു മുൻ സോഷ്യലിസ്റ്റുമുണ്ട്. യുദ്ധം, പ്രകൃതി വിപത്ത്, നരഹത്യകൾ എന്നിവമൂലമുണ്ടാകുന്ന കുഴപ്പത്തെ ലഘൂകരിക്കാൻ ബന്ധപ്പെട്ട കേന്ദ്രങ്ങളിലേക്ക് 'ട്രബിൾ ഷൂട്ടറായി' അദ്ദേഹമാണ് നിയോഗിക്കപ്പെടുന്നത്.

ഒരുകാലത്ത് ഇപ്പോഴത്തെ പ്രതിരോധമന്ത്രി ജോർജ് ഫെർണാണ്ടസിന്റെ കൂടെ ഞാൻ പ്രവർത്തിച്ചിട്ടുണ്ട്. ഞാൻ സ്നേഹിക്കുകയും ആദരിക്കുകയുംചെയ്ത ആളായിരുന്നു ജോർജ്. ഇന്ദിരാഗാന്ധി പ്രഖ്യാപിച്ച അടിയന്തരാവസ്ഥയെ എതിരിടാൻ എനിക്ക് പ്രചോദനം തന്നവരിലൊരാൾ അദ്ദേഹമായിരുന്നു. ആ സോഷ്യലിസ്റ്റ് നേതാവിന്റെ പതനം, മോദിയുടെ കൂടെ അല്പംപോലും ഉദ്ദേശശുദ്ധിയില്ലാത്ത ഗുജറാത്തിലെ സമാധാനമാർച്ചോടുകൂടി, പൂർത്തിയായിരിക്കുന്നു. ആ പഴയ സോഷ്യലിസ്റ്റ് നേതാവ് ഇന്നില്ല. ഇന്നുള്ളത് അദ്ദേഹത്തിന്റെ നിഴൽപോലുമല്ല. പാർലമെന്റിൽ ഗുജറാത്ത് പ്രശ്നം ഗൗരവമായി ചർച്ച ചെയ്തുകൊണ്ടിരുന്നപ്പോൾ ജോർജ് ഫെർണ്ണാണ്ടസിന്റെ ആവലാതി പ്രതിപക്ഷ നേതാവ് സോണിയാഗാന്ധി ച്യൂയിങ്ഗം ചവയ്ക്കുന്നു എന്നായിരുന്നു. അതാണ് അദ്ദേഹത്തെ പ്രകോപിതനാക്കിയത്!

അന്ത്യപ്രശ്നപരിഹാരത്തിന് വി എച്ച് പി, ലക്ഷോപലക്ഷം പ്രവർത്തകരെ അണിനിരത്തുകയും അവർക്ക് പരിശീലനം നല്കുകയും ചെയ്തുകൊണ്ടിരിക്കുമ്പോൾത്തന്നെ എല്ലാ പൗരന്മാർക്കും യാതൊരുവിധ മതപരിഗണനയുമില്ലാതെ പൂർണ്ണ സംരക്ഷണം നല്കുമെന്ന് പ്രധാനമന്ത്രി ഉറപ്പുനല്കുന്നു. വിപരീതദിശയിലുള്ള പ്രവർത്തനങ്ങളും അഭിപ്രായങ്ങളും ഒരേസമയം ഭരണകക്ഷികളുടെ ഭാഗത്തുനിന്നുണ്ടാകുന്നു. നല്ല മെയ്വഴക്കമുള്ള കായികാഭ്യാസികളെപ്പോലെയാണ് ബി ജെ പി ഭരണാധികാരികൾ പ്രകടനങ്ങൾ നടത്തുന്നത്. ഭരണത്തിൽ തുടരാനും തങ്ങളുടെ ദീർഘകാല അജൻഡ നടപ്പിൽവരുത്താനും ഈ മലക്കം മറിച്ചിലുകൾ ആവശ്യമാണെന്ന് അവർക്കറിയാം.

ഗുജറാത്തിൽ നടന്ന കൂട്ടക്കുരുതിയേക്കാൾ ഭയാനകമാണ് കലാപകാരികൾ നല്കുന്ന 'ഇതു വെറും തുടക്കം' എന്ന മുന്നറിയിപ്പ്. ഇതു തുടക്കമെങ്കിൽ അതിന്റെ തുടർച്ചയും ഒടുക്കവുമെന്തെന്നുള്ള ചിന്തപോലും ഭീതിയുണ്ടാക്കുന്നു. അരുന്ധതി റോയി തുടരുന്നു:

വാഗ്ദത്തം ചെയ്യപ്പെട്ട ഹിന്ദുരാഷ്ട്രം ഇതായിരുന്നുവോ? മുസ്ലീങ്ങളെ ഒതുക്കിക്കഴിഞ്ഞാൽ ഭാരതത്തിലുടനീളം പാലും കൊക്കൊകോ ളയുമൊഴുകുമോ? രാമക്ഷേത്രം പണിതുകഴിഞ്ഞാൽ ഏവർക്കും ആവശ്യത്തിനുള്ള വസ്ത്രം ലഭിക്കുമോ? ഭക്ഷണം ലഭിക്കുമോ, ഓരോ കണ്ണിൽനിന്നും കണ്ണീർത്തുള്ളികൾ ഒപ്പിയെടുക്കപ്പെടുമോ? അടുത്ത വർഷം, ഇപ്പോൾ നടന്നതിന്റെ വാർഷികം ആഘോഷി ക്കപ്പെടുമോ? അതോ, അതിനിടെ വെറുക്കപ്പെടേണ്ട മറ്റൊരു കൂ ട്ടത്തെ കണ്ടെത്തുമോ? ആദിവാസികൾ, ബുദ്ധമതക്കാർ, ക്രിസ് ത്യാനികൾ, ദളിതർ, പാഴ്സികൾ, സിഖുകാർ? അല്ലെങ്കിൽ ജീൻസ് ധരിക്കുന്നവർ, ഇംഗ്ലീഷ് സംസാരിക്കുന്നവർ? അതുമല്ലെങ്കിൽ ത ടിച്ച അധരങ്ങളുള്ളവർ, ചുരുണ്ട മുടിയുള്ളവർ? നമുക്കേറെ കാ ത്തിരിക്കേണ്ടിവരില്ല. അത് തുടങ്ങിക്കഴിഞ്ഞു. ഇപ്പോൾ നടപ്പിലി രിക്കുന്ന (പീഡന) ക്രമങ്ങൾ പിന്തുടരപ്പെടുമോ? ജനങ്ങളുടെ തല വെട്ടിക്കളയുമോ? അവരെ കഷണം കഷണമാക്കി നുറുക്കുമോ? ആ അവശിഷ്ടങ്ങളിൽ അക്രമികൾ മൂത്രമൊഴിക്കുമോ? ഗർഭി ണികളുടെ വയർ പിളർന്ന് ഭ്രൂണത്തെ വലിച്ചെടുത്ത് ഇനിയും വെട്ടിനുറുക്കുമോ? ഇത്തരം അധമസംസ്കാരങ്ങളില്ലാത്ത ഇന്ത്യ യെക്കുറിച്ച് ഊഹിക്കാൻ കഴിയില്ലെന്നതാണ് അവസ്ഥ. ഇന്ത്യ ഒരു ശവകുടീരമാകാൻ പോകുന്നു... ഒരു ശവദാഹപ്പുരയെപ്പോലെ അസ്സഹനീയ ഗന്ധം ചുരത്താൻ പോകുന്നു.

വാഷിങ്ടണിലെ 'ഹോളോകാസ്റ്റ് മ്യൂസിയ'ത്തിൽ ഒരു ട്രെയിൻ കംപാർട്ടുമെന്റുണ്ട്. അതിലായിരുന്നു ആയിരക്കണക്കിന് ജൂതന്മാരെ ഗ്യാസ് ചേംബറിലേക്ക് കൊണ്ടുപോയിരുന്നത്. ആ കംപാർട്ടുമെന്റിൽ കയറി കുറച്ചുനേരമിരുന്നാൽ കൺമുന്നിൽ തെളിയുക മരണത്തിലേക്ക് തള്ളിവിടപ്പെട്ടവരുടെ ദീനരോദനങ്ങളും അന്ത്യവെപ്രാളവുമാണ്. രണ്ടാം ലോകമഹായുദ്ധകാലത്ത് ഹിറ്റ്ലർ നടത്തിയ വംശീയക്കുരുതിയുടെ ഭീതിദദൃശ്യങ്ങൾ. ലിയോൺ യൂറിസിന്റെ *എക്സോഡസ്* എന്ന നോവ ലിലും തോമസ് കെന്യല്ലിയുടെ *ഷിൻഡ്ലേഴ്സ് ലിസ്റ്റിലും* വിവരിക്ക പ്പെട്ടിട്ടുള്ളത് വംശീയദുരന്തത്തിന്റെ ദൈന്യതകൾതന്നെ. ചരിത്രം ആ വർത്തിച്ചുകൊണ്ടേയിരിക്കുന്നു.

ഗുജറാത്തിൽ നടന്ന കൂട്ടക്കൊലയിൽ തീവ്രവാദികളല്ലാത്ത ഹിന്ദു ക്കളെല്ലാം ദുഃഖിതരാണ്. 'ഗരാവി ഗുജറാത്തി' എന്നാണ് ഗുജറാത്തി കൾ പണ്ട് സ്വയം വിശേഷിപ്പിച്ചിരുന്നത് - അർത്ഥം 'അഭിമാനിയായ ഗുജറാത്തി' എന്ന്. പത്തൊമ്പതാം ശതകത്തിൽ ഗുജറാത്തിൽ ജീവിച്ച മഹാനായൊരു കവിയും സാമൂഹിക ചരിത്രകാരനുമായിരുന്ന നർമദാ ശങ്കർ ലാൽശങ്കർ *ജയ്ജയ് ഗരാവി ഗുജറാത്ത്* എന്നൊരു മനോഹര മായ കവിത തന്റെ ദേശത്തെക്കുറിച്ച് രചിച്ചിട്ടുണ്ട്. ഗുജറാത്ത് ആർ ക്കെല്ലാം അവകാശപ്പെട്ടതാണെന്ന ചോദ്യത്തിന് കവിയുടെ ഉത്തരം,

ജാതി-മത-സമുദായ ഭേദമെന്യേ ഗുജറാത്തി ഭാഷ സംസാരിക്കുന്ന ഒരോരുത്തരുടേതുമാണ് ആ ധന്യദേശമെന്നായിരുന്നു.

ജൈനദർശനമനുസരിച്ച് സാർവ്വലൗകിക സ്നേഹത്തിലും ക്ഷമയിലും അദ്ദേഹം വിശ്വസിച്ചു. ഗാന്ധിജി തന്റെ ദർശനത്തിനും അഹിംസാസിദ്ധാന്തത്തിനും അടിത്തറ പാകിയത് നർമദാശങ്കറിൽനിന്നു പ്രചോദനം ഉൾക്കൊണ്ടുകൊണ്ടായിരുന്നു. ഇന്ന് നർമദാശങ്കറിന്റെയും ഗാന്ധിയുടെയും നാട്ടിൽ നരമേധം നടക്കുകയാണ്. പന്ത്രണ്ടു വയസ്സിനും പതിനഞ്ചു വയസ്സിനുമിടയ്ക്കുള്ള ആൺകുട്ടികൾപോലും കൊലപാതകികളും ബലാത്സംഗക്കാരുമാകുന്ന അവസ്ഥ അതിഭീകരംതന്നെ. അതുകേട്ടാണ് എഴുത്തുകാരനായ രുചിർ ജോഷി ഒരുകാലത്ത് കൊൽക്കത്തയിൽ വളർന്നത്. തന്റെ ജന്മദേശത്തെക്കുറിച്ച് കേട്ടും അറിഞ്ഞും അനുഭവിച്ചും ജോഷി തന്റെ ബാല്യത്തിൽനിന്ന് യൗവനത്തിലെത്തി. ഇപ്പോഴദ്ദേഹം ജീവിക്കുന്നത് ആസ്ത്രേലിയയിലാണ്. അഡലൈഡിലും സിഡ്നിയിലും അലഞ്ഞുതിരിയുമ്പോൾ ഇപ്പോഴും 'ഗരാവി ഗുജറാത്തി' എന്ന പദങ്ങളുടെ മാറ്റൊലി ജോഷി കേൾക്കുന്നു. അദ്ദേഹം ചുറ്റും നോക്കുന്നു - ഇല്ല, ആരും തന്നെ ഗുജറാത്തിയെന്നു തിരിച്ചറിയുന്നില്ല. തവിട്ടുതൊലിയുള്ള ഒരു പാകിസ്ഥാനി അല്ലെങ്കിൽ ഒരു ശ്രീലങ്കക്കാരൻ അതുമല്ലെങ്കിൽ ഒരു ദക്ഷിണേന്ത്യക്കാരൻ. ഭാഗ്യം, 'കൊലയാളി ഗുജറാത്തി'കളിലൊരാളാണ് താനെന്ന് ഒരു ആസ്ത്രേലിയക്കാരനും തിരിച്ചറിയുന്നില്ലല്ലോ - ജോഷിക്ക് അനല്പമായ ആശ്വാസം. ഗുജറാത്തിൽ 'കലിയുഗം' പിറന്നുവെന്നു പറയുമ്പോൾ, അതിനേക്കാളൊക്കെ ഭീകരമായൊരു കാലഘട്ടത്തിലാണ് ഇന്ന് ഗുജറാത്തെന്ന് ജോഷി പ്രതികരിക്കുന്നു. കഴിഞ്ഞ വർഷം ആയിരങ്ങളുടെ ജീവനൊടുക്കിയ ഭൂചലനത്തെക്കാൾ ഭീകരമായ അവസ്ഥയാണിന്ന് സംജാതമായിട്ടുള്ളത്. സമൂഹത്തിന്റെ മാറാണിപ്പോൾ പിളർന്നുമാറിയിരിക്കുന്നത്. സസ്യഭുക്കുകൾ മനുഷ്യമാംസം തിന്നുന്നവരായി മാറിയിരിക്കുന്നു. 'അംബമാത'യുടെ ഭക്തർ പെൺകുട്ടികളെ കൂട്ടബലാത്സംഗത്തിനിരയാക്കുന്നു..., ഗുജറാത്തിന്റെ വർത്തമാനകാലം വിരചിക്കുകയാണ് ജോഷി.

ഇപ്പോൾ ഗുജറാത്തിൽ നടക്കുന്ന കലാപങ്ങൾക്ക് പ്രധാനമായും രണ്ട് ലക്ഷ്യങ്ങളാണുള്ളത്. സംസ്ഥാനത്തെ മുസ്ലീങ്ങളെ ഇനിയൊരിക്കലും ഉയർന്നുവരാത്ത വണ്ണം സർവ്വശക്തിയുമുപയോഗിച്ച് ആക്രമിക്കുക; അങ്ങനെയവരെ മാനസികമായും ശാരീരികമായും തകർക്കുക - ഇതാണ് ഒന്നാമത്തെ ലക്ഷ്യം. സംസ്ഥാനത്ത് ഹിന്ദുത്വവാദികളുടെ ശക്തികളുടെ സ്ഥാനം ഒരിക്കലുമിളകാത്ത നിലയ്ക്ക് ഉറപ്പിക്കുക എന്നത് രണ്ടാമത്തെ ലക്ഷ്യവും. ഗുജറാത്തിൽ ഇന്ന് സമാധാനമാണ് ഏറ്റവും വലിയ ശത്രു.

അഭയാർത്ഥിക്യാമ്പുകളിൽ കഴിയുന്ന മുസ്ലീങ്ങൾ സ്വഭവനങ്ങളിലേക്ക് മടങ്ങുന്നതിനെക്കുറിച്ച് സ്വപ്നംപോലും കാണാനാവാത്ത അവസ്ഥയിലാണ്. സംഘപരിവാർ, മടങ്ങിവരാനുദ്ദേശിക്കുന്ന അഭയാർത്ഥി

കൾക്കു മുന്നിൽ കടുത്ത വ്യവസ്ഥകളാണ് നിരത്തുന്നത്. ഹിന്ദുക്കളുടെ സൗമനസ്യം നേടാൻ ശ്രമിക്കണം, മതം മാറണം, താടി എടുത്തുകളയണം, അവരുടെ കാറുകളും മറ്റും ഹിന്ദുക്കൾക്ക് നിർബ്ബാധം ഉപയോഗിക്കാൻ വിട്ടുകൊടുക്കണം, ഹിന്ദുക്കളുടെ ചടങ്ങുകളിൽനിന്ന് വിട്ടുനില്ക്കണം തുടങ്ങിയവ നിബന്ധനകളുടെ ഏതാനും ഉദാഹരണങ്ങൾ മാത്രം. ഹിന്ദുത്വവാദികൾക്കെതിരെയുള്ള ബലാത്സംഗക്കേസുകളും കൊലക്കേസുകളും പിൻവലിക്കണമെന്നതും അവരുടെ ആവശ്യങ്ങളിൽ ഒന്നാണ്.

സുപ്രീംകോടതി മുൻ ചീഫ് ജസ്റ്റിസ് എ എം അഹ്മദി പറയുന്നു:

> ഗുജറാത്ത് എന്റെ സംസ്ഥാനമാണ്. ഞാനിവിടെയാണ് ജനിച്ചതും വളർന്നതും. ഞാൻ ഉന്നതവിദ്യാഭ്യാസം നേടിയതും അഭിഭാഷകനായി ജോലിതുടങ്ങിയതും ഇവിടെ വച്ചാണ്. 'നിയമം പുലരുന്ന നാട്' എന്ന് ഗുജറാത്തിനെക്കുറിച്ച് ഞാൻ അഭിമാനം കൊള്ളുമായിരുന്നു. എന്താണ് എന്റെ സംസ്ഥാനത്തിന് സംഭവിച്ചത്? വർഷങ്ങളായി തുടർന്നുവരുന്ന രാഷ്ട്രീയ വിഭാഗീയതയുടെ ഇരയാവുകയായിരുന്നു ഗുജറാത്ത്. തങ്ങളുടെ ഹിന്ദുസഹോദരങ്ങളോടൊപ്പം സമൂഹത്തിന്റെ മുഖ്യധാരയിൽ ചേരാൻ വെമ്പിയ മുസ്ലീങ്ങളായിരുന്നു അക്രമികളുടെ മുഖ്യലക്ഷ്യം. വീടും വ്യാപാര സ്ഥാപനങ്ങളും നഷ്ടപ്പെട്ട അവർക്കിനി അവശേഷിക്കുന്നത് ചേരികളിലെ ജീവിതം മാത്രം.
>
> ഭൂരിപക്ഷത്തിന്റെ ഭീഷണിയും ശക്തിയും പ്രശ്നങ്ങൾക്കുള്ള പരിഹാരമല്ല. ഇരുവിഭാഗങ്ങളും പരസ്പരം സ്നേഹിക്കുകയും ബഹുമാനിക്കുകയും ചെയ്യുകമാത്രമാണ് ഏകപരിഹാരം. വെറുപ്പിലും ശത്രുതയിലും ഊന്നിനിന്നുകൊണ്ടുള്ള പ്രവർത്തനം നമുക്ക് അവസാനിപ്പിക്കാം. സാമുദായിക സൗഹാർദ്ദത്തിനായി നമുക്ക് ശ്രമിക്കാം. നമുക്ക് പരസ്പരവിശ്വാസം പുനഃസ്ഥാപിക്കാൻ ആത്മാർത്ഥമായി യത്നിക്കാം.

ഈ പശ്ചാത്തലത്തിൽ അരുന്ധതി റോയിയുടെ വിലയിരുത്തൽ ശ്രദ്ധേയമാണ്.

> ഇന്ത്യയിലെ പ്രശ്നങ്ങൾ പരിഹരിക്കാൻ ശിവസേനാ നേതാവ് ബാൽ താക്കറെ ഒരു ആഭ്യന്തരയുദ്ധത്തിന് ആഹ്വാനം ചെയ്തിരിക്കയാണ്. അത്തരമൊരു യുദ്ധമുണ്ടായാൽ പാകിസ്ഥാൻ നമ്മെ ബോംബ് ചെയ്യേണ്ടതുണ്ടാവില്ല; നാം തന്നെ നമുക്കെതിരെ ബോംബാക്രമണം നടത്തിയിരിക്കും. ഭാരതം മൊത്തത്തിൽ ഒരു കശ്മീരോ ബോസ്നിയയോ പലസ്തീനോ റുവാണ്ടയോ ആയി മാറും. നമുക്ക് പരസ്പരം ആക്രമിക്കാനും കൊലചെയ്യാനും വിലപിടിപ്പുള്ള ആയുധങ്ങൾ വാങ്ങിക്കൂട്ടാം. നാം ചിന്തുന്ന ചോരയിൽ ബ്രിട്ടീഷ് - അമേരിക്കൻ ആയുധനിർമ്മാതാക്കൾ തടിച്ചുകൊഴു

> ക്കട്ടെ... കാര്യങ്ങൾ നന്നായി നടക്കുന്നുവെങ്കിൽ, ഇന്ത്യ അഫ്ഗാനിസ്ഥാനെപ്പോലെയായിത്തീരും. നമ്മുടെ കൃഷിഭൂമിയെല്ലാം മൈൻ ചെയ്യപ്പെട്ടാൽ, കെട്ടിടങ്ങൾ തകർക്കപ്പെട്ടാൽ, ഉല്പാദന അടിത്തറ നശിപ്പിക്കപ്പെട്ടാൽ, നമ്മുടെ കുഞ്ഞുങ്ങൾ ശാരീരികമായും മാനസികമായും തകർക്കപ്പെട്ടാൽ, നാം സ്വയം ഉല്പാദിപ്പിച്ച വെറുപ്പിൽ നാം ഏറക്കുറെ തുടച്ചുമാറ്റപ്പെട്ടാൽ, നമുക്ക് വിമാനങ്ങളിൽ ഭക്ഷണപ്പൊതികൾ എറിഞ്ഞുതരാൻ അമേരിക്കയോട് ആവശ്യപ്പെടാം.

ഭാരതത്തിന്റെ സാംസ്കാരിക പൈതൃകത്തിൽ അഭിമാനം കൊള്ളുന്ന രുചിർ ജോഷി, ഇന്നത്തെ അവസ്ഥയിൽ ദുഃഖിതനാണ്. അദ്ദേഹം പറയുന്നു:

> ഇനിയും എങ്ങനെയാണ് ഗുജറാത്തികൾക്ക് മുമ്പത്തെപ്പോലെ ജീവിക്കാനാവുക? ക്ഷേത്രങ്ങൾക്കും പള്ളികൾക്കും മുമ്പിൽ കാർ നിർത്തി പ്രാർത്ഥിക്കാനാവുക? കുട്ടികളുടെ മേൽ പെട്രോളൊഴിച്ച് അവരെ കത്തിച്ചുകൊല്ലാൻ ഏത് ദൈവമാണവർക്ക് അനുവാദം കൊടുത്തിട്ടുള്ളത്? *ഉപനിഷ*ത്തിലെയും *രാമായണ*ത്തിലെയും *മഹാഭാരത*ത്തിലെയും ഏതു ഭാഗമാണ് കൊലയും കൊള്ളയും ന്യായീകരിക്കുന്നത്? സീതയോ ദ്രൗപദിയോ സ്ത്രീകളെ കുത്തിക്കൊല്ലുന്നതിനുമുമ്പ് ബലാത്സംഗം ചെയ്യാൻ അനുശാസിക്കുന്നുണ്ടോ? നിരപരാധികളായവരെ കൊല്ലുന്നതിനു നേതൃത്വം നല്കാൻ പൊലീസുകാർക്ക് തുണയാവുന്നത് ഏത് നീതിശാസ്ത്രമാണ്, ഏത് ധർമ്മമാണ്? ഇതൊക്കെ ഓർക്കുമ്പോൾ ഒരുകാര്യം എനിക്ക് വ്യക്തമാവുന്നു. ഗുജറാത്തിലെ അക്രമികൾ അസ്സൽ നിരീശ്വരരാണ്. അല്ലാഹു തീവണ്ടി കത്തിക്കാൻ ഒരിക്കലും ആവശ്യപ്പെടില്ല. കർമ്മത്തിലും പുനർജ്ജന്മത്തിലും വിശ്വസിക്കുന്നവർക്ക് ഒരു ഗർഭിണിയുടെ വയറുകീറി കുഞ്ഞിനെ പുറത്തെടുത്ത് അതിനെ അരിഞ്ഞുകളയാനാവില്ല. അവർ സ്വയം ഹിന്ദുക്കളെന്നോ മുസൽമാന്മാരെന്നോ വിശേഷിപ്പിക്കട്ടെ, അവർ കടുത്ത ദൈവനിന്ദകരാണ്. ദൈവത്തെ കുടിലകൃത്യങ്ങൾ നടത്താനുള്ള മറയാക്കുകയാണവർ.

ഗുജറാത്ത് കലാപം ആരംഭിച്ച ഒന്നാം നാൾമുതൽതന്നെ മനുഷ്യനെ പെട്രോളോ മണ്ണെണ്ണയോ ഒഴിച്ച്, അല്ലെങ്കിൽ എരിയുന്ന തീക്കുണ്ഡത്തിലേക്ക് വലിച്ചെറിഞ്ഞു കൊല്ലുന്നത് ഒരു പതിവുസംഭവമായിരിക്കുന്നു. ഗോധ്രയിൽ തുടങ്ങിയ കൂട്ടക്കുരുതിതന്നെ കുട്ടികളും മുതിർന്നവരും അടങ്ങുന്ന മനുഷ്യജീവികളെ തീകൊടുത്തുകൊണ്ടായിരുന്നുവല്ലോ. പിന്നീട്, ഗുജറാത്തിലെ തെരുവുകളിലൂടെ തീപിടിച്ച ശരീരങ്ങൾ ആർത്തലച്ചുകൊണ്ട് അതിദാരുണമായ മരണത്തിലേക്കു പായുന്നത് നാം

കണ്ടുകൊണ്ടിരിക്കുന്നു. അവസാനം അവ തളർന്നുവീഴുന്നു. ശരീരങ്ങളുടെ ചിത പിടഞ്ഞുപിടഞ്ഞ് കത്തിത്തീരുന്നു. ഇതാണോ ഹിന്ദുത്വത്തിന്റെ മുഖം? സബർമതി എക്സ്പ്രസിൽ യാത്രചെയ്ത നിരപരാധികളെ തീയിട്ടുകൊന്നതാണോ ഇസ്ലാമിന്റെ മുഖം? കടുത്ത ഭയവും വിഹ്വലതയും നമ്മെ പൊതിയുന്നു.

വിവേകാനന്ദൻ വിഭാവനം ചെയ്ത ഹിന്ദുദർശനത്തിലാണ് താൻ വിശ്വസിക്കുന്നതെന്ന് വാജ്പേയി നടത്തിയ പ്രസ്താവന ഈ ലേഖനപരമ്പരയുടെ തുടക്കത്തിൽത്തന്നെ സൂചിപ്പിച്ചിരുന്നുവല്ലോ. ഇവിടെ ഉദ്ധരിക്കുന്നത് വിവേകാനന്ദൻ രചിച്ച ഒരു കവിതയുടെ പ്രസക്ത ഭാഗങ്ങളുടെ ഏകദേശ വിവർത്തനമാണ്:

> *കുന്നുകളിലും താഴ്വരകളിലും പർവ്വതനിരകളിലും ഹിന്ദുക്ഷേത്രങ്ങളിലും ക്രിസ്ത്യൻദേവാലയങ്ങളിലും മുസ്ലിംപള്ളികളിലും വൃഥാ ഞാൻ നിന്നെത്തേടിയലഞ്ഞു... ദിനരാത്രങ്ങളും വർഷങ്ങളും കടന്നുപോയി. എന്റെ മസ്തിഷ്കത്തിൽ അഗ്നി നീറിപ്പുകഞ്ഞു. പകൽ രാവിലൊടുങ്ങിയതെപ്പോഴെന്ന് ഞാൻ അറിഞ്ഞില്ല. എന്റെ ഹൃദയം പിളരുകയാണെന്ന് തോന്നി. ഞാൻ ഗംഗാതീരത്ത് വെയിലും മഴയും കൊണ്ടുകിടന്നു. എല്ലാ പുണ്യാത്മാക്കളേയും വിളിച്ചുകേണു – 'മഹിതാത്മാക്കളെ, എനിക്കു കാരുണ്യപൂർവ്വം നേർവഴി കാണിച്ചാലും.'*
>
> *വർഷങ്ങൾ വീണ്ടും കടന്നുപോയി... അങ്ങനെ ഒരുനാൾ, എന്റെ രോദനങ്ങൾക്കിടയിൽ അതീവ ശാന്തവും കാരുണ്യപൂർവ്വവുമായ ശബ്ദത്തിൽ ആരോ എന്നെ 'എന്റെ മകനേ, എന്റെ മകനേ' എന്നു വിളിക്കുന്നതായി തോന്നി. എന്റെ ഹൃദയതന്ത്രികളിൽ ആ വാക്കുകൾ രോമാഞ്ചം ചൊരിഞ്ഞു.*
>
> *...മിന്നൽപ്പിണർ കണക്കെയൊരു പ്രകാശധാര എന്റെ ആത്മാവിനെ പ്രഭാപൂരിതമാക്കി. എന്റെ ഹൃദയാന്തരാളം പ്രവിശാലമായി. ആനന്ദം, പരമാനന്ദം... എന്താണ് ഞാൻ കാണുന്നത്? എന്റെ സ്നേഹം, എന്റെ സ്നേഹസർവ്വസ്വം മുന്നിൽ വന്നുദിച്ചിരിക്കയാണല്ലോ. ഞാൻ ഇക്കാലമത്രയും നിന്നെ, നിന്നെമാത്രം, തിരയുകയായിരുന്നു.*
>
> *...പാവനസൗഹൃദങ്ങൾ കൈകൾ കോർക്കുമ്പോൾ, നീ മദ്ധ്യവർത്തിയാവുന്നു. അമ്മയുടെ ചുംബനത്തിൽ അമൃതം പകർന്നത് നീയാണ്. കൊച്ചുകുഞ്ഞിന്റെ കിളിക്കൊഞ്ചലിൽ നിറഞ്ഞുനില്ക്കുന്നതും നീതന്നെയാണല്ലോ. പണ്ടത്തെ പ്രവാചകർക്കൊപ്പം, എന്റെ ദൈവമേ, നീയുണ്ടായിരുന്നു. സർവ്വമതങ്ങളും നിന്നിൽ നിന്നുദ്ഭൂതമാകുന്നു. വേദങ്ങളും ബൈബിളും ഖുർആനും നിന്റെ അപദാനങ്ങൾ പ്രകീർത്തിക്കുന്നു......*

ഈ വിവേകാനന്ദദർശനത്തെ കവിഭാവനകൂടിയുള്ള പ്രധാനമന്ത്രി

വാജ്പേയിക്ക് ഉൾക്കൊള്ളാനാകുമോ? അദ്ദേഹത്തിന്റെ വാക്കുകളും പ്രവർത്തനങ്ങളും നല്കുന്ന ഉത്തരം നിഷേധാത്മകമാണ്.

സാംസ്കാരിക ആക്രമണം, സാമ്പത്തികമായി തകർക്കൽ, മതപരമായ ആക്രമണം ഇതു മൂന്നുമാണ് ഗുജറാത്തിൽ അരങ്ങേറിയത്. നാളെ ഇന്ത്യയിൽ നടക്കാൻ പോകുന്ന വർഗ്ഗീയ കലാപത്തിന്റെയൊരു ബ്ലൂപ്രിന്റാണോ ഗുജറാത്തിലേത്? ആ ചിന്തപോലും നമ്മെ അസ്വസ്ഥരാക്കുകയും നടുക്കുകയും ചെയ്യുന്നു. ഗുജറാത്തിൽ ഭരണകൂടം വർഗ്ഗീയമാണ്. ഭരണകൂടം വർഗ്ഗീയമാകുന്നതിന്റെ പ്രത്യാഘാതം സമൂഹം വർഗ്ഗീയമാകുന്നതിനേക്കാൾ അപകടകരമത്രെ. വർഗ്ഗീയ ഭരണകൂടത്തിൽ നിന്ന് സമൂഹത്തിനു രക്ഷയില്ലാത്ത സ്ഥിതി അതോടെ സംജാതമാകും. മതത്തിന്റെ പേരിൽ ആയുധമെടുത്തുതുടങ്ങിയാൽ ആഭ്യന്തരയുദ്ധത്തിലേക്ക് ഇന്ത്യ നീങ്ങാൻ ഇനി ഏറെക്കാലം വേണ്ടിവരില്ല. ഇത് രാജ്യത്തിന്റെ ഭാവിയുമായി ബന്ധപ്പെടുത്തി കാണേണ്ട ഒന്നാണ്. ആ രീതിയിൽ വേണം നാം ഗുജറാത്ത് പ്രശ്നത്തെ വിലയിരുത്താൻ. ഇന്ന് അവരവർ വിശ്വസിക്കുന്ന മതത്തിനുവേണ്ടി മരിക്കാൻ സന്നദ്ധരായ ആയിരക്കണക്കിനാളുകളുണ്ട്. എന്നാൽ മതം അനുശാസിക്കുന്ന ദർശനങ്ങളുൾക്കൊള്ളാനോ അതനുസരിച്ച് ജീവിക്കാനോ തയ്യാറുള്ളവർ വളരെ വിരളമാണെന്നതാണ് ദുഃഖകരമായ സത്യം.

2002

മതേതരത്വവും ന്യൂനപക്ഷവും

മതേതരത്വം അഥവാ സെക്കുലറിസം യൂറോപ്പിൽ വികാസംപ്രാപിച്ച ഒരാശയമാണ്. മതത്തെക്കാളേറെ ഒരു പ്രത്യേക രാഷ്ട്രീയവ്യവസ്ഥയ്ക്കാണ് ഈ വാക്ക് ഊന്നൽനല്കുന്നത്. 'മതേതരത്വ'ത്തിന് ഭാരതീയർ കല്പിക്കുന്ന അർത്ഥമല്ല യൂറോപ്യർ നല്കുന്നത്. പത്തൊൻപതാംനൂറ്റാണ്ടിന്റെ പ്രാരംഭഘട്ടംവരെ രാഷ്ട്രഭരണവ്യവസ്ഥ മതാധിഷ്ഠിതമായിരുന്നു. കത്തോലിക്ക മേലദ്ധ്യക്ഷനായ മാർപാപ്പയ്ക്ക് യൂറോപ്പിലെ എല്ലാ രാജ്യങ്ങളുടെമേലും പരമാധികാരമുണ്ടായിരുന്നു. രാജാക്കന്മാരുടെമേൽ ഭൗതികാധികാരവും ജനങ്ങളുടെമേൽ ആത്മീയാധികാരവും മാർപാപ്പമാർ നിലനിർത്തി. യൂറോപ്പിലെ ഈ വ്യവസ്ഥയ്ക്കെതിരെ ജർമ്മനിയിൽ ലൂഥർ മതനവീകരണ പ്രസ്ഥാനമാരംഭിച്ചു. പതിനെട്ടാംശതകത്തിന്റെ ആദ്യപാദത്തിൽ യൂറോപ്പിൽ ഒരു നവമാനവികത പിറവിയെടുക്കുകയും ഫ്രഞ്ചുവിപ്ലവത്തോടെ ദൈവശാസ്ത്രത്തിൽനിന്നും തത്ത്വശാസ്ത്രത്തെ വേർതിരിച്ചുകൊണ്ടുള്ള ഒരു ചിന്താസരണി രൂപപ്പെടുകയും ചെയ്തു. മതം ആദ്ധ്യാത്മികമണ്ഡലത്തിൽമാത്രം ഒതുങ്ങിനില്ക്കണമെന്നും രാഷ്ട്രീയവ്യവസ്ഥയിൽ മതം ഇടപെടരുതെന്നുമുള്ള പരിഷ്കരണവാദികളുടെ നിലപാട് കൂടുതൽ ശക്തിപ്രാപിച്ചത് ഈ കാലഘട്ടത്തിലാണ്. അതിന്റെ ഫലമായാണ് രാഷ്ട്രവ്യവസ്ഥ മതനിരപേക്ഷകമായിരിക്കണമെന്ന ചിന്താഗതി ഉരുത്തിരിഞ്ഞുവന്നത്. ഇരുപതാംശതകത്തോടെ മതേതരത്വം എന്ന ആശയം യൂറോപ്പിൽ വ്യാപകമായി അംഗീകരിക്കപ്പെട്ടു.

സ്വാതന്ത്ര്യസമ്പാദനത്തിനുശേഷം ഇന്ത്യ മതേതരത്വത്തിന് ഊന്നൽനല്കുന്ന ഒരു ഭരണഘടനയാണ് അംഗീകരിച്ചത്. പൗരത്വത്തിനും മതേതരസ്വഭാവം നല്കുന്ന ഒന്നായിരുന്നു അത്. എന്നാൽ, യൂറോപ്യൻ

മതേതരത്വത്തിൽനിന്നും പൂർണ്ണമായും ഭിന്നമാണ് ഭാരതീയ മതേതരത്വസങ്കല്പം. രാജ്യത്തെ വിദേശാധിപത്യത്തിൽനിന്നും മോചിപ്പിച്ച ദേശീയപ്രസ്ഥാനത്തിൽനിന്ന് ഉരുത്തിരിഞ്ഞു വന്നതായിരുന്നു ഇന്ത്യൻ സെക്യുലറിസം. മതവിശ്വാസത്തിലധിഷ്ഠിതമായ ദ്വിരാഷ്ട്രവാദത്തെ ഇന്ത്യൻ ദേശീയനേതാക്കൾ ശക്തമായി എതിർത്തിരുന്നുവെങ്കിലും അവസാനം പാകിസ്ഥാൻ വിഭജിച്ചു നല്കേണ്ടിവന്നു. ഹിന്ദു - മുസ്ലിം തീവ്രവാദികളായിരുന്നു വിഭജനത്തിന്റെ പിന്നിൽ പ്രവർത്തിച്ചവർ.

രാഷ്ട്രപിതാവായ മഹാത്മാഗാന്ധിയെ സംബന്ധിച്ചിടത്തോളം മതസൗഹാർദ്ദം അദ്ദേഹത്തിന്റെ ആത്മാവിന്റെ ഭാഗംതന്നെയായിരുന്നു. പ്രഥമ പ്രധാനമന്ത്രിയായ ജവാഹർലാൽ നെഹ്റുവിനും അദ്ദേഹത്തിന്റെ തലമുറയിൽപ്പെട്ട മറ്റു ദേശീയനേതാക്കൾക്കും മതേതരത്വം മാന്യതയുടെയും മാനവസൗഹാർദ്ദത്തിന്റെയും പ്രതീകമായിരുന്നു. മതേതരപൗരത്വത്തിന്റെ അർത്ഥമാകട്ടെ, ഭരണഘടന തയ്യാറാക്കിയ ഡോ. അംബേദ്കർ പൂർണ്ണമായും ഉൾക്കൊള്ളുകയും ചെയ്തിരുന്നു.

നിരവധി മതങ്ങളും മതങ്ങളിൽത്തന്നെ വ്യത്യസ്ത വിഭാഗങ്ങളുമുള്ള ഇന്ത്യയെപ്പോലുള്ള ഒരു രാജ്യത്തിന്റെ നിലനില്പ്, സർവ്വമതങ്ങളെയും അംഗീകരിക്കാനുള്ള സമഭാവനയിൽ അധിഷ്ഠിതമാണ്. ഇന്തോനേഷ്യ കഴിഞ്ഞാൽ ലോകത്തിൽ ഏറ്റവും കൂടുതൽ മുസ്ലീങ്ങൾ അധിവസിക്കുന്ന രാജ്യമാണ് ഭാരതം. ക്രിസ്ത്യാനികളും സിഖുകാരും മറ്റു മതന്യൂനപക്ഷങ്ങളിൽപ്പെട്ടവരും ഇന്ത്യൻ പൗരന്മാരാണ്. ഇപ്രകാരം വ്യത്യസ്ത മതവിശ്വാസികൾ ജീവിക്കുന്ന ഒരു രാജ്യത്തിന് ഒരു 'ഹിന്ദുരാഷ്ട്ര'മെന്ന സങ്കല്പംപോലും ഉൾക്കൊള്ളാനാവില്ല. പ്രവിശാലമാണ് ഇന്ത്യയുടെ ദേശീയസങ്കല്പം. ഒരു മതേതര ഗവൺമെന്റിനല്ലാതെ വ്യത്യസ്ത മതങ്ങളും സമുദായങ്ങളും ആചാരങ്ങളും ഭാഷകളുമെല്ലാമുള്ള ഇന്ത്യയെപ്പോലുള്ള ഒരു രാജ്യത്തെ ഭരിക്കാനാവില്ല എന്നതൊരു ചരിത്രവസ്തുതയാണ്. ഒരു പ്രത്യേക മതവിഭാഗത്തിൽ ഉൾപ്പെട്ടുവെന്നതുകൊണ്ട് ആർക്കും ഭയപ്പാടോ ആശങ്കയോ ഉണ്ടായിക്കൂടാ. ഏതു മതവിഭാഗത്തിൽപ്പെട്ടവരായാലും ഭരണഘടന പ്രദാനംചെയ്യുന്ന അവകാശങ്ങൾ അനുഭവിച്ച് ജീവിക്കാനുള്ള അവസരം സൃഷ്ടിക്കലാണ് മതേതരത്വത്തിന്റെ അടിസ്ഥാനധർമ്മം.

നൂറു കോടിയിലേറെ വരുന്ന ഇന്ത്യൻ ജനസംഖ്യയിൽ എൺപതു കോടിയിലേറെ ഹിന്ദുക്കളും പത്തു കോടിയിലേറെ മുസ്ലീങ്ങളും ശേഷിച്ചവർ ക്രിസ്ത്യൻ, സിഖ്, പാഴ്സി തുടങ്ങിയ മതവിഭാഗങ്ങളിൽപ്പെട്ടവരുമാണ്. സ്വാതന്ത്ര്യസമരകാലഘട്ടത്തിൽ ഹിന്ദു-മുസ്ലീം കുഴപ്പങ്ങൾ കുത്തിപ്പൊക്കുന്നതിൽ ബ്രിട്ടീഷ് കൊളോണിയൽ ഭരണാധികാരികൾ വലിയ പങ്കുവഹിച്ചതായി ചരിത്രം സാക്ഷ്യപ്പെടുത്തുന്നുണ്ട്. ഹിന്ദു-മുസ്ലീം ഐക്യം ബ്രിട്ടീഷുകാരുടെ രാഷ്ട്രീയ-സാമ്പത്തിക സ്വാർത്ഥതാല്പര്യങ്ങൾക്ക് ഹാനികരമായതുകൊണ്ടാണ് ഇന്ത്യയിൽ വർഗ്ഗീയ പ്രശ്നങ്ങളുണ്ടാക്കാൻ അവർ മുൻകൈയെടുത്തത്. എന്നാൽ, മഹാത്മജി,

ജയപ്രകാശ് നാരായൺ തുടങ്ങിയ ദേശീയനേതാക്കൾ മതസൗഹാർദ്ദം നിലനിർത്താൻ അക്ഷീണം യത്നിച്ചു. വർഗ്ഗീയശക്തികളാകട്ടെ, മതേതരത്വത്തെ നിരാകരിക്കുകയും ദേശീയതയെപ്പോലും മതാധിഷ്ഠിതമാക്കുകയും ചെയ്തു. ഹിന്ദുതീവ്രവാദിസംഘടനകളും മുഹമ്മദലി ജിന്നയുടെ നേതൃത്വത്തിലുള്ള മുസ്ലിംലീഗും ഹിന്ദുക്കളും മുസ്ലീങ്ങളും രണ്ടു രാഷ്ട്രങ്ങളാണെന്ന നിലപാടാണ് സ്വീകരിച്ചത്. ദേശീയത ഭൂമിശാസ്ത്രപരമായ ഒന്നല്ലെന്നും അത് മതപരവും സാംസ്കാരികവുമായ വികാരമാണെന്നും ഇരുമതങ്ങളിലെയും തീവ്രവാദികൾ വാദിച്ചു. മഹാത്മജിയും മൗലാന ആസാദും തങ്ങളുടെ മതങ്ങളിൽ ഉറച്ചുവിശ്വസിച്ചിരുന്നുവെങ്കിലും അവർ മതേതരത്വത്തിന്റെ ശക്തരായ വക്താക്കളായിരുന്നു. അവരെ സംബന്ധിച്ചിടത്തോളം അതൊരു നയപരിപാടി മാത്രമായിരുന്നില്ല; പ്രത്യുത ഒരു വിശ്വാസപ്രമാണമായിരുന്നു. ശക്തമായ വെല്ലുവിളികളുണ്ടായിട്ടും സാമുദായിക ഐക്യം നിലനിർത്താൻ കഴിഞ്ഞത് മഹാത്മജിയും ആസാദും വിശ്വസിച്ച തത്ത്വസംഹിത കോടാനുകോടി ഭാരതീയർകൂടി ഉൾക്കൊണ്ടിരുന്നു എന്നതുകൊണ്ടാണ്. ഭദ്രവും സുശക്തവുമായ ഒരു ഭാരതം കെട്ടിപ്പടുക്കാൻ ഏറ്റവും അനിവാര്യമായി വേണ്ടതും ആ വിശ്വാസപ്രമാണത്തിനുള്ള ജനകീയ അംഗീകാരമാണ്.

എന്നാൽ, ദൗർഭാഗ്യകരമായ സംഭവങ്ങളാണ് നമ്മുടെ നാട്ടിൽ നടന്നുകൊണ്ടിരിക്കുന്നത്. ഇന്ത്യാവിഭജനത്തിനു മുമ്പ് നിലനിന്നിരുന്ന വർഗ്ഗീയചിന്താഗതി ഇന്നു കൂടുതൽ ശക്തിപ്രാപിച്ചിട്ടുണ്ട്. ദേശീയരാഷ്ട്രീയംപോലും കൂടുതൽ കൂടുതൽ വർഗ്ഗീയവല്ക്കരിക്കപ്പെട്ടുകൊണ്ടിരിക്കുന്നു. മുസ്ലീങ്ങളുടെ വോട്ടവകാശമെടുത്തുകളയണമെന്ന് അടുത്തയിടെ ശിവസേനാനേതാവ് ബാൽ താക്കറെയും വിശ്വഹിന്ദുപരിഷത്ത് നേതാവ് അശോക് സിംഗാളും ആവശ്യപ്പെട്ടത് വളരെ ഗൗരവത്തോടെ കാണേണ്ട പ്രശ്നമാണ്. മുസ്ലിംവോട്ടുകൾക്ക് ദേശീയരാഷ്ട്രീയത്തിൽ നിർണ്ണായക പ്രാധാന്യമുള്ളതുകൊണ്ട് രാഷ്ട്രീയകക്ഷികൾ മുസ്ലീങ്ങളെ പ്രീണിപ്പിക്കാൻ ശ്രമിക്കുന്നുണ്ടെന്നാണ് ഹിന്ദുത്വവാദികൾ ആരോപിക്കുന്നത്. ഈ 'പ്രീണനനയം' അവസാനിപ്പിക്കാൻ ഏറ്റവും നല്ലത് മുസ്ലീം ന്യൂനപക്ഷത്തിന്റെ വോട്ടവകാശംതന്നെ എടുത്തുകളയുകയാണെന്ന് താക്കറെയും സിംഗാളും വാദിക്കുന്നു! മുരളിമനോഹർജോഷി ഇതിനൊരു ഭേദഗതി കൊണ്ടുവന്നു -മുസ്ലിംസമുദായത്തിലെ വഞ്ചകരും ദേശീയവിരുദ്ധരുമായവരുടെ വോട്ടവകാശം മാത്രം എടുത്തുകളഞ്ഞാൽ മതി എന്നായിരുന്നു അത്. ആര്, എന്തടിസ്ഥാനത്തിലാണ് വഞ്ചകനെയും ദേശീയവിരുദ്ധനെയും തെരഞ്ഞെടുക്കുക? മതന്യൂനപക്ഷങ്ങളിൽ തുടങ്ങി ഇന്ത്യൻസമൂഹത്തിലെ ദുർബ്ബലവിഭാഗങ്ങളെ മുഴുവൻ ദേശീയമുഖ്യധാരയിൽനിന്ന് ഒറ്റപ്പെടുത്താനുള്ള ഹിന്ദുത്വവാദികളുടെ രഹസ്യ അജണ്ടയാണ് താക്കറെയുടെയും സിംഗാളിന്റെയും ആവശ്യങ്ങളിലൂടെ വെളിപ്പെടുന്നത്.

1999 ഡിസംബർ 6-ാം തീയതി അയോദ്ധ്യയിലെ ബാബറി മസ്ജിദ്

തകർത്തുകൊണ്ട് ആരംഭിക്കപ്പെട്ട നികൃഷ്ടപദ്ധതിയുടെ ഭാഗംതന്നെയാണ് താക്കറെ-സിംഗാൾമാരുടെ ഈ അജണ്ടയും. അയോദ്ധ്യാസംഭവത്തെക്കുറിച്ചന്വേഷിച്ച ജസ്റ്റിസ് ലിബർഹാൻ കമീഷന്റെ മുമ്പാകെ നിർമ്മലാ ദേശ്പാണ്ഡെ നല്കിയ മൊഴി, പള്ളി തകർക്കലിന് അധികൃതർ നല്കിയ സംരക്ഷണം വ്യക്തമാക്കുന്നു. ബാബറി മസ്ജിദ് പൊളിക്കാൻ നേതൃത്വം നല്കിയവരുടെ ആജ്ഞാനുവർത്തികളെപ്പോലെയാണ് പൊലീസും സംസ്ഥാനഭരണകൂടവും പ്രവർത്തിച്ചത്. ദേശ്പാണ്ഡെയുടെ പാർട്ടിയായ 'അഖിൽ ഭാരത് രചനാത്മക് സമാജി'ലെ പ്രവർത്തകരോട് 'നിങ്ങളും ഒരു ചുറ്റികയെടുത്ത് ബാബറി മസ്ജിദിന്റെ ഗോപുരം ഇടിച്ചുതകർക്കുക' എന്ന് പൊലീസുകാർ ആവശ്യപ്പെട്ടുവെന്ന് അവർ കമീഷൻ മുമ്പാകെ വെളിപ്പെടുത്തി. നിരവധി ഉയർന്ന ജില്ലാ ഉദ്യോഗസ്ഥർ ഹിന്ദുത്വവാദികൾക്ക് പരിപൂർണ്ണ പിന്തുണ നല്കിയെന്നും അവർ പറഞ്ഞു. അപ്രകാരം പ്രവർത്തിക്കാതിരുന്ന ഉദ്യോഗസ്ഥർ കടുത്ത സമ്മർദ്ദതന്ത്രങ്ങൾക്ക് വിധേയരായിരുന്നു. ഇത് ദേശ്പാണ്ഡെയുടെമാത്രം സാക്ഷ്യമല്ല. അവരോടൊപ്പം സദൃശമായ അനുഭവങ്ങളുള്ള നിരവധി പേർ വേറെയുമുണ്ട്.

ഇത് വ്യക്തമാക്കുന്നത് ഭരണകൂടത്തിന്റെ വർഗ്ഗീയവല്ക്കരണമാണ്. ഫാസിസ്റ്റ് ജർമ്മനിയിൽ സംഭവിച്ചത് ഉത്തർപ്രദേശ്, ഗുജറാത്ത് തുടങ്ങിയ ഇന്ത്യൻ സംസ്ഥാനങ്ങളിലും ആവർത്തിക്കപ്പെടുന്നു. മതാധിഷ്ഠിത വർഗ്ഗീയവാദത്തെ പ്രോത്സാഹിപ്പിക്കുന്ന ഭരണനേതൃത്വത്തിന് എപ്രകാരമാണ് മതേതരത്വത്തെ സംരക്ഷിച്ച് നിലനിർത്താൻ കഴിയുക? അത് അസാദ്ധ്യമാണെന്ന് ബാബറി മസ്ജിദ് തകർക്കലും തുടർന്ന് പല ഇന്ത്യൻ പ്രദേശങ്ങളിലും നടന്ന രക്തരൂഷിതമായ കലാപങ്ങളും തെളിയിച്ചു.

ഹിന്ദുത്വവാദികളുടെ വളർച്ചയ്ക്കും ഭരണകൂടത്തിന്റെ വർഗ്ഗീയവല്ക്കരണത്തിനും 1990 കൾ സാക്ഷ്യംവഹിച്ചു. മതേതരത്വത്തിൽനിന്ന് മതാധിഷ്ഠിത അവസ്ഥയിലേക്ക് ഇന്ത്യ നീങ്ങിക്കൊണ്ടിരിക്കയാണെന്ന അത്യന്തം അപകടകരമായ മുന്നറിയിപ്പാണ് ഇതു നല്കുന്നത്. ഗുജറാത്തിൽ കേശുഭായ് പട്ടേൽ ഗവൺമെന്റിന്റെ ഭരണകാലത്ത് മുസ്ലിം-ക്രിസ്ത്യൻ ന്യൂനപക്ഷങ്ങൾ കഠിനമായി പീഡിപ്പിക്കപ്പെട്ടു. സംഘപരിവാറും ആർ എസ് എസും വിശ്വഹിന്ദുപരിഷത്തുമെല്ലാം ഗുജറാത്തിൽ ശക്തിപ്രാപിച്ചത് ഈ കാലയളവിൽത്തന്നെയാണ്. നരേന്ദ്രമോദി ഗവൺമെന്റിന്റെ ഭരണത്തിൻകീഴിലും ഗുജറാത്ത് നരമേധത്തിന് സാക്ഷ്യംവഹിച്ചുകൊണ്ടിരിക്കുന്നു.

ഗുജറാത്തിൽ 2002 ഫെബ്രുവരി അവസാനത്തോടെ ആരംഭിച്ച് മാസങ്ങളോളം തുടർന്ന കൂട്ടക്കുരുതിയും കൊലയും കൊള്ളിവയ്പും കൂട്ടബലാത്സംഗവുമൊക്കെ ഹിന്ദുത്വ ഫാസിസ്റ്റ് ശക്തികളുടെ വളർച്ചയ്ക്കുള്ള തെളിവുകൾ തന്നെ. ഒരു ലേഖനത്തിൽ എഴുതിയത് ഉദ്ധരിക്കട്ടെ: 'ഗോധ്രയിലായാലും ഗുജറാത്തിലായാലും കൊല്ലപ്പെട്ടത് ആരു

ടെയൊക്കെയോ മക്കളും ആരുടെയൊക്കെയോ അച്ഛന്മാരും അമ്മമാരും സഹോദരങ്ങളും ആയിരുന്നില്ലേ? മതപരമായ വിഭിന്നതയുടെ പേരിൽ പരസ്പരം കൊല്ലുന്നവർ തമ്മിൽ അടിസ്ഥാനപരമായി യാതൊരു വ്യത്യാസവുമില്ലെന്ന് നാം തിരിച്ചറിയണം. അവർ ഒരേ ദേവാലയത്തിലാണ് പ്രാർത്ഥിക്കുന്നത്. അവർ ആരാധിക്കുന്ന ദൈവം കൊലയാളിയാണ്; ആ ദൈവത്തിനുവേണ്ടത് മനുഷ്യരക്തവുമാണ്.' വർഗ്ഗീയലഹളകൾ നമ്മെ എവിടേക്കുമെത്തിക്കയില്ല. കൊലയും കൊള്ളയും ബലാത്സംഗവും ഇന്ത്യ നേരിട്ടുകൊണ്ടിരിക്കുന്ന പ്രശ്നങ്ങൾക്കുള്ള പരിഹാരവുമല്ല.

കേന്ദ്രം ഭരിക്കുന്നത് ഭീകരതയ്ക്കെതിരെ അവിരാമം പോരാടുമെന്ന് പ്രഖ്യാപിച്ച ബി ജെ പിയുടെ നേതൃത്വത്തിലുള്ള ഗവൺമെന്റാണ്. ഇഷ്ടാനുസരണം വളച്ചൊടിച്ച ചരിത്രമാണവർ കുട്ടികളെ പഠിപ്പിക്കുന്നത്. തങ്ങൾക്ക് സ്വാധീനമുള്ള ഗുജറാത്തിനെ ഹൈന്ദവ ഫാസിസ്റ്റ് തന്ത്രങ്ങളുടെ ഒരു പരീക്ഷണശാലയാക്കുകയാണവർ ചെയ്യുന്നത്. പ്രധാനമന്ത്രി അടൽ ബിഹാരി വാജ്പേയിയുടെ നേതൃത്വത്തിലുള്ള കേന്ദ്രഗവൺമെന്റ് മുഖ്യമന്ത്രി മോദിക്കും അനുയായികൾക്കും എല്ലാവിധ സംരക്ഷണങ്ങളും നല്കി. അതുകൊണ്ടാണ് രാപ്പകൽ വ്യത്യാസമില്ലാതെ കൊലയും കൊള്ളയും ബലാത്സംഗവുമൊക്കെ ഗുജറാത്തിൽ നിർബ്ബാധം നടന്നത്.

ഗുജറാത്തിലെ സംഭവവികാസങ്ങൾ വിദേശത്തും ഇന്ത്യയുടെ പ്രതിച്ഛായയ്ക്ക് മങ്ങലേല്പിച്ചു. നരേന്ദ്രമോദി മുഖ്യമന്ത്രിയെന്ന നിലയ്ക്കല്ല, ഒരു ഹിന്ദുത്വപ്രചാരകനായാണ് കലാപം കത്തിക്കാളിക്കൊണ്ടിരുന്നപ്പോഴും പെരുമാറിയത്. ഗുജറാത്തിൽ നടന്ന ദുരന്തങ്ങളെ രാഷ്ട്രീയനേട്ടങ്ങൾക്കുപയോഗിക്കാനാണ് കേന്ദ്ര-സംസ്ഥാന ഗവൺമെന്റുകൾ ശ്രമിച്ചുകൊണ്ടിരിക്കുന്നത്. കലാപത്തിന്റെ ഫലമായി ന്യൂനപക്ഷ സമുദായത്തിൽപ്പെട്ടവരാണ് ഏറ്റവും കൂടുതൽ കൊല്ലപ്പെട്ടത്. ബലാത്സംഗത്തിനിരയായതും കടുത്ത സാമ്പത്തികനഷ്ടങ്ങൾ അനുഭവിക്കേണ്ടിവന്നതും അവർക്കുതന്നെയാണെന്ന് കലാപശേഷമെടുത്ത കണക്കുകൾ വ്യക്തമാക്കുന്നു.

ഗുജറാത്തിലെ കൂട്ടക്കുരുതിക്കുശേഷം ബംഗളൂരുവിൽ നടന്ന ആർ എസ് എസ് സമ്മേളനം ഭൂരിപക്ഷ സമുദായക്കാരുടെ പിന്തുണയും സൗമനസ്യവും നേടാൻ ശ്രമിക്കണമെന്ന് മുസ്ലീങ്ങളെ ആഹ്വാനം ചെയ്തു. ജനാധിപത്യത്തിന് അനുഗുണമായ ഒരാഹ്വാനമായിരുന്നില്ല അത്. ഫാസിസത്തിന്റെ ഇരുണ്ട മുഖമാണ് അത് അനാവരണം ചെയ്തത്. പ്രശസ്ത എഴുത്തുകാരിയായ അരുന്ധതി റോയ് പറയുന്നത് ഈ പശ്ചാത്തലത്തിൽ സവിശേഷ ശ്രദ്ധയർഹിക്കുന്നു:

> രണ്ടാംലോകമഹായുദ്ധത്തിനുശേഷമുള്ള ജർമ്മനിക്കും ഇപ്പോഴത്തെ ഇന്ത്യക്കും തമ്മിൽ പൊതുവായി പലതുമുണ്ട്. ജർമ്മനിയെപ്പോലെ ഇന്ത്യയിൽ ഒരു ഹിറ്റ്ലറില്ലെങ്കിലും ആർ എസ്

എസിന് ജന്മം നല്കിയവർ ഹിറ്റ്ലറുടെയും അദ്ദേഹത്തിന്റെ പ്രവർത്തനപരിപാടികളുടെയും ആരാധകരായിരുന്നു. സംഘപരിവാർ അതിന്റെ തുല്യപ്രാധാന്യമുള്ള ഘടകങ്ങളായ ബി ജെ പി, ആർ എസ് എസ്, വി എച്ച് പി, ബജ്റംഗ്ദൾ എന്നിവയെ ഉപയോഗിച്ച് ജർമ്മൻ ഏകാധിപതിയേക്കാൾ വൈദഗ്ദ്ധ്യത്തോടെ ഒരു വശത്തെ നശിപ്പിക്കുന്ന പ്രക്രിയ ആരംഭിച്ചുകഴിഞ്ഞു...

അത്യന്തം സംഭീതമായ ഒരു രംഗക്രമമാണ് ഈ വിലയിരുത്തൽ അനാവരണം ചെയ്യുന്നത്.

ഇത് വിരൽചൂണ്ടുന്നത് ഗവൺമെന്റിന്റെ ഹിന്ദുത്വവല്ക്കരണത്തിന്റെ മഹാവിപത്തിലേക്കാണ്. ഗവൺമെന്റിൽ കുറച്ച് ന്യൂനപക്ഷവിഭാഗങ്ങളെ ഉൾപ്പെടുത്തുന്നതുകൊണ്ടോ അത്തരത്തിലുള്ള മറ്റു ലഘുനടപടികൾകൊണ്ടോ സ്ഥിതിഗതികൾ മെച്ചപ്പെടുത്താനാവില്ല. വർഗ്ഗീയവാദികളെ ഒറ്റപ്പെടുത്തുകയും അവരെ അധികാരത്തിൽനിന്ന് പുറന്തള്ളുകയും ചെയ്താൽമാത്രമേ ന്യൂനപക്ഷവിഭാഗങ്ങളുടെ സംരക്ഷണം ഉറപ്പുവരുത്താനാവൂ. ഇതിന് എളുപ്പവഴികളില്ല. ജാതിക്കും സമുദായത്തിനും മതത്തിനും അതീതമായ മാനവസ്നേഹമെന്ന വികാരം ജനഹൃദയങ്ങളിൽ വേരൂന്നിയാൽമാത്രമേ സാമുദായികവും ജാതീയവും മതപരവുമായ സ്പർദ്ധ ഇല്ലാതാക്കാൻ കഴിയൂ. ഭൂരിപക്ഷസമുദായത്തിൽപ്പെട്ട ഭൂരിപക്ഷം പേരും സാമുദായികവും മതപരവുമായ സമാധാനം കാംക്ഷിക്കുന്നവരാണ്. ഏതാനും ചിലർ മാത്രമാണ് വർഗ്ഗീയവാദികൾ. ന്യൂനപക്ഷവർഗ്ഗീയതയുടെ കാര്യത്തിലും ഇതുതന്നെയാണ് വസ്തുത.

സമാധാനം ആഗ്രഹിക്കുന്നവർ പരസ്പരം അറിയാനാണ് യത്നിക്കേണ്ടത്. മനുഷ്യസ്നേഹികളുടെ ഒരു അനന്തമായ നിര രൂപപ്പെടുത്താൻ ഈ അന്വേഷണത്തിലൂടെ സാദ്ധ്യമാകും. സംഘടിതമായ ബോധവല്ക്കരണദൗത്യങ്ങൾക്ക് മതങ്ങൾക്കതീതമായ ഒരു നവമാനവികതയ്ക്ക് ജന്മം നല്കാനാവും. അർപ്പണബോധമുള്ള മതസൗഹാർദ്ദപ്രവർത്തകർക്കുമാത്രമേ ഈ ലക്ഷ്യം നേടാൻ കഴിയൂ. അവർക്ക് ചരിക്കാനുള്ള പാതയാകട്ടെ, പ്രയാസങ്ങളും വെല്ലുവിളികളും നിറഞ്ഞതുമാണ്.

നേരത്തെ സൂചിപ്പിച്ചതുപോലെ മതേതരത്വമെന്നാൽ മതനിഷേധമല്ല. ഗാന്ധിജിയും ആസാദും അടിയുറച്ച മതവിശ്വാസികളായിരുന്നു. അവർ ശക്തരായ മതേതരത്വവാദികളുമായിരുന്നു. അതിനവർക്ക് കഴിഞ്ഞത് തങ്ങളുടെ മതങ്ങൾ ഉദ്ഘോഷിച്ച ദർശനങ്ങളിൽ അർപ്പണബോധത്തോടെ വിശ്വസിച്ചതുകൊണ്ടാണ്. ഈ ദർശനമാണ് ഇന്നത്തെ ഇന്ത്യൻ സാഹചര്യങ്ങളിൽ അടിയന്തരപ്രാധാന്യമർഹിക്കുന്നത്. യഥാർത്ഥ മതവിശ്വാസികൾക്കുമാത്രമേ ശക്തരായ മതേതരവാദികളാകാൻ കഴിയൂ. ന്യൂനപക്ഷങ്ങളുടെ സുരക്ഷയും ഇതോടു കൂട്ടിവായിക്കേണ്ടതുണ്ട്.

2002

ആഗോളീകരണം എന്ന ഭീകരത

ആഗോളീകരണം, ഉദാരീകരണം തുടങ്ങിയ പദങ്ങൾ ചർച്ചചെയ്യപ്പെടാത്ത സ്ഥലങ്ങളില്ല. ആഫ്രിക്കയിലെയും ലാറ്റിനമേരിക്കയിലെയും ഏഷ്യയിലെയുമൊക്കെ ഗ്രാമാന്തരങ്ങളിൽപ്പോലും ഈ വാക്കുകൾക്ക് പ്രചാരം നല്കാൻ വികസിതരാഷ്ട്രങ്ങൾക്കും ലോകബാങ്ക്, അന്തർദ്ദേശീയ നാണ്യനിധി, ലോകവ്യാപാരസംഘടന, ഏഷ്യൻ വികസന ബാങ്ക് തുടങ്ങിയ അന്തർദ്ദേശീയ ഏജൻസികൾക്കും കഴിഞ്ഞിട്ടുണ്ട്. ആഗോളാടിസ്ഥാനത്തിലുള്ള ഒരു സമ്പദ്‌വ്യവസ്ഥ അനിവാര്യമാണെന്ന് ഊതിവീർപ്പിച്ച സ്ഥിതിവിവരക്കണക്കുകളുടെ പിൻബലത്തോടെ ഇവർ വാദിക്കുന്നു. അതിനുദാഹരണമായി അവർ ചൂണ്ടിക്കാണിക്കുന്നത് വികസിതരാഷ്ട്രങ്ങൾ കഴിഞ്ഞ ഏതാനും വർഷങ്ങൾക്കിടയ്ക്ക് നേടിയെടുത്ത സാമ്പത്തികവളർച്ചയാണ്. ഉത്തരാർദ്ധഗോളത്തിലെ ആ രാജ്യങ്ങൾ വലിയ പുരോഗതി നേടി എന്നത് വാസ്തവമാണെങ്കിലും ആ പുരോഗതി ദക്ഷിണാർദ്ധഗോളത്തിലെ നാടുകളുടെ അധോഗതിയുമായി അഭേദ്യമാംവിധം ബന്ധപ്പെട്ടിരിക്കുന്നു എന്നതാണ് നമ്മെ ചിന്തിപ്പിക്കേണ്ട വസ്തുത.

ആഗോളീകരണംകൊണ്ട് സമ്പത്ത് കുമിഞ്ഞുകൂടിയത് അമേരിക്കയുടെ നേതൃത്വത്തിലുള്ള വടക്കൻരാജ്യങ്ങളിലാണ്. 23 ലക്ഷം ജനങ്ങൾ നിവസിക്കുന്ന അമേരിക്കയിലെ സിലിക്കോൺവാലി പ്രദേശത്ത് പതിനായിരക്കണക്കിന് കോടീശ്വരന്മാരാണ് ഏതാനും വർഷങ്ങൾക്കകം ഉയർന്നുവന്നത്. പ്രതിദിനം 64 മഹാസമ്പന്നർ അവിടെ ഉണ്ടായിക്കൊണ്ടിരിക്കുകയും ചെയ്യുന്നുണ്ടത്രെ. കംപ്യൂട്ടർ വ്യവസായത്തിന് പ്രസിദ്ധമായതാണല്ലോ സിലിക്കോൺ വാലി. അമേരിക്ക കൈവരിച്ചുകൊണ്ടിരിക്കുന്ന സാമ്പത്തികവളർച്ചയുടെ ഒരു ഉദാഹരണമാണ് സിലിക്കോൺ താഴ്

വരയിലെ കഥ. എന്നാൽ, ഈ സാമ്പത്തികവളർച്ചയോടൊപ്പം അമേരിക്കയുടെ ചരിത്രത്തിൽ ഇതുവരെയുമുണ്ടായിട്ടില്ലാത്തത്രയും രൂക്ഷമായ തൊഴിലില്ലായ്മയാണ് അവിടെ ഇപ്പോൾ അനുഭവപ്പെടുന്നത്.

വികസിതനാടുകളിൽ സാമ്പത്തികവളർച്ചാനിരക്ക് കുതിച്ചുയരുമ്പോൾ വികസ്വരനാടുകളിൽ ഭക്ഷണമടക്കമുള്ള അടിസ്ഥാനസൗകര്യങ്ങൾ ലഭിക്കാതെ ജനകോടികൾ നരകമനുഭവിക്കുകയാണ്. ആവശ്യത്തിന് ഭക്ഷണം കിട്ടാതെ വരുമ്പോൾ പോഷകാഹാരക്കുറവുമൂലമുണ്ടാകുന്ന രോഗങ്ങൾ ബാധിക്കുന്നു. രോഗചികിത്സയ്ക്കുള്ള ഔഷധങ്ങളും അവർക്ക് ലഭ്യമല്ല. വസ്ത്രം, പാർപ്പിടം തുടങ്ങിയ അടിസ്ഥാനപരമായ ആവശ്യങ്ങൾ നിർവ്വഹിക്കാനാവാത്ത ദുരവസ്ഥയിലാണ് തെക്കൻനാടുകളിലുള്ളവർ. നാണ്യപ്പെരുപ്പം സൃഷ്ടിക്കുന്ന പ്രശ്നങ്ങളും വികസ്വരനാടുകളെ പ്രതിസന്ധിയിലകപ്പെടുത്തുന്നുണ്ട്. കൊടിയദാരിദ്ര്യമനുഭവിക്കുന്നവർക്ക് അല്പമെങ്കിലും ആശ്വാസം പകർന്നിരുന്ന ഭക്ഷ്യസബ്സിഡികൾ നിർത്തലാക്കാൻ വികസ്വരനാടുകൾ നിർബ്ബന്ധിതരായിരിക്കുന്നു. ലോകവ്യാപാര സംഘടനയുമായും മറ്റ് അന്തർദ്ദേശീയ ഏജൻസികളുമായും ഏർപ്പെട്ടിട്ടുള്ള കരാറുകളുടെ ഫലമായാണ് ദരിദ്രനാടുകൾക്ക് ഈ നടപടി സ്വീകരിക്കേണ്ടിവന്നത്. വിപണിയാണ് എല്ലാം നിയന്ത്രിക്കുന്നത്. വിപണി നിയന്ത്രിക്കുന്നത് ബഹുരാഷ്ട്ര കുത്തകകളും. അവർക്ക് ലാഭമാണ് പരമപ്രധാനം. അതിന്റെ മുന്നിൽ മാനുഷികമൂല്യങ്ങളും മാനുഷികപരിഗണനകളുമൊക്കെ അപ്രസക്തമാണ്.

സമൂഹത്തിലെ ദുർബ്ബലവിഭാഗങ്ങൾക്കും ആഗോളീകരണത്തിന്റെ ഫലമായി കൂടുതൽ ദുരിതങ്ങൾ അനുഭവിക്കേണ്ടിവന്നിരിക്കുന്നു - പ്രത്യേകിച്ച് സ്ത്രീകൾക്കും കുട്ടികൾക്കും. അവർ കടുത്ത ചൂഷണത്തിനു വിധേയരായിക്കൊണ്ടിരിക്കയാണ്. എല്ലുമുറിയെ പണിതാലും ശരാശരി ജീവിതംപോലും നയിക്കാനാവാത്ത പതനത്തിലാണവർ. വംശീയന്യൂനപക്ഷങ്ങളും വർണ്ണവിവേചനത്തിന് ഇരയായവരുമാണ് ആഗോളീകരണത്തിന്റെ ഇരകളായിക്കൊണ്ടിരിക്കുന്ന മറ്റൊരു വിഭാഗം. ജാതിവ്യവസ്ഥയുടെ ഫലമായി നൂറ്റാണ്ടുകളായി ചൂഷണം ചെയ്യപ്പെട്ടുകൊണ്ടിരുന്ന അവശവിഭാഗങ്ങളെ സമൂഹത്തിന്റെ മുഖ്യധാരയിലേക്കു കൊണ്ടുവരുവാൻ ഇന്ത്യയിലെ കേന്ദ്ര - സംസ്ഥാന ഗവൺമെന്റുകൾ പല ഇളവുകളും പ്രോത്സാഹന പരിപാടികളും ആവിഷ്കരിച്ചു നടപ്പാക്കിയിരുന്നു. എന്നാൽ, എല്ലാ മേഖലകളും സ്വകാര്യവല്ക്കരിക്കുന്നതോടെ, അവർ കൂടുതൽ അസമത്വവും ദാരിദ്ര്യവും അനുഭവിക്കാൻ നിർബ്ബന്ധിതരായിത്തീരും. വിദ്യാഭ്യാസം, തൊഴിൽ തുടങ്ങിയ എല്ലാ മേഖലകളിലും അവർ പിന്തള്ളപ്പെടും. അതോടെ കഴിഞ്ഞ ഏതാനും ദശകങ്ങളിൽ ആർജ്ജിച്ച പരിമിതമായ നേട്ടങ്ങൾപോലും അവരിൽനിന്ന് തട്ടിയെടുക്കപ്പെടും.

ഏതൊരു പരിപാടിയും നടപ്പിലാക്കുന്നത് സമൂഹത്തിന് നേട്ടമുണ്ടാക്കാൻവേണ്ടിയാണ്. എല്ലാ വിഭാഗം ജനങ്ങളുടെയും ജീവിതനിലവാരം മെച്ചപ്പെടുത്തുകയാണ് വികസനപദ്ധതികളുടെ ലക്ഷ്യം. ആഗോ

ളാടിസ്ഥാനത്തിൽ മൂലധനമടക്കമുള്ള ഉല്പാദനപ്രക്രിയയുടെ അടിസ്ഥാനഘടകങ്ങൾക്ക് 'പൂർണ്ണ ചലനസ്വാതന്ത്ര്യം' അനുവദിക്കുന്ന ആഗോളീകരണം എന്ന സാമ്പത്തികപരിഷ്കാരം നടപ്പാക്കിയപ്പോൾ ജനജീവിതം കൂടുതൽ മെച്ചപ്പെട്ടുവോ എന്ന് നാം ഗൗരവപൂർവ്വം ചിന്തിക്കേണ്ടതുണ്ട്. ഈ പദ്ധതിയുടെ ഉപജ്ഞാതാക്കളായ അമേരിക്കയടക്കമുള്ള വികസിതരാജ്യങ്ങളിൽപ്പോലും ദരിദ്രർ പാർശ്വവല്ക്കരിക്കപ്പെടുന്നതായി പല പഠനങ്ങളും വ്യക്തമാക്കിയിട്ടുണ്ട്. ഭക്ഷണം, വസ്ത്രം, പാർപ്പിടം, വിദ്യാഭ്യാസം, ആരോഗ്യരക്ഷ തുടങ്ങി എല്ലാ മേഖലകളിലും കടുത്ത അസന്തുലിതാവസ്ഥയും അസമത്വവുമാണ് ആഗോളീകരണം സൃഷ്ടിച്ചിട്ടുള്ളത്. ധനികർ കൂടുതൽ ധനികരും ദരിദ്രർ കൂടുതൽ ദരിദ്രരുമായിക്കൊണ്ടിരിക്കുകയാണ്. ഇക്കാര്യത്തിൽ ഉത്തര-ദക്ഷിണാർദ്ധ ഗോളങ്ങൾ തമ്മിൽ വലിയ വ്യത്യാസമൊന്നുമില്ല. ഇന്ത്യയിൽമാത്രം അറുപതു കോടി ജനങ്ങൾ പാർശ്വവല്ക്കരിക്കപ്പെട്ടുകഴിഞ്ഞു. കുറച്ചുകാലം മുമ്പ് സാമൂഹ്യക്ഷേമപദ്ധതികൾ ഏതൊരു സർക്കാറിന്റെയും കർമ്മപരിപാടിയിലെ ഒരു മുഖ്യ ഇനമായിരുന്നു. ആഗോളീകരണവും ഉദാരീകരണവും നടപ്പാക്കാൻ തുടങ്ങിയതോടെ സാമൂഹ്യക്ഷേമം ഗവൺമെന്റുകളുടെ ബാദ്ധ്യതയും ചുമതലയും അല്ലാതായിത്തീർന്നിരിക്കുന്നു.

ആഗോളീകരണം മത്സരാധിഷ്ഠിതമായൊരു സമ്പദ്‌വ്യവസ്ഥയെ ശക്തിപ്പെടുത്തുമെന്നാണ് അതിന്റെ ഉപജ്ഞാതാക്കൾ അവകാശപ്പെടുന്നത്. അവശ്യവസ്തുക്കൾ കൂടുതൽ കാര്യക്ഷമമായി ഉല്പാദിപ്പിക്കാൻ കഴിയുമെന്നും അതോടെ വിലനിലവാരം സാധാരണക്കാർക്ക് താങ്ങാൻ കഴിയുന്നത്ര താഴുമെന്നും അവർ പ്രചരിപ്പിച്ചിരുന്നു. ഇപ്പോഴും അത്തരം വാദഗതികൾ കേൾക്കുന്നുണ്ട്. എന്നാൽ, ഇതൊന്നും സംഭവിക്കുന്നില്ല. ഇപ്പോഴത്തെ നിലവച്ചു നോക്കിയാൽ 'മത്സരം' തന്നെയില്ലാത്ത സ്ഥിതിയാണ്. ഉപഭോക്താവിനു കിട്ടുന്നതെന്തോ അതു വാങ്ങി തൃപ്തിയടയുകയല്ലാതെ മറ്റു മാർഗ്ഗങ്ങളൊന്നുമില്ല. ആ സാഹചര്യത്തിൽ ഗുണനിലവാരത്തെക്കുറിച്ച് പ്രത്യേകം പറയേണ്ടതില്ലല്ലോ.

ബഹുരാഷ്ട്രകുത്തകകളാണ് ദേശീയ - അന്തർദ്ദേശീയ വിപണികളെ നിയന്ത്രിക്കുന്നത്. അവരോട് മത്സരിക്കാൻ ചെറുകിടസ്ഥാപനങ്ങൾക്ക് കഴിയുമെന്ന് പ്രതീക്ഷിക്കുന്നതിലും വലിയ മൗഢ്യം വേറെയുണ്ടോ? ബഹുരാഷ്ട്രകുത്തകകൾ, ദേശീയ ഗവൺമെന്റുകളേക്കാൾ ശക്തിപ്രാപിച്ചുകൊണ്ടിരിക്കുകയാണിന്ന്. ഗവൺമെന്റുകളുടെ നയങ്ങൾ രൂപീകരിക്കുന്നത് കുത്തകകളും അവർ നിയന്ത്രിക്കുന്ന ലോകവ്യാപാരസംഘടന അടക്കമുള്ള അന്തർദ്ദേശീയ സാമ്പത്തിക ഏജൻസികളുമാണ്. ജീവന്റെ നിലനില്പിന് അത്യന്താപേക്ഷിതമായ വെള്ളംപോലും ഇവയുടെ നിയന്ത്രണത്തിൽപ്പെടാൻ പോകുന്നതിന് അന്തർദ്ദേശീയ-ദേശീയ-സംസ്ഥാനതലങ്ങളിൽ തെളിവുകളുണ്ട്. ബൊളീവിയയിലെ കൊച്ചബാംബ പ്രദേശത്തെ ജനങ്ങൾ നടത്തിയ ഐതിഹാസികമായ കുടിനീർസമരത്തെക്കുറിച്ച് ഇവിടെ ഓർക്കാവുന്നതാണ്. ബഹുരാഷ്ട്ര

ക്കുത്തകകളിൽനിന്ന് ജീവജലത്തെ രക്ഷിക്കാനാണവർ സമരം നടത്തിയത്. മൊൺസാന്റോ, വിവെന്റി, എൻറോൺ, ബെക്ടൽ, കാസ്കെൽ തുടങ്ങിയവ കുടിവെള്ളക്കച്ചവടത്തിലേർപ്പെട്ട ഏതാനും ബഹുരാഷ്ട്രകുത്തകകളാണ്. കൊക്കകോള കമ്പനിയുടെ 'ബോൺ അക്വ'യും പെപ്സിയുടെ 'അക്വഫിന'യും പെട്ടിക്കടമുതൽ വിമാനത്താവളങ്ങൾവരെ കുടിവെള്ളമായി പ്രത്യക്ഷപ്പെടുന്നുണ്ട്. കുടിനീർ കച്ചവടത്തിൽ ബഹുരാഷ്ട്രകുത്തകകൾ നടത്തിയ മുന്നേറ്റം ആഗോളീകരണത്തിന്റെ ഭാഗമാണ്. അത് ബഹുരാഷ്ട്ര കുത്തകകളുടെ ഒടുങ്ങാത്ത ലാഭക്കൊതിയുമായി ബന്ധപ്പെട്ടു കിടക്കുന്നു.

കുടിവെള്ളമടക്കമുള്ളതൊക്കെ കച്ചവടച്ചരക്കായി മാറ്റുന്ന ആഗോളീകരണത്തിന്റെ സവിശേഷതകളായി അതിന്റെ പ്രചാരകർ അവകാശപ്പെടുന്നത്, സാധനസാമഗ്രികളും സേവനങ്ങളും മൂലധനവുമെല്ലാം രാജ്യാതിർത്തികളെ ഉല്ലംഘിച്ചുകൊണ്ട് ലോകത്തുടനീളം ഒഴുകുമ്പോൾ, ലോകം ഒന്നായിത്തീരുമെന്നാണ്. എന്നാൽ, രാജ്യാന്തര അതിർത്തികൾ കർശനമായി ബാധിക്കുന്ന ഒരു വിഭാഗമുണ്ട്. അത് മനുഷ്യരാണ്. ഒരു രാജ്യത്തിൽനിന്ന് മറ്റൊരു രാജ്യത്തിലേക്കു പോകാൻ അവർക്ക് വിസ കൂടാതെ പറ്റില്ല. ഈ സാഹചര്യത്തിൽ ഏകലോകമെന്ന സങ്കല്പത്തിന്റെ പ്രസക്തി എന്താണ്?

വികസ്വരനാടുകളിലെ കാർഷിക - ചെറുകിട വ്യാവസായികസംരംഭങ്ങൾ നിലനിന്നുപോന്നത് ഒരു പരിധിവരെ സബ്സിഡികളുടെ ബലത്തിലായിരുന്നു. അവ നിന്നുപോയതോടെ കർഷകരുടെയും ചെറുകിടവ്യവസായികളുടെയും നിലനില്പുതന്നെ അപകടത്തിലായിരിക്കുന്നു. മൂന്നാംലോകരാജ്യങ്ങളിൽ സബ്സിഡി നിർത്തണമെന്ന് ആവശ്യപ്പെട്ട വികസിതരാഷ്ട്രങ്ങളും അന്തർദ്ദേശീയ ഏജൻസികളും സമ്പന്നനാടുകളിൽ സബ്സിഡികൾ വർദ്ധിതമായ തോതിൽ തുടരാൻ വേണ്ടതൊക്കെ ചെയ്യുന്നുണ്ട് - അവയുടെ ഗുണഭോക്താക്കൾ ബഹുരാഷ്ട്രകുത്തകകളാണെങ്കിലും. അമേരിക്കയിലെ കാർഷികപ്രതിസന്ധി അമിതോല്പാദനം മൂലം ഉണ്ടാകുന്നതാണ്. ഏഷ്യൻ - ആഫ്രിക്കൻ - ലാറ്റിനമേരിക്കൻ നാടുകളിൽ മനുഷ്യൻ വിശപ്പ് അനുഭവിക്കുമ്പോൾ, അമേരിക്കൻ കൃഷിവകുപ്പ് ബഹുരാഷ്ട്രകുത്തകകളുടെ താല്പര്യങ്ങൾ സംരക്ഷിക്കാനായി കാർഷികവിഭവങ്ങളുടെ നിലവാരം പിടിച്ചുനിർത്താൻ അമിതമായി ഉല്പാദിപ്പിച്ച ധാന്യവും മറ്റും കടലിൽ തള്ളുകയാണ്.

അടുത്തയിടെ യു എസ് പ്രസിഡന്റ് ജോർജ് ബുഷ് അമേരിക്കൻ കൃഷിക്കാർക്ക് വൻതോതിൽ സബ്സിഡി നല്കാനുള്ള ഒരു ബില്ലിൽ ഒപ്പുവയ്ക്കുകയുണ്ടായി. അമേരിക്കയിലെ സമ്പന്നനായ കൃഷിക്കാരന് കാർഷിക സബ്സിഡി നല്കണം; എന്നാൽ ഏഷ്യയിലെ അല്ലെങ്കിൽ ആഫ്രിക്കയിലെ ദരിദ്രനായ കർഷകന് സഹായധനം നല്കിക്കൂടാ! ഇതാണ് വികസിതനാടുകളും ലോകബാങ്കും ലോകവ്യാപാരസംഘടനയടക്കമുള്ള ഏജൻസികളും പ്രസംഗിക്കുന്ന സ്ഥിതി സമത്വ സിദ്ധാന്തം.

ഇതൊരുതരത്തിലുള്ള ഭീകരപ്രവർത്തനം തന്നെയല്ലേ?

വികസ്വരനാടുകളിലേക്ക് സമ്പന്നരാജ്യങ്ങളിൽനിന്ന് സാധനസാമഗ്രികൾക്ക് നിർബ്ബാധമെത്താൻ കഴിയുമ്പോൾ മറിച്ചുള്ള അവസ്ഥ അത്രയും ലളിതമല്ല. അതിന് അനുഗുണമായ വ്യവസ്ഥകൾക്ക് ലോകവ്യാപാരസംഘടന രൂപംനല്കിയിട്ടുണ്ട്. ഈ സംഘടനയുടെ കരാറുകളിൽ ഒപ്പുവച്ച ദരിദ്രരാജ്യങ്ങൾക്ക് ആ വ്യവസ്ഥ അംഗീകരിക്കുകയല്ലാതെ വേറെ വഴിയില്ല. അങ്ങനെ ഏതാനും വികസിതനാടുകൾ ചേർന്നൊരുക്കിയ കെണിയിൽ ലോകത്തിലെ ദരിദ്രരാജ്യങ്ങളെല്ലാം അകപ്പെട്ടുപോയ നിസ്സഹായവും ദയനീയവുമായൊരു ചിത്രമാണ് ആധുനിക ആഗോളസാമ്പത്തികക്രമം അവതരിപ്പിക്കുന്നത്. ഇത് ആഗോളീകരണത്തിന്റെ ഭീകരമുഖം അനാവരണം ചെയ്യുന്നു. ഇത് കാട്ടുനീതിപോലുമല്ല. അതിനേക്കാളൊക്കെ സംഭീതമായ അവസ്ഥയാണ്.

ലോകബാങ്കിന്റെയും അന്തർദ്ദേശീയ നാണ്യനിധിയുടെയും മറ്റും സഹായപദ്ധതികളുടെ അവസാനം കലാപമാണെന്ന നൊബേൽ സമ്മാനം നേടിയ പ്രശസ്ത ധനശാസ്ത്രജ്ഞനായ ജോസഫ് സ്റ്റിഗ്ലിറ്റ്സിന്റെ നിരീക്ഷണം ഇവിടെ പ്രസക്തമാണ്. വിപണിശക്തികൾ വിലനിലവാരം നിശ്ചയിക്കുമ്പോൾ സാധാരണക്കാർക്ക് വെള്ളവും ഭക്ഷണവും മറ്റ് അവശ്യവസ്തുക്കളും വാങ്ങാൻ ശേഷിയില്ലാതാകുന്നു. പിന്നെ കലാപമുണ്ടാക്കുകയല്ലാതെ വേറെയെന്താണ് പോംവഴി? ബൊളീവിയയിലും ഇക്വഡോറിലും ഇന്തോനേഷ്യയിലും മറ്റുമുണ്ടായ ലഹളകളുടെ പശ്ചാത്തലമിതാണ്. ലോകബാങ്കിന്റെയും അന്തർദ്ദേശീയ നാണ്യനിധിയുടെയും സഹായതന്ത്രം ദരിദ്രരാജ്യങ്ങളെ സംബന്ധിച്ച് മരണത്തിന്റെ തണുത്ത ചുംബനമാണ്. ലോകബാങ്കിന്റെ സാമ്പത്തികപരിഷ്കരണ പരിപാടി തുടങ്ങുന്നതുതന്നെ സ്വകാര്യവല്ക്കരണത്തോടെയാണെന്ന് നിരീക്ഷിക്കുന്ന സ്റ്റിഗ്ലിറ്റ്സ് അതിനെ വിളിക്കുന്നത് 'അഴിമതിവല്ക്കരണ' (briberisation)മെന്നാണ്. ദേശീയ ആസ്തികളുടെ വില്പനവില കുറച്ചുകാണിക്കുന്നതുവഴി ദേശീയനേതാക്കൾക്കു ലഭിക്കുന്ന കോഴ മൊത്തം ഇടപാടിന്റെ പത്തുശതമാനമാണെന്ന് അദ്ദേഹം പറയുന്നു. ആഗോളീകരണത്തിന്റെയും സ്വകാര്യവല്ക്കരണത്തിന്റെയും പേരിൽ മിക്ക നാടുകളിലും വൻതോതിൽ അഴിമതികൾ നടക്കുന്നുണ്ട്.

ഇന്ത്യയിൽ ആഗോളീകരണത്തിന് ആക്കംകൂട്ടാൻ നിർനിക്ഷേപ (disinvestment) പദ്ധതികൾ ആസൂത്രണം ചെയ്ത് നടപ്പാക്കി വരുന്നുണ്ട്. അതിനായി ഒരു നിർനിക്ഷേപമന്ത്രാലയംതന്നെ പ്രവർത്തിക്കുന്നുണ്ട്. ലാഭകരമായി നടപ്പാക്കുന്ന വ്യവസായസ്ഥാപനങ്ങൾപോലും സ്വകാര്യവ്യക്തികൾക്കും മറ്റുമായി വിറ്റുകൊണ്ടിരിക്കയാണ്. കോടിക്കണക്കിനു രൂപ ചെലവഴിച്ച് സ്ഥാപിച്ചവയാണ് വിറ്റഴിക്കപ്പെട്ടുകൊണ്ടിരിക്കുന്ന ഈ സ്ഥാപനങ്ങൾ എന്നുകൂടി ഓർക്കണം. രാജ്യത്തിന്റെ സമ്പദ്ഘടനയുടെ അടിത്തറയായി വർത്തിച്ചുകൊണ്ടിരുന്നവയായിരുന്നു അവ. അവയുടെ ഓഹരികളാണ് ചുരുങ്ങിയ വിലയ്ക്ക് വൻസ്ഥാപനങ്ങൾക്കും

സമ്പന്നർക്കും വില്ക്കുന്നത്. ലാഭത്തിൽ പ്രവർത്തിക്കുന്ന സ്ഥാപനങ്ങൾ വില്ക്കുന്നത് ഭാവിയിൽ അവ നഷ്ടത്തിലായേക്കുമോ എന്ന ഭയംമൂലമാണത്രെ!

വികസ്വരനാടുകളിൽ ജീവിക്കുന്ന കോടാനുകോടി മനുഷ്യരുടെ ഉത്തമ താല്പര്യങ്ങൾ സംരക്ഷിക്കാൻ പുതിയൊരു ഉണർവ്വ് അനിവാര്യമാണ്. അത് വികസിതനാടുകൾക്കും ലോകവ്യാപാരസംഘടനയുടെയും ലോകബാങ്കിന്റെയും അന്തർദേശീയ നാണ്യനിധിയുടെയും ഏഷ്യാ വികസന ബാങ്കിന്റെയുമൊക്കെ താല്പര്യങ്ങൾക്ക് എതിരായിരിക്കും. ഇവിടെ പ്രശ്നം വ്യക്തിഗത താല്പര്യങ്ങളല്ല; പ്രത്യുത ലോകത്തിലെ ഭൂരിപക്ഷം വരുന്ന ജനങ്ങൾ ജീവിക്കണമോ മരിക്കണമോ എന്നതാണ്. തങ്ങളുടെയും വരുംതലമുറയുടെയും നിലനില്പ് സംരക്ഷിക്കേണ്ട ബാദ്ധ്യതയാണ് വികസ്വരനാടുകൾക്ക് മുന്നിലുള്ളത്. ഉണർന്നു പ്രവർത്തിക്കുന്നില്ലെങ്കിൽ അവർ സ്വയം നിരാകരിക്കുകയാവും ചെയ്യുന്നത്. അവസാനം ആർക്കും വേണ്ടാത്ത, ധനികനാടുകൾക്കുപോലും മടുത്തുകഴിഞ്ഞ, ഒരു സാമ്പത്തികാവസ്ഥ ഉരുത്തിരിഞ്ഞുവരും. സമസ്ത മൂല്യങ്ങളും തകർന്നടിയുന്ന ഒരാഗോളക്രമമായിരിക്കുമത്.

2002

ഭീകരവാദം വളർത്തിയതും വിലയ്ക്കെടുത്തതും

ലോകത്തിനു മുന്നിൽ ദുഷ്കരമായൊരു മാർഗ്ഗം മാത്രമേയുള്ളൂ. ഒന്നുകിൽ അമേരിക്കയെ അനുകൂലിക്കുക; അല്ലെങ്കിൽ മരണത്തെയും സർവ്വനാശത്തെയും വരിക്കാൻ തയ്യാറാവുക.

- നോം ചോസ്കി

ബ്രിട്ടീഷ് ബ്രോഡ്കാസ്റ്റിങ് കോർപ്പറേഷൻ (ബി ബി സി), ഈയിടെ സംപ്രേഷണം ചെയ്ത ഒരു പരിപാടിയുടെ പേരിൽ ക്ഷമാപണം നടത്തി. 2001 സെപ്തംബർ 11-ാം തീയതി ചൊവ്വാഴ്ച ഭീകരവാദികൾ അമേരിക്കയുടെ അഭിമാനസ്തംഭങ്ങളായ ന്യൂയോർക്കിലെ ലോകവ്യാപാരകേന്ദ്ര (World Trade Centre)വും പ്രതിരോധസിരാകേന്ദ്രമായ പെന്റഗണും ആക്രമിച്ചത് സംബന്ധിച്ച് അവതരിപ്പിക്കപ്പെട്ട പരിപാടിയിൽ ശ്രോതാക്കളിൽനിന്നുയർന്ന കടുത്ത യു എസ് വിരുദ്ധ വികാരത്തെത്തുടർന്നായിരുന്നു ഈ ക്ഷമാപണം. വെറും രാഷ്ട്രീയ കാഴ്ചപ്പാടുകൾ വച്ചുകൊണ്ട് പതിനായിരങ്ങളുടെ മരണത്തിനിടയാക്കിയ ഇത്തരമൊരു ഹീനമായ ആക്രമണത്തെ എങ്ങനെ ന്യായീകരിക്കാനാവും എന്നാണ് ബ്രിട്ടനിലെ മുൻ അമേരിക്കൻ അംബാസഡർ ഫിലിപ്പ് ലാഡർ കണ്ണീരോടെ ചോദിച്ചത്. ലാഡറിന്റെ വികാരങ്ങൾ മനസ്സിലാക്കാവുന്നതുതന്നെ. ഈ നികൃഷ്ടസംഭവത്തിൽ ഇന്ത്യക്കാരടക്കമുള്ള നിരവധിപേർ കൊല്ലപ്പെട്ടു. ആയിരക്കണക്കിനാളുകൾക്ക് പരിക്കേറ്റു. ധാരാളം കുടുംബങ്ങൾക്ക് തീരാനഷ്ടവും മഹാവേദനയും ബാക്കിയായി.

മനുഷ്യത്വരഹിതമെന്നും കൊടിയ ഭീകരപ്രവർത്തനമെന്നും വിലയിരുത്താവുന്ന ഈ സംഭവത്തിന് ഒരു മറുവശമുണ്ട്. ആയിരക്കണക്കിന് നിരപരാധികളായ മനുഷ്യരുടെ മരണത്തിന് ഒരാൾക്കും ന്യായീകരണം കണ്ടെത്താനാവില്ല എന്നത് ശരിതന്നെ. മരണം ഏതുതരത്തിലുള്ളതാ

യാലും ദുഃഖമാണ്. അമേരിക്കയിലോ കശ്മീരിലോ പലസ്തീനിലോ വിയത്നാമിലോ സുഡാനിലോ കംബോഡിയയിലോ ഹിരോഷിമയിലോ നാഗസാക്കിയിലോ ആകട്ടെ, നരഹത്യ മനുഷ്യത്വത്തിന്റെ വഴിയല്ലതന്നെ.

ബി ബി സി യുടെ ശ്രോതാക്കൾ ഭീകരപ്രവർത്തനത്തെ എതിർത്തുവെങ്കിലും അവരിൽനിന്ന് പ്രസക്തമായ ചോദ്യങ്ങളുയർന്നു. 'എന്തുകൊണ്ടാണ് ഭീകരപ്രവർത്തനത്തിനിരയായിട്ടും ലോകം അമേരിക്കയെ കഠിനമായി വെറുക്കുന്നത്?' എന്നായിരുന്നു അവയിലൊന്ന്. ഭീകരവാദത്തെ നിശിതമായി എതിർക്കുമ്പോൾത്തന്നെ ഇത്തരമൊരു ചോദ്യത്തിന്റെ സാംഗത്യം തള്ളിക്കളയാവുന്നതല്ല.

അമേരിക്കയിൽ ഭീകരാക്രമണം നടന്നശേഷം മാധ്യമങ്ങൾ തത്സംബന്ധമായ വാർത്തകൾ തുടർച്ചയായി റിപ്പോർട്ട് ചെയ്തുകൊണ്ടേയിരിക്കുന്നു. അനേകായിരങ്ങളെ നിഷ്ഠുരമായി വധിച്ചതിലുള്ള വികാരങ്ങൾ മനസ്സിലാക്കാവുന്നതാണ്. എന്നാൽ, ലോകമെങ്ങും അമേരിക്കയും ആ രാജ്യത്തിന്റെ ഏജന്റുമാരും, സ്വന്തം താല്പര്യങ്ങൾ സംരക്ഷിക്കാൻ വേണ്ടിമാത്രം യുദ്ധങ്ങൾ നടത്തി കൊച്ചുകുഞ്ഞുങ്ങളും സ്ത്രീകളും വൃദ്ധരുമടങ്ങുന്ന ജനലക്ഷങ്ങളെ കൊന്നൊടുക്കിയപ്പോൾ, ഇതേ മാധ്യമങ്ങൾക്ക് അവയൊക്കെ നിർവ്വികാരങ്ങളായ 'വെറും വാർത്തകൾ' മാത്രമായതാണ് മനസ്സിലാക്കാൻ കഴിയാത്തത്. 1984 ഡിസംബറിൽ ഭോപ്പാലിലെ ബഹുരാഷ്ട്രകുത്തകയായ യൂണിയൻ കാർബൈഡിൽ നടന്ന വിഷവാതകദുരന്തത്തിൽ പതിനായിരങ്ങൾ ചത്തൊടുങ്ങുകയും അഞ്ചു ലക്ഷം പേർക്ക് രാസപ്രയോഗംകൊണ്ട് മാരകമായി പരിക്കേല്ക്കുകയും ചെയ്തപ്പോൾ ലോകമനഃസാക്ഷിയെ പിടിച്ചുലയ്ക്കുന്ന വാർത്താപ്രക്ഷേപണങ്ങളൊന്നുമുണ്ടായില്ല എന്നതും ശ്രദ്ധേയമാണ്.

അശക്തരായ രാജ്യങ്ങളിൽ അമേരിക്കയും അതിന്റെ സഖ്യരാഷ്ട്രങ്ങളും 'രാഷ്ട്രീയമായി ഇടപെട്ടപ്പോൾ' അവർക്ക് കാര്യമായ നാശനഷ്ടങ്ങളോ ജീവഹാനിയോ നേരിടേണ്ടി വന്നിട്ടില്ല. അവരെ സംബന്ധിച്ചിടത്തോളം 'സുരക്ഷിത യുദ്ധങ്ങളാ'യിരുന്നു അവ. ആക്രമണവിധേയരായ രാഷ്ട്രങ്ങളിൽ അസംഖ്യം നിരപരാധികൾ കൊല്ലപ്പെട്ടശേഷം അവശേഷിച്ചത് ഒരായിരം യുദ്ധങ്ങൾകൊണ്ടും അവസാനിക്കാത്ത കുടിപ്പകയായിരുന്നു. എല്ലാ യുദ്ധങ്ങളും കൂടുതൽ കൂടുതൽ യുദ്ധങ്ങളിലേക്ക് നീളുന്നു. അവയൊരിക്കലും സമാധാനത്തിലേക്ക് നയിക്കുന്നില്ല. ലോകത്തിനു വേണ്ടത് നൈരാശ്യത്തിൽനിന്ന് പ്രതീക്ഷയിലേക്കുള്ള യാത്രയാണ്. അമേരിക്കയിലെ ഭീകരാക്രമണം കഴിഞ്ഞ് ദിവസങ്ങൾക്കകം തന്നെ നിഷ്പക്ഷമതികളും പ്രഗത്ഭരുമായ പല ചിന്തകരുടെയും പ്രതികരണങ്ങൾ വന്നുകൊണ്ടിരിക്കുന്നു. അവരിൽ പലരും അമേരിക്കക്കാർ തന്നെയാണെന്നത് വിസ്മയിപ്പിക്കുന്നു. ഈ ദുരന്തത്തെക്കുറിച്ച് യു എസ് പൗരനായ പ്രശസ്ത ചിന്തകൻ നോം ചോംസ്കിയുടെ ശബ്ദം ശ്രദ്ധിക്കാതിരുന്നുകൂടാ.

ലോകത്തിനു മുന്നിൽ ദുഷ്കരമായൊരു മാർഗ്ഗംമാത്രമേ അവശേ

ഷിച്ചിട്ടുള്ളൂ. ഒന്നുകിൽ അമേരിക്കയെ അനുകൂലിക്കുക; അല്ലെങ്കിൽ മരണത്തെയും സർവ്വനാശത്തെയും വരിക്കാൻ തയ്യാറാവുക എന്നാണ് ബുഷ് ഭരണകൂടം ലോകത്തോട് കല്പിക്കുന്നത്. ഭീകരാക്രമണത്തിൽ പങ്കാളികളാണെന്ന് പ്രസിഡന്റ് ബുഷ് കരുതുന്ന വ്യക്തികളെയും രാഷ്ട്രങ്ങളെയും ആക്രമിക്കാൻ യു എസ് കോൺഗ്രസ് സമ്മതം നല്കിക്കഴിഞ്ഞു. നിക്കരാഗ്വെ ഈ നയം സ്വീകരിച്ചിരുന്നുവെങ്കിൽ ഇതേ ജനത എങ്ങനെ പെരുമാറുമായിരുന്നു? ഐക്യരാഷ്ട്രസംഘടനയുടെ നിയമം ലംഘിച്ചാണ് അന്ന് നിക്കരാഗ്വെക്കെതിരെ യു എസ് ഭരണകൂടം ബലം പ്രയോഗിച്ചത്.

ചോംസ്കി പറയുന്നു.

തങ്ങളുടെ പേരിൽ എന്തൊക്കെയാണ് ചെയ്തുകൂട്ടുന്നത് എന്നതിനെപ്പറ്റി അമേരിക്കൻ ജനതയ്ക്ക് അല്പമൊരു അവബോധമുണ്ടായാൽ അവർ നടുങ്ങിപ്പോകും. ഇപ്പോൾ പാകിസ്ഥാൻ അമേരിക്കയുടെ ആവശ്യങ്ങൾക്ക് കീഴ്വഴങ്ങുന്നില്ലെങ്കിൽ ആ രാജ്യത്തിനെതിരെയും അമേരിക്കൻ സൈന്യം നീങ്ങാതിരിക്കില്ല.

ഒസാമ ബിൻ ലാദൻ കൊല്ലപ്പെട്ടാലും സംഭവഗതികളിൽ വലിയ വ്യത്യാസമൊന്നും ഉണ്ടാകാൻ പോകുന്നില്ല. ഒസാമയുടെ ശബ്ദം അറബ്‌ലോകം മുഴുവൻ കാസറ്റുകളിലൂടെ കേൾക്കും. അദ്ദേഹം രക്തസാക്ഷിത്വത്തിലൂടെ അനേക ലക്ഷങ്ങൾക്ക് പ്രചോദനമായി വർത്തിക്കുകയും ചെയ്യും

ചോംസ്കി അഭിപ്രായപ്പെട്ടു.

സമ്പന്നരും ശക്തരും അവരുടെ പാരമ്പര്യരീതിയിൽ നൂറ്റാണ്ടു യുദ്ധങ്ങൾക്കും ഹിംസയ്ക്കുംവേണ്ടി നിലകൊള്ളുകയാണെങ്കിൽ അത് ഹിംസയുടെ അവസാനിക്കാത്ത ചാക്രികഗതികൾ സൃഷ്ടിക്കും. അതിന്റെ ദീർഘകാലഫലങ്ങൾ അതിഭീകരമായിരിക്കും. ഒരുപക്ഷേ, കൂടുതൽ സ്വതന്ത്രവും ജനാധിപത്യപരവുമായ ഒരു സമൂഹം രൂപപ്പെടുമ്പോൾ മനുഷ്യത്വാധിഷ്ഠിതവും കൂടുതൽ യുക്തിപൂർവ്വവുമായ ഒരു ദിശയിലേക്ക് കാര്യങ്ങൾ നീങ്ങുന്നു. എന്നാണ് നോം ചോംസ്കിയുടെ നിഗമനം.

1812 ലെ യുദ്ധത്തിനുശേഷം അമേരിക്കൻമണ്ണിൽ ഒരാക്രമണമുണ്ടാകുന്നത് ഇതാദ്യമായാണ്. യു എസ് കോളനികൾ പലപ്പോഴും ആക്രമിക്കപ്പെട്ടിരുന്നു. എന്നാൽ അമേരിക്ക സുരക്ഷിതവലയത്തിനകത്ത്, അസ്പർശ്യയായി നിലകൊണ്ടു. ഈ കാലയളവിൽ എത്രയോ രാജ്യങ്ങളിൽ നടന്ന യുദ്ധങ്ങളിൽ അമേരിക്ക പങ്കാളിയായിരുന്നു. എത്രയോ നിരപരാധികൾ മരിച്ചു. മെക്സിക്കോവിന്റെ പകുതിഭാഗവും ആക്രമിക്കപ്പെട്ടു. ലക്ഷക്കണക്കിന് ഫിലിപ്പീൻകാരെ വധിച്ചു. ബർലിൻമതിൽ വീണപ്പോൾ,

അമേരിക്ക അമിതമായി സന്തോഷിച്ചു. സമാധാനത്തിന്റെ ഒരു പുതുയുഗം പിറന്നുവെന്ന് ഉദ്ഘോഷിച്ചുകൊണ്ട് 1989 ന്റെ അവസാനത്തിൽ പനാമയെ ആക്രമിച്ചുകൊണ്ടാണ് അമേരിക്ക ആ വിജയമാഘോഷിച്ചത്. നിരവധി പനാമക്കാരെ കൊന്നു. 23 അമേരിക്കക്കാരും കഥാവശേഷരായി. പരിക്കേറ്റവർ വേറെയും ആയിരങ്ങൾ.

ബിൻ ലാദന് താവളം നല്കിയിരിക്കുന്ന അഫ്ഗാനിസ്ഥാന്റെ കാര്യം തന്നെയെടുക്കാം. 1970 കളുടെ അന്ത്യപാദംമുതൽ അവിടെ നിലനിന്നിരുന്ന ഗവൺമെന്റിന്റെ ഒരു ലക്ഷ്യം, മതമൗലികവാദികളുടെ നിയന്ത്രണത്തിൽനിന്ന് സ്ത്രീകളടക്കമുള്ള ദുർബ്ബല ജനവിഭാഗങ്ങളെ മോചിപ്പിക്കുകയായിരുന്നു. എന്നാൽ, ഇപ്പോൾ ഛിന്നഭിന്നമായിപ്പോയ സോവിയറ്റ് യൂണിയൻ പിന്തുണയ്ക്കുന്നു എന്ന ഒരൊറ്റക്കാരണത്താൽ ദശലക്ഷക്കണക്കിന് കോടി രൂപ ചെലവഴിച്ച് ആ ഭരണകൂടത്തെ മറിച്ചിട്ടത് അമേരിക്കയാണ്. ഇതിന് അമേരിക്കയുടെ ചാരസംഘടനയായ സി ഐ എ യെ ഉപയോഗപ്പെടുത്തിയത് ഇന്ന് അമേരിക്കയുടെ ഉറക്കം കെടുത്തുന്ന ബിൻലാദനെയും ഗുൽബുദ്ദീൻ ഹിക്മത്യാറെയും മറ്റു മതമൗലിക-ഭീകരവാദികളെയുമായിരുന്നുവെന്നത് ചരിത്രത്തിലെ ഒരു വിരോധാഭാസം.

സൗദി പൗരനായ ബിൻ ലാദനെ ഒരു ഭീകരനായി വളർത്തിക്കൊണ്ടുവന്നതിന്റെ പൂർണ്ണ ഉത്തരവാദിത്വം യു എസ് ഭരണകൂടത്തിനാണ്. അന്ന് പാകിസ്ഥാനിലെ ഏകാധിപതിയായിരുന്ന ജനറൽ സിയാ ഉൽഹഖിനെ പിന്തുണച്ചുകൊണ്ടാണ് താലിബാന് ജന്മം നല്കുന്നതിൽ അമേരിക്ക നിർണ്ണായക പങ്കുവഹിച്ചത്. അന്നതിനെ 'തിന്മയുടെ ശക്തി'യെന്നല്ല, 'നന്മയുടെ പ്രതീക'മെന്നാണ് അമേരിക്ക വിശേഷിപ്പിച്ചത്. അതേ താലിബാനാണ് ഇന്ന് ജനാധിപത്യത്തിനും സ്ത്രീകളുടെ മൗലികാവകാശത്തിനുമെതിരെ നിലകൊള്ളുന്നത്. പർദ ധരിക്കാത്ത സ്ത്രീകളെ വെടിവയ്ക്കുമെന്നവർ ഭീഷണിപ്പെടുത്തുന്നു. പർദ ധരിക്കാത്ത വനിതകളുടെ മുഖത്ത് ആസിഡ് ഒഴിച്ച ഭീകരനാണ്, അമേരിക്ക സർവ്വാത്മനാ പിന്തുണച്ച, ഹിക്മത്യാർ എന്ന കാര്യവും മറക്കാൻ കാലമായിട്ടില്ല. അയാളെക്കൂടി ഉപയോഗപ്പെടുത്തിക്കൊണ്ട് 1992-'96 കാലഘട്ടത്തിൽ അഫ്ഗാനിസ്ഥാനിൽ അമേരിക്ക നടത്തിയ ഭീകരപ്രവർത്തനങ്ങൾക്ക് കണക്കില്ല. അതിന്റെ ഫലമായി പത്തുലക്ഷം പേരെങ്കിലും കൊലചെയ്യപ്പെട്ടു; 30 ലക്ഷം പേർക്ക് അംഗവൈകല്യം വന്നു; കൊച്ചുകുഞ്ഞുങ്ങളും സ്ത്രീകളുമടങ്ങുന്ന 50 ലക്ഷം പേർ അഭയാർത്ഥികളുമായി. അമേരിക്ക ഈ ദരിദ്രരാജ്യത്ത് നടത്തിയ കൊടുംപാതകങ്ങളിൽ തകർക്കപ്പെടാത്ത സ്കൂളുകളില്ല; ആശുപത്രികളില്ല; വ്യാപാരകേന്ദ്രങ്ങളില്ല; വീടുകളില്ല. അതേ അഫ്ഗാനിസ്ഥാനിൽനിന്ന് ബിൻ ലാദനെ പുറത്തുചാടിക്കാനാണ് അവിടെ ബോംബുകൾ വർഷിക്കാൻ അമേരിക്ക പടപ്പുറപ്പാട് നടത്തുന്നത്. അഫ്ഗാനികളെപ്പോലെ ഒന്നൊന്നായി ദുരന്തം വേട്ടയാടിക്കൊണ്ടിരിക്കുന്ന ഏതെങ്കിലും ജനവിഭാഗം ഈ ഭൂമുഖത്തുണ്ടോ എന്നത് സംശയകരമാണ്.

1993 ൽ ഇപ്പോൾ തകർത്തുതരിപ്പണമാക്കപ്പെട്ട ന്യൂയോർക്കിലെ ലോകവ്യാപാരകേന്ദ്രത്തിലും 1998 ൽ കെനിയയിലെയും ടാൻസാനിയ യിലെയും യു എസ് എംബസികളിലും നടന്ന ആക്രമണങ്ങൾക്കും കൊലകൾക്കും ബിൻ ലാദൻ ഉത്തരവാദിയാകാം. അയാൾ തന്റെ ഭീക രപ്രവർത്തനങ്ങൾ തുടർന്നുകൊണ്ടേയിരിക്കുന്നു. അതിന് ശിക്ഷയനു ഭവിക്കേണ്ടത് ദരിദ്രരും നിരാലംബരുമായ അഫ്ഗാനികളാണോ എന്ന താണ് പ്രസക്തമായ ചോദ്യം. സമാധാനം പറയേണ്ടത് ബുഷ് ഭരണ കൂടവും അതിന്റെ സ്തുതിപാഠകരുമാണ്. ബിൻ ലാദനല്ല, അമേരിക്ക യുടെ അവിശുദ്ധലക്ഷ്യങ്ങളും അവ നേടിയെടുക്കാൻ അവർ ഉപയോ ഗിച്ച അതിഹീനമായ മാർഗ്ഗങ്ങളുമാണിവിടെ ചർച്ചാവിഷയം.

ഈ ശതകത്തിലെ ക്രൂരമായ ഫലിതം

ബിൻ ലാദന് താവളം നല്കുകയും പിന്തുണ നല്കുകയും ചെയ്യുന്ന രാജ്യങ്ങളെയും സംഘടനകളെയും ആക്രമിക്കുമെന്ന് യു എസ് ഭരണ കൂടം താക്കീത് നല്കിയിട്ടുണ്ട്. കശ്മീരിൽ ഭീകരപ്രവർത്തനം നടത്തി ക്കൊണ്ടിരിക്കുന്ന ഹിസ്ബുൽ മുജാഹിദീൻ, ലഷ്കർ-ഇ-തോയ്ബ, അൽ ബദർ തുടങ്ങിയ ഭീകരക്കൂട്ടങ്ങൾക്ക് പിന്തുണയും സംരക്ഷണവും നല് കുന്നവർ ആരാണെന്നത് ഇന്നൊരു രഹസ്യമല്ല. അവർക്കെതിരെ ഒരു ചെറുവിരൽപോലും അനക്കാൻ, ഇപ്പോൾ ഭീകരവാദത്തിനെതിരെ ആ ക്രോശിക്കുന്ന അമേരിക്ക എന്നെങ്കിലും മുതിർന്നിട്ടുണ്ടോ? കശ്മീരിൽ പരോക്ഷമായി ഭീകരവാദം പ്രോത്സാഹിപ്പിച്ചുകൊണ്ടിരുന്നപ്പോൾ ഇപ്പോ ഴത്തെ ധാർമ്മികരോഷം എവിടെയായിരുന്നു? നീതിക്ക് എങ്ങനെയാണ് ഇരട്ടമുഖങ്ങളുണ്ടാവുക?

കഴിഞ്ഞ അഞ്ചുദശകത്തിനിടെ വിനാശകാരിയായ അമേരിക്കൻ ശക്തിയും സ്വാധീനവും ലോകമെമ്പാടും വിന്യസിക്കപ്പെട്ടിട്ടുണ്ട്. 1992–'95 കാലഘട്ടത്തിൽ ബോസ്നിയയിലും പിന്നീട് ക്രാജിനയിലും സരയാവൊ വിലും ചെച്നിയയിലും അമേരിക്കയുടെ ഒത്താശയോടെ നടന്ന ആഭ്യ ന്തരകലാപങ്ങളിലും യുദ്ധങ്ങളിലും കൊല്ലപ്പെട്ടവർ മൂന്നുലക്ഷത്തില ധികം വരും. അഭയാർത്ഥികളായവരുടെയും അംഗഭംഗം വന്നവരുടെയും സംഖ്യ അതിലുമെത്രയോ ഇരട്ടിയാണ്.

മദ്ധ്യപൂർവ്വദേശങ്ങളിൽ അമേരിക്ക വിതച്ച വിനാശം അവർണ്ണനീ യമാണ്. ഇറാനിൽ ഷായുടെ ഏകാധിപത്യത്തിനും ഭീകരവാദത്തിനു മെതിരെ പ്രസ്ഥാനം നയിച്ച ആയത്തുള്ള ഖൊമൈനിയെ ഒതുക്കാനാ ണ് അമേരിക്ക ഇറാഖിനെ പടച്ചട്ടയണിയിച്ചത്. ഒട്ടേറെ വർഷം നീണ്ടു നിന്ന യുദ്ധത്തിൽ ഇറാനിലേയും ഇറാഖിലേയും അനേകായിരം ജന ങ്ങൾ കൊല്ലപ്പെട്ടു. അന്ന് ഇറാഖി പ്രസിഡന്റ് സദ്ദാം ഹുസൈൻ അമേ രിക്കൻ ഭരണകൂടത്തിന്റെ കണ്ണിലുണ്ണിയായിരുന്നു; പിന്നീട് ബിൻ ലാദ നെപ്പോലെത്തന്നെ സദ്ദാം അമേരിക്കയുടെ ഏറ്റവും വലിയ ശത്രുവായി. ഇറാഖിനെതിരെ നടന്ന ഗൾഫ്‌യുദ്ധത്തിൽ നിർണ്ണായക പങ്കുവഹിച്ചത്

അമേരിക്കതന്നെ. ആ യുദ്ധത്തിൽ പതിനായിരങ്ങൾ ഇറാഖിൽ കൊല്ലപ്പെട്ടു. തുടർന്ന് ഇറാഖിനെതിരെ പ്രഖ്യാപിക്കപ്പെട്ട സാമ്പത്തിക ഉപരോധത്തിന്റെയും ആ രാജ്യത്ത് ബോംബുകൾ വർഷിച്ചതിന്റെയും ഫലമായി 10 ലക്ഷത്തിനും 20 ലക്ഷത്തിനുമിടയ്ക്ക് ഇറാഖികൾ കൊല്ലപ്പെട്ടുവെന്നാണ് ഏകദേശ കണക്ക്. ഇവരിൽ ഭൂരിഭാഗവും കുഞ്ഞുങ്ങളും ബാലികാബാലന്മാരുമാണ്. ഐക്യരാഷ്ട്ര സംഘടനതന്നെ സാക്ഷ്യപ്പെടുത്തുന്നത് ജലജന്യമായ രോഗങ്ങൾ കാരണം ആറുലക്ഷം കുട്ടികളടക്കം പത്തുലക്ഷം പേരെങ്കിലും ഇറാഖിൽ മരണമടഞ്ഞുകഴിഞ്ഞുവെന്നാണ്. ഇറാഖിനെതിരെ ഉപരോധം ഇന്നും തുടരുന്നു; ഇറാഖികളുടെ മരണവും.

1948 ൽ ഇസ്രായേലിന്റെ പിറവിക്കുശേഷം അമേരിക്കൻ പിന്തുണയോടെ പലസ്തീൻകാരുടെമേൽ സയണിസ്റ്റുകൾ നടത്തിയ ആക്രമണങ്ങളിൽ കൊല്ലപ്പെട്ടവരുടെ എണ്ണം ഒരുലക്ഷം കവിയും. ഇസ്രായേലിന്റെ ലെബനോൺ അധിനിവേശത്തിൽ ആയിരങ്ങൾ രക്തസാക്ഷികളായിട്ടുണ്ട്. ഇതിനുമുണ്ടായിരുന്നു, അമേരിക്കയുടെ ഉദാരമായ പിന്തുണയും സൈനികസഹായങ്ങളുമൊക്കെ.

ഇവർ തന്നെയാണ് രണ്ടാംലോകമഹായുദ്ധകാലത്ത് ആയുധംവച്ച് കീഴടങ്ങാൻ സന്നദ്ധത പ്രകടിപ്പിച്ച ജപ്പാനിൽ ബോംബാക്രമണം നടത്തിയത്. ഹിരോഷിമയിലും നാഗസാക്കിയിലും അമേരിക്കയുടെ ആണവബോംബാക്രമണങ്ങളിൽ ജനലക്ഷങ്ങൾ പിടഞ്ഞുമരിച്ചു. ജപ്പാനിൽ ബോംബ് വർഷിക്കരുതേയെന്ന് ആ മാരകായുധത്തിന് ജന്മം നല്കിയ ഓപ്പൻ ഹീമർ അപേക്ഷിച്ചത് അന്നത്തെ യു എസ് പ്രസിഡന്റ് ട്രൂമാനെ പ്രകോപിപ്പിക്കുകയും ക്രുദ്ധനാക്കുകയുമാണുണ്ടായത്. അന്ന് ട്രൂമാന്റെ ഭരണകൂടം നടത്തിയ ഈ ഭൂമുഖത്തെ ഇദംപ്രഥമമായ ആണവായുധ ആക്രമണത്തിനും കൂട്ടക്കൊലയ്ക്കും സാക്ഷികളായി അതിദാരുണമായ അംഗവൈകല്യങ്ങൾ തലമുറകളിലേക്ക് പ്രസരിപ്പിച്ചുകൊണ്ട് അസംഖ്യം 'ഹിബാക്കുഷകൾ' ഇന്നും ചത്തുജീവിക്കുന്നു.

ആഫ്രിക്കൻനാടുകൾ ഉൾപ്പെടെയുള്ള എല്ലാ ഭൂഖണ്ഡങ്ങളും അമേരിക്കയുടെ ഭീകരപ്രവർത്തനങ്ങൾക്ക് ഇരയായിട്ടുണ്ട്. 1961 ജനുവരിയിൽ വധിക്കപ്പെട്ട കോംഗോ പ്രധാനമന്ത്രി പാട്രിസ് ലുമുംബ ഇതിന് ഒരുദാഹരണം മാത്രം. 1960 ജൂണിൽ സ്ഥാനമേറ്റ ലുമുംബ ചെയ്ത തെറ്റ് തന്റെ രാജ്യത്തിന്റെ സാമ്പത്തിക-രാഷ്ട്രീയവിമോചനത്തിന് ആഹ്വാനം ചെയ്തു എന്നതായിരുന്നു. ലുമുംബാവധത്തിന്റെ പിന്നിലും അമേരിക്കയും സി ഐ എയുമായിരുന്നു. അന്നത്തെ യു എസ് പ്രസിഡന്റ് ഐസൻഹോവറിന്റെ പ്രത്യേക നിർദ്ദേശാനുസരണമാണ് ലുമുംബ കൊല്ലപ്പെട്ടതെന്ന് പില്ക്കാലത്ത് വെളിപ്പെട്ടു. ലുമുംബയുടെ വിഖ്യാതമായൊരു കവിത ഇവിടെ ഓർക്കാം - *ആഫ്രിക്കൻ ഹൃദയത്തിലെ പ്രഭാതം* എന്ന കവിത. ആഫ്രിക്കൻ വിമോചനത്തിന്റെ ഗീതകമായി അതിന്നും ജനഹൃദയങ്ങളിൽ അസ്വസ്ഥതയുണ്ടാക്കുന്നു.

ആഫ്രിക്കക്കാരായ നിങ്ങൾ ഒരു സഹസ്രാബ്ദമായി മൃഗങ്ങളെപ്പോലെ ദുരിതമനുഭവിച്ചുകൊണ്ടിരിക്കുന്നു. കാറ്റിൽ വിതറപ്പെട്ട നിങ്ങളുടെ ചിതാഭസ്മം മരുഭൂമിയിൽ ചുറ്റിപ്പറക്കുന്നു. നിങ്ങളുടെ മർദ്ദകർ മനോഹരങ്ങളായ ആരാധനാലയങ്ങൾ നിർമ്മിച്ചു. അവയിലവർ നിങ്ങളുടെ ആത്മാക്കളെയും ദുരിതങ്ങളെയും പ്രതിഷ്ഠിച്ചു.

നിങ്ങൾക്ക് മരിക്കാനവകാശമുണ്ടായിരുന്നു; കരയാനും. നിങ്ങളുടെ പ്രാർത്ഥനാചിഹ്നങ്ങളിൽ അവർ അടങ്ങാത്ത വിശപ്പും അടിമത്തവും കൊത്തിവച്ചു...

പ്രിയ സഹോദരാ, പ്രഭാതമിതാ, ഇവിടെ. പ്രഭാതം നിങ്ങളുടെ മുഖങ്ങളിൽ...

നമ്മുടെ പഴയ ആഫ്രിക്കയിൽ ഒരു പുതിയ പ്രഭാതം പൊട്ടിവിരിയുന്നു. കറുത്ത മണ്ണിൽനിന്ന് സ്വതന്ത്രവും ധീരവുമായ കോംഗോ ഉണരും – സ്വതന്ത്രവും ധീരവുമായ കോംഗോ! കറുത്ത വിത്തിൽനിന്ന് കറുത്ത പുഷ്പം...

എന്നാൽ ഈ പ്രഭാതത്തിന് സാക്ഷിയാവാൻ ലുമുംബയ്ക്ക് അനുവാദമുണ്ടായില്ല. കമ്യൂണിസ്റ്റെന്ന് മുദ്രകുത്തി അദ്ദേഹം നിഷ്കരുണം വധിക്കപ്പെട്ടു. എന്നിട്ടും അരിശം തീരാഞ്ഞ് ആഫ്രിക്കയുടെ ആ ധീരനായ പുത്രന്റെ കുഴിമാടത്തിൽനിന്ന് മൃതദേഹം മാന്തിയെടുത്ത് അത് വെട്ടിനുറുക്കി ആസിഡിലിട്ടുപോൽ. ഇതേ കൊടുംക്രൂരതയുടെയും ധാർഷ്ട്യത്തിന്റെയും വ്യക്തിത്വനിരാസത്തിന്റെയും സമാനകഥകൾ പിന്നെയുമുണ്ടായി. ഇന്നും അതൊക്കെ മറ്റു രൂപഭാവങ്ങളിൽ ആവർത്തിച്ചുകൊണ്ടേയിരിക്കുകയും ചെയ്യുന്നു.

ഗൾഫ് യുദ്ധത്തെത്തുടർന്ന് ഇറാഖിനെതിരെ ഉപരോധം പ്രഖ്യാപിച്ച അമേരിക്കതന്നെയാണ്, കുറച്ചു കാലംമുമ്പ് ദക്ഷിണാഫ്രിക്കയിലെ ദേശീയ നേതാവായ നെൽസൺ മണ്ടേലയെ വർഷങ്ങളോളം ജയിലിലടച്ച് അതിക്രൂരമായി പീഡിപ്പിച്ച വർണ്ണവെറിയൻ ഭരണകൂടത്തിനെതിരെയുള്ള തങ്ങളുടെ പ്രതികരണം, നയതന്ത്രപരവും അനുഷ്ഠാനപരവുമായ അഭിപ്രായങ്ങളിൽ ഒതുക്കിയത്. ആ ധീരദേശാഭിമാനിക്കുവേണ്ടി ലോകമനഃസാക്ഷി ഉണർന്നപ്പോൾമാത്രമാണ്, ദക്ഷിണാഫ്രിക്കയിലെ കൽത്തുറുങ്ക് തുറക്കാൻ അപ്പാർത്തീഡിന്റെ സംരക്ഷകർ തയ്യാറായത്.

ആഗോളവ്യാപകമായി അമേരിക്കൻ ഭീകരതയ്ക്ക് വിധേയരായവരുടെ എണ്ണം ഊഹിക്കാൻപോലും കഴിയാത്തത്രയും വലുതാണ്. ഇതാദ്യമായാണ് തോക്കുകൾ തിരിച്ചുപിടിക്കപ്പെടുന്നത്. ആരാണ് ന്യൂയോർക്കിലും വാഷിങ്ടണിലും ആക്രമണം നടത്തിയത് എന്നതിന്റെ വ്യക്തമായ തെളിവുകൾ അമേരിക്ക ലോകത്തിന് നല്കിയിട്ടില്ല. ബിൻ ലാദനാണ് അതിനുപിന്നിലെന്ന് അമേരിക്കൻ ഭരണകൂടം തീർപ്പ് കല്പിച്ചിരിക്കയാണ്. ഈ ആക്രമണങ്ങളെക്കുറിച്ച് ഐക്യരാഷ്ട്രസഭയെക്കൊണ്ട്

അന്വേഷിപ്പിക്കണമെന്ന് താലിബാൻ ആവശ്യപ്പെടുന്നുണ്ടെങ്കിലും അമേരിക്ക അത് നിരാകരിക്കുന്നു. ശരിയും തെറ്റുമെല്ലാം തീരുമാനിക്കുന്നതും അന്തിമവിധി പ്രസ്താവിക്കുന്നതും യു എസ് ഭരണകൂടം തന്നെ.

നോം ചോംസ്കിയെപ്പോലെ അമേരിക്കൻ നയങ്ങൾക്കെതിരെ ശബ്ദമുയർത്തുന്ന ചിന്തകനാണ് മദ്ധ്യപൂർവ്വദേശരാഷ്ട്രീയത്തിലും സൈനികകാര്യങ്ങളിലും വിദഗ്ദ്ധനായ റോബർട്ട് ഫിസ്ക്. ചില കാര്യങ്ങളിൽ ഫിസ്കിനെ ചോംസ്കിപോലും ഉദ്ധരിക്കാറുണ്ട്. അത്രയ്ക്കും ആധികാരികമാണ് ഫിസ്കിന്റെ നിരീക്ഷണങ്ങളും നിഗമനങ്ങളും. ന്യൂയോർക്കിലും വാഷിങ്ടണിലും നടന്ന ആക്രമണങ്ങളെക്കുറിച്ച് ഫിസ്ക് പറയുന്നു:

> അമേരിക്കയിൽത്തന്നെ ഭീകരപ്രവർത്തനത്തിൽ പരിശീലനം നേടിയവരാണ് ഈ ആക്രമണം നടത്തിയിട്ടുള്ളത്. ഇപ്പോൾ അമേരിക്ക യുദ്ധത്തിലാണ്. എനിക്ക് വലിയ തെറ്റുകളൊന്നും പറ്റുന്നില്ലെങ്കിൽ, മദ്ധ്യപൂർവ്വദേശങ്ങളിലും മറ്റുമായി എത്രയോ ആയിരങ്ങൾ കൊല്ലപ്പെടാൻ പോകുന്നു - ഒരുപക്ഷേ, കുറേ അമേരിക്കക്കാരും....
>
> ഞാൻ ബിൻ ലാദന്റെ മുന്നിലിരുന്ന് അഫ്ഗാനിസ്ഥാനിലെ റഷ്യൻ സൈന്യത്തെ എപ്രകാരം അദ്ദേഹം തകർത്തുവെന്നതിന്റെ വിവരണങ്ങൾ കേട്ടിട്ടുണ്ട്. അതേ ബിൻ ലാദന്റെയും കൂട്ടാളികളുടെയും ഒടുങ്ങാത്ത ആത്മവിശ്വാസം അമേരിക്കയുടെമേൽതന്നെയുള്ള യുദ്ധപ്രഖ്യാപനത്തിൽ ഇന്നവരെ എത്തിച്ചിരിക്കയാണ്.

ഇത് ഭീകരവാദവും ജനാധിപത്യവും തമ്മിലുള്ള യുദ്ധമാണെന്ന് പറഞ്ഞുകൂടാ. ഇത് അമേരിക്കൻ മിസൈലുകൾ പലസ്തീനിയൻ ഗൃഹങ്ങളിൽ നിപതിച്ചതിന്റെയും യു എസ് ഹെലികോപ്റ്ററുകൾ ലെബനീസ് ആംബുലൻസുകളിൽ മിസൈലുകൾ വർഷിച്ചതിന്റെയും ക്വാന ഗ്രാമത്തിൽ അമേരിക്ക ഷെല്ലുകൾ ഉതിർത്തതിന്റെയുംകൂടി തുടർച്ചയാണെന്ന് നാം തിരിച്ചറിയേണ്ടതുണ്ട്. ഭീകരപ്രവർത്തനം ലോകത്ത് എവിടെ നടന്നാലും അത് അപലപിക്കപ്പെടേണ്ടതുതന്നെ.

ലോകത്തിലെ ഒട്ടേറെ രാജ്യങ്ങളിൽ അമേരിക്കയോട് വെറുപ്പുള്ള എത്രയോ സംഘങ്ങളുണ്ട്. എന്നാൽ, ഈ പിന്നോക്കക്കാരായ, വേണ്ടത്ര ആയുധങ്ങളില്ലാത്ത 'ഭീകരക്കൂട്ടങ്ങൾ'ക്ക് അമേരിക്കയെ എന്തുചെയ്യാനാകുമെന്ന് സംശയിച്ചിരുന്നു. പക്ഷേ, ആ സംശയം ഇന്നൊരു അറിവായി മാറുന്നു. അമേരിക്കയുടെ സമ്പത്തിനും ശക്തിക്കും ധാർഷ്ട്യത്തിനും ഈ ആക്രമണത്തെ തടയാൻ കഴിഞ്ഞില്ല. ഈ അണ്ഡകടാഹത്തിൽ എന്തു നടന്നാലും അത് കാണാൻ കെല്പുണ്ടെന്ന് മേനിപറഞ്ഞിരുന്ന അമേരിക്കൻ ചാരക്കണ്ണുകൾക്ക് സ്വന്തം പ്രദേശത്തുവച്ച് ഭീകരപ്രവർത്തകർ ഏതാനും യാത്രാവിമാനങ്ങൾ റാഞ്ചിയെടുത്ത് തങ്ങളുടെ ലക്ഷ്യങ്ങളെ ഇടിച്ചുതകർത്തത് കാണാനായില്ല.

ഫിസ്ക് ചോദിക്കുന്നു:

> അറബ് നാടുകളിൽ പതിനായിരങ്ങളെ കൊന്നതിന് എന്താണ് അമേരിക്കയുടെ ന്യായീകരണം? ഇറാഖിൽ അഞ്ചുലക്ഷത്തില ധികം കുട്ടികളെ സാമ്പത്തിക ഉപരോധത്തിലൂടെ കൊല്ലാക്കൊ ലയ്ക്ക് വിട്ടതിന് എന്താണ് ഉത്തരം? ലെബനോൺ കടന്നുകയറ്റ ത്തിൽ 17,500 പേരെ വധിച്ചതിന് ഏത് മനഃസാക്ഷിയുടെ പേരി ലാണ് ന്യായീകരണം? ഇതൊക്കെ കൊടിയ ഭീകരപ്രവർത്തനം തന്നെയായിരുന്നില്ലേ? എപ്പോഴും മറുപക്ഷത്ത് ഭീകരപ്രവർത്ത നവും അമേരിക്കൻപക്ഷത്ത് ജനാധിപത്യവും മനുഷ്യാവകാശ സംരക്ഷണവുമെന്നത് ഇതൊക്കെ കൂട്ടിവായിക്കുമ്പോൾ, പുതി യ നൂറ്റാണ്ടിലെ ഏറ്റവും ക്രൂരഫലിതമായി തോന്നുന്നു

എന്നത്രെ ഫിസ്ക് വിലയിരുത്തുന്നത്. ഫിസ്കിന്റെ ഈ ചോദ്യം നമ്മുടെ തിരിച്ചറിവിന്റെ കാതലായ മറ്റൊരു വശമായി മാറുന്നു.

ഉയരേണ്ടത് ശാന്തിഗോപുരങ്ങൾ

ലോകപ്രശസ്തനായ എഴുത്തുകാരനും പത്രപ്രവർത്തകനും സിനി മാനിർമ്മാതാവുമായ ജോൺ പിൽജറിന്റെ വിലയിരുത്തലുകൾ ശ്രദ്ധേ യമാണ്. അറബ് ലോകത്തുനിന്ന് അമേരിക്കയ്ക്കെതിരെ ഒരാക്രമണമു ണ്ടാവുകയാണെങ്കിൽ ആർക്കും അത്ഭുതപ്പെടാനാവില്ലെന്നാണ് അദ്ദേ ഹത്തിന്റെ പക്ഷം. അമേരിക്കയിൽ ഭീകരർ നടത്തിയ ആക്രമണത്തിനു രണ്ടുദിവസങ്ങൾ മാത്രംമുമ്പ് അമേരിക്കൻ-ബ്രിട്ടീഷ് വിമാനങ്ങൾ തെക്കൻ ഇറാഖിലെ ജനവാസകേന്ദ്രങ്ങളിൽ ബോംബാക്രമണം നടത്തി യപ്പോൾ കുറെ നിരപരാധികൾ കൊല്ലപ്പെട്ടിരുന്നു. ബ്രിട്ടനിലെ മുഖ്യ ധാരാപത്രങ്ങളിൽ അതൊരു വാർത്തയേ ആയിരുന്നില്ലെന്ന് പിൽജർ ചൂണ്ടിക്കാണിക്കുന്നു.

> പലസ്തീനിൽ ഇസ്രായേൽ തുടരുന്ന നിയമവിരുദ്ധമായ അധി നിവേശത്തിന്, അമേരിക്കൻ പിന്തുണയില്ലായിരുന്നുവെങ്കിൽ, എന്നോ അറുതി വരുമായിരുന്നു. ഒരർത്ഥത്തിൽ ഇസ്ലാമികജന ത ഭീകരവാദികളല്ല, അമേരിക്കൻ ഭീകരവാദത്തിന്റെ ഇരകളാണ്. അമേരിക്കയുടെ സൈനിക-സാമ്പത്തിക-തന്ത്രപര മൗലികവാദ മാണ് ഭൂമിയിലെ ഏറ്റവും വലിയ ഭീകരവാദമെന്ന് പിൽജർ വില യിരുത്തുമ്പോൾ അത് ക്രൂരമായ ഒരു സത്യത്തിലേക്ക് വിരൽ ചൂണ്ടുന്നു.

മാധ്യമങ്ങളുടെ നിരന്തരമായ മസ്തിഷ്കപ്രക്ഷാളനശ്രമങ്ങൾ അമേ രിക്കയുടെ അപരാധം തേച്ചുമായ്ക്കാനുള്ള കഠിനയത്നങ്ങളത്രെ. പാശ്ചാത്യ വിദേശനയം 'സ്വന്തം ശരി'യുടെ മാത്രം പ്രഖ്യാപനമാണ്.

അത് പടിഞ്ഞാറൻ മൂല്യങ്ങളുടെ ഗുണാത്മകമായ ചിഹ്നങ്ങൾ മാത്രം പുറത്തുകൊണ്ടുവരുന്നു. അത്തരം വാർത്തകളിലൂടെ ന്യായീകരിക്കപ്പെടുന്നത് മനഃസാക്ഷിയില്ലാത്തൊരു രാജ്യത്തിന്റെ കടിഞ്ഞാണില്ലാത്ത ഹിംസയാണ്. ഇതു പറയുന്നത് അമേരിക്കയിലെത്തന്നെ പ്രിൻസ്റ്റൺ യൂണിവേഴ്സിറ്റിയിലെ അന്താരാഷ്ട്ര ബന്ധങ്ങളെക്കുറിച്ച് പഠിപ്പിക്കുന്ന പ്രൊഫ. റിച്ചാർഡ് ഫാൾക്സ് ആണ്. ഒരു കാര്യം നാം ശ്രദ്ധിക്കണം - യു എസ് നയങ്ങളുടെയും പ്രയോഗങ്ങളുടെയും ശക്തരായ വിമർശകർ അമേരിക്കയിലെത്തന്നെ ബുദ്ധിജീവികളും ചിന്തിക്കുന്ന ജനങ്ങളുമാണ് എന്ന വസ്തുത.

സൈനികമല്ലാത്ത ഭീകരപ്രവർത്തനങ്ങൾകൊണ്ട് സാമ്പത്തികനയങ്ങളിലൂടെയും ഉപരോധങ്ങളിലൂടെയും അമേരിക്ക സൃഷ്ടിക്കുന്നത് ദുരിതവും മരണവും തന്നെയാണ്. ലോകത്തിലെ സമ്പത്തുമുഴുവൻ പിഴിഞ്ഞെടുക്കാൻ അമേരിക്കൻ കുത്തകകളെ പ്രാപ്തരാക്കാനുതകുന്ന തരത്തിലുള്ള നിയമങ്ങൾ അവർ സൃഷ്ടിച്ചുകൊണ്ടേയിരിക്കുന്നു.

മൂന്നാംലോകത്തിലെ കൃഷി മുഴുവൻ ബഹുരാഷ്ട്രകുത്തകകൾക്ക് ഏല്പിച്ചുകൊടുക്കുന്ന ലോകവ്യാപാരസംഘടനയുടെയും അന്തർദ്ദേശീയ നാണ്യനിധിയുടെയും ലോകബാങ്കിന്റെയും പിന്നിൽ അമേരിക്കയാണ്. ഇത് ദരിദ്രരാജ്യങ്ങളിൽ ദുരിതവും മരണവും ആത്മഹത്യയും സൃഷ്ടിക്കുമ്പോൾ അത് സാമ്പത്തികഭീകരവാദം തന്നെയാണ്. ലോകത്തിലെ 16 ശതമാനം വരുന്ന ജനത, ലോകസമ്പത്തിന്റെ 80 ശതമാനവും കൈയടക്കിയതിനുകാരണം അമേരിക്കയുടെ സ്വതന്ത്രകമ്പോള-വ്യാപാരനയങ്ങളല്ലാതെ മറ്റൊന്നുമല്ല. അമേരിക്കൻ ഭീകരപ്രസ്ഥാനത്തിന് ഒരു മുഖമല്ല; പല മുഖങ്ങളുമുണ്ട്. രാഷ്ട്രീയ-സാമ്പത്തിക-സാംസ്കാരിക-വാർത്താവിനിമയ മേഖലകളെ പിടിച്ചടക്കിയാണ് ഈ ഭീകരവാദത്തെ അവർ മറ്റൊരു രൂപത്തിൽ അവതരിപ്പിക്കുന്നത്.

1965–'66 ൽ ഇന്തോനേഷ്യയിൽ ബ്രിട്ടീഷ്-അമേരിക്കൻ കാർമ്മികത്വത്തിൽ പത്തുലക്ഷം പേരാണ് വധിക്കപ്പെട്ടത്. അമേരിക്കയാണ് ജനറൽ സുഹാർത്തോവിന് കൊല്ലേണ്ടവരുടെ ലിസ്റ്റ് നല്കിയതെന്ന് പിൽജർ രേഖപ്പെടുത്തുന്നു. 1960 കളിൽ വിൽസൻ ഗവൺമെന്റ് ദിഗോ ഗാർഷ്യയിൽനിന്ന് ജനങ്ങളെ ആട്ടിയോടിച്ചപ്പോൾ അതൊരു വാർത്തയേ ആയിരുന്നില്ല. അവരുടെ മാതൃഭൂമിയിലാണ് ഇന്ന് അമേരിക്കൻ ആണവായുധങ്ങൾ കുന്നുകൂട്ടിയിട്ടിരിക്കുന്നത്. അവിടെ നിന്നാണവർ മദ്ധ്യപൂർവ്വദേശങ്ങൾ ചുറ്റിപ്പറന്ന് നിരീക്ഷിക്കുന്നതും. വിയത്നാമിൽ ലക്ഷക്കണക്കിന് ജനങ്ങളെ നാപാം ബോംബുകളും വിഷവാതകങ്ങളുമുപയോഗിച്ച് നിഷ്കരുണം കൊന്നൊടുക്കുകയും വികലാംഗരാക്കുകയും ചെയ്തപ്പോൾ, അത് വാർത്തയാകാതിരുന്നത് അമേരിക്കൻ സാംസ്കാരിക ഇംപീരിയലിസത്തിന്റെ ശക്തികൊണ്ടുമാത്രമായിരുന്നു. അവിടെയവർ 'ഓപ്പറേഷൻ ഫീനിക്സി'ലൂടെ ഏതാണ്ട് 50,000 പേരെ കൊന്നു. ലിബിയൻ നേതാവ് മുഅമ്മർ ഗദ്ദാഫിയുടെ കൊട്ടാരം ആക്രമിച്ച് അദ്ദേഹ

ത്തിന്റെ മകളെ കൊന്നതും അമേരിക്ക തന്നെയായിരുന്നു.

ചിലിയിൽ ഇതേതരത്തിൽ ആക്രമണമഴിച്ചുവിട്ട് അവിടത്തെ പ്രസിഡന്റ് സാൽവദോർ അലൻഡെയെ വധിച്ചു. ആ രാജ്യത്തെ ആക്രമിച്ച് തരിശാക്കി. അതിനു പിന്നിൽ പ്രവർത്തിച്ചത് അമേരിക്കൻ സാമ്പത്തിക ഭീകരവാദമായിരുന്നു. ചിലിയിലെ ചെമ്പു വ്യവസായം കൈയടക്കിയ അമേരിക്കൻ കുത്തകകളെ അലൻഡെ ദേശവല്ക്കരണനയത്തിലൂടെ പുറത്താക്കിയപ്പോൾ അതിനെതിരെ കുത്തകകളെ സഹായിക്കാൻ അമേരിക്കൻ പട്ടാളം കുതിച്ചെത്തുകയായിരുന്നു. പക്ഷേ, ചിലിയുടെമേൽ അമേരിക്കൻ സാംസ്കാരിക ഇംപീരിയലിസത്തിന്റെ അധീശത്വം പിടിമുറുക്കിയപ്പോൾ അവിടെ നടന്നത് അലൻഡെക്കെതിരെയുള്ള ആഭ്യന്തരയുദ്ധമായി ചിത്രീകരിക്കപ്പെട്ടു. പത്തുവർഷങ്ങൾക്കുശേഷം നിക്കരാഗ്വെയെ ചതച്ചരച്ചപ്പോഴും പാശ്ചാത്യമാധ്യമങ്ങൾ ഒരു തുള്ളി കണ്ണീർ പോലും പൊഴിച്ചില്ല. ഇംപീരിയലിസം ഇന്ന് പല രൂപഭാവങ്ങളിൽ പുനരധിവസിക്കപ്പെടുകയാണ്.

അമേരിക്കൻ മാധ്യമങ്ങൾ എന്തൊക്കെ പ്രചരിപ്പിച്ചാലും ലോകജനതയ്ക്ക് തിരിച്ചു ചോദിക്കാൻ ഒരുപാട് മറുചോദ്യങ്ങളുണ്ട്. അവർ വളർത്തിയ ഹിംസതന്നെയാണ് അവർക്കെതിരെയുള്ള ഹിംസയിലുമെത്തിയത്. 300 ബില്യൺ ഡോളറിന്റെ അമേരിക്കൻ സൈനികബജറ്റിനോ മൈനുകൾ സംരക്ഷിക്കുന്ന ഭൂവിഭാഗത്തിനോ ആകാശക്കണ്ണുകൾക്കോ കുറ്റമറ്റ ഫെഡറൽ ഇന്റലിജൻസിനോ അത്രയൊന്നും സാങ്കേതിക മികവ് അവകാശപ്പെടാനില്ലാത്ത ഒരു ആക്രമണത്തെ തടയാൻ സാധിച്ചില്ല. ആക്രമണത്തിനുപിന്നിൽ ഉണ്ടായിരുന്നത് ലളിതമായ ബുദ്ധിയും ലളിതമായ ആയുധങ്ങളും മാത്രമായിരുന്നു. പക്ഷേ, ആക്രമണം സാധിച്ചത് തീരാപ്പകയിൽനിന്ന് രൂപംകൊണ്ട തീക്ഷ്ണമായ മനസ്സായിരുന്നു. ഒരർത്ഥത്തിൽ എല്ലാറ്റിനും മീതെ വിന്യസിക്കുന്നത് മനസ്സുതന്നെയല്ലേ?

പ്രശസ്ത ചിന്തകനായ ഹോവാർഡ് സിന്നിന്റെ നിരീക്ഷണം വളരെ ശ്രദ്ധേയമാണ്.

> ഈ സംഭവത്തിനുശേഷം (യു എസ് ആക്രമണം) നമ്മുടെ രാഷ്ട്രീയനേതാക്കൾ ടെലിവിഷനിൽ പ്രത്യക്ഷപ്പെട്ട് പറഞ്ഞത് ഈ സംഭവത്തോളംതന്നെ എന്നെ നടുക്കുന്നു. 'നാം യുദ്ധത്തിലാണെന്ന്' അവർ പ്രസ്താവിച്ചു. 20-ാം നൂറ്റാണ്ടിന്റെ ചരിത്രത്തിൽനിന്നും ഒരു നൂറ്റാണ്ടിന്റെ പ്രതികാരം, പക, യുദ്ധം, ഭീകരപ്രസ്ഥാനം എന്നിവ മണ്ടത്തരത്തിന്റെ അവസാനിക്കാത്ത ചക്രങ്ങളിലൂടെ ഹിംസമാത്രമാണ് സൃഷ്ടിച്ചതെന്ന സുപ്രധാന പാഠം അവർ പഠിച്ചില്ല. 'തീവ്രവാദികളെയും അവരെ സംരക്ഷിക്കുന്ന രാജ്യങ്ങളെയും നാം വ്യത്യസ്തമായി കാണുന്നില്ല' എന്നാണ് പ്രസിഡന്റ് ബുഷ് പറഞ്ഞത്. അതായത് നാം നിഷ്കളങ്കരായ ജനങ്ങളെ കൊന്നുകൊണ്ട് അഫ്ഗാനിസ്ഥാനിൽ ബോംബിടുന്നു. ബോംബുകൾക്ക് പക്ഷഭേദമില്ല. ബോംബുകൾ ആരെയും വ്യത്യസ്തരായി കാണു

> ന്നുമില്ല. തീവ്രവാദികൾക്ക് 'താക്കീതിന്റെ സന്ദേശം' നല്കാൻ നാം നടത്തുന്നതും തീവ്രവാദപ്രവർത്തനം തന്നെ. റൊണാൾഡ് റീഗൻ ലിബിയയിൽ ബോംബുകൾ വർഷിച്ചത്, മുൻ പ്രസിഡന്റ് ജോർജ് ബുഷ് ഇറാഖിൽ യുദ്ധം നടത്തിയത്, യു എസ് ഭരണ കൂടം അഫ്ഗാനിസ്ഥാനെതിരെ ബോംബാക്രമണം നടത്തിയത് - എല്ലാം താക്കീതിന്റെ സന്ദേശം നല്കാനായിരുന്നുവല്ലോ. അതായത് ഹിംസയിലൂടെ തീവ്രവാദികൾ താക്കീതിന്റെ സന്ദേശം നല്കുമ്പോൾ ഉരുത്തിരിയുന്നത് കൂടുതൽ കടുത്ത തീവ്രവാദമായിരിക്കും.

സിൻ അഭിപ്രായപ്പെടുന്നു.

ഏതാനും വർഷങ്ങൾക്കുമുമ്പ് ഭീകരവാദികൾ ഒരു ഇന്ത്യൻ വിമാനം അഫ്ഗാനിസ്ഥാനിലെ ഖാണ്ഡഹാറിലേക്ക് തട്ടിക്കൊണ്ടുപോയി നിരപ രാധികളായ യാത്രക്കാരെ കൊല്ലുകയും പീഡിപ്പിക്കുകയും ചെയ്ത ശേഷം ഒരു പോറൽപോലുമേല്ക്കാതെ കൈവീശി കടന്നുപോയത് നാമെല്ലാം ടെലിവിഷൻ സ്ക്രീനിൽ കണ്ടതാണ്. അവരെ പിടികൂടാനും നിയമത്തിനുമുന്നിൽ കൊണ്ടുവരാനും ഈ അമേരിക്ക ഒരു ചെറുവി രൽപോലും അനക്കിയോ? അന്നവർ എവിടെയായിരുന്നു? അമർനാഥ് തീർത്ഥാടകരെ ഭീകരന്മാർ നിഷ്കരുണം വധിച്ചതിനെതിരെ എങ്ങനെ യാണവർ പ്രതികരിച്ചത്? മുംബൈയിലെ തന്ത്രപ്രധാനമായ കേന്ദ്രങ്ങ ളിൽ, ഭീകരർ ബോംബാക്രമണം നടത്തി നിരവധിപേരെ കൊലചെയ് തപ്പോൾ എന്തായിരുന്നു അമേരിക്കയുടെ പ്രതികരണം? ഇപ്പോൾ അമേ രിക്കയിൽ ആക്രമണം നടത്തിയവർക്ക് അഭയംനല്കുന്ന രാജ്യങ്ങളെ ആക്രമിക്കുമെന്ന് താക്കീത് നല്കുന്ന അമേരിക്ക അന്നൊക്കെ വെറും സാക്ഷികൾ മാത്രമായിരുന്നില്ലേ? അവർതന്നെ വളർത്തിയെടുത്ത, വില യ്ക്കുവാങ്ങിയ ഭീകരവാദം അവർക്കെതിരെതന്നെ തിരിഞ്ഞിരിക്കയാണി പ്പോൾ. സൃഷ്ടി സ്രഷ്ടാവിനെത്തന്നെ വെല്ലുവിളിക്കുന്നു.

അമേരിക്കക്കാരൻതന്നെയായ സിൻ പറയുന്നത് ശ്രദ്ധിക്കുക:

> മാധ്യമങ്ങളും രാഷ്ട്രീയക്കാരും എന്തൊക്കെ കാരണങ്ങൾ നിര ത്തിയാലും ലോകം ഒരു യുദ്ധത്തിലേക്ക് നീങ്ങില്ലെന്ന് നാം ഉറ പ്പിച്ചു നിശ്ചയിക്കുക. കാരണം നമ്മുടെ കാലത്തെ യുദ്ധം വിവേ ചനമില്ലാത്തതാണ്. അത് നിഷ്കളങ്കരായവർക്കെതിരാണ്; കുട്ടി കൾക്കെതിരാണ്; ഒരു യുദ്ധം തീവ്രവാദത്തിന്റെ എത്രയോ ആയിരം മടങ്ങ് വലുതുമാണ്. നാം ഉദാഹരണങ്ങളെടുക്കേണ്ടത് പട്ടാളക്കാരിൽനിന്നും രാഷ്ട്രീയക്കാരിൽനിന്നുമല്ല. അവർ ആക്രോ ശിക്കുന്നത് തിരിച്ചടിയെയും യുദ്ധത്തെയും കുറിച്ചാണ്. നമ്മുടെ മാതൃക, ദുരന്തത്തിൽനിന്ന് ജീവനെ രക്ഷിക്കുന്ന ഡോക്ടർമാരും നഴ്സുമാരും വൈദ്യവിദ്യാർത്ഥികളും പൊലീസുകാരുമാണ്. അവ രുടെ ചിന്തകളിൽ ഹിംസയില്ല; ശുശ്രൂഷയേ ഉള്ളൂ. പകയില്ല; പര മമായ ആർദ്രതയേ ഉള്ളൂ.

ഇതോട് ചേർത്തുവായിക്കേണ്ടതാണ് അമേരിക്കയിലെ ടെക്സസ് യൂണിവേഴ്സിറ്റിയിലെ ജേണലിസം പ്രൊഫസർ റോബർട്ട് ജെൻസന്റെ നിരീക്ഷണങ്ങൾ.

> സംഘർഷങ്ങളുടെ കാലങ്ങളിൽ എല്ലാ നല്ല അമേരിക്കക്കാരും പ്രസിഡന്റിനും പതാകയ്ക്കും ചുറ്റും അണിനിരക്കുമെന്നൊരു ചൊല്ലുണ്ട്. ഞാൻ നില്ക്കും. പക്ഷേ, അത് യുദ്ധത്തിനുവേണ്ടി നിലകൊള്ളുന്ന പ്രസിഡന്റിനു ചുറ്റുമാവില്ല. ഞാൻ നില്ക്കുക, സമാധാനത്തിനും സുരക്ഷിതത്വത്തിനും വേണ്ടി ആയിരിക്കും. നാമിന്നനുഭവിക്കുന്ന ദുഃഖത്തെക്കുറിച്ച്, ഞാൻ ശാന്തമായ സ്വരത്തിൽ പ്രതികരിക്കുന്നു. എന്നാൽ, ആഗോളയുദ്ധത്തിലേക്ക് ലോകത്തെ വലിച്ചെറിയുന്ന നേതൃത്വത്തിനെതിരെ, ഞാൻ ആക്രോശിക്കുക തന്നെ ചെയ്യും. ഒരു നല്ല അമേരിക്കക്കാരനാവുക എന്നാൽ യുദ്ധത്തെ പിന്തുണയ്ക്കുക എന്നല്ല അർത്ഥമെന്ന് തുറന്നു പറയാനുള്ള ധൈര്യമാണ് നമുക്കിന്നാവശ്യം.

റോബർട്ട് ജെൻസന്റെ ഈ നിലപാട് നമുക്കുതരുന്നത് മൂല്യവത്തായൊരു പാഠമാണ്.

അമേരിക്കയുടെ പിഴച്ച നയങ്ങൾ കാരണം രൂപംകൊണ്ട ക്രോധം, ആലസ്യത്തിൽനിന്ന് നിഷേധാത്മക കർമ്മത്തിലെത്തിയപ്പോൾ ന്യൂയോർക്കിലും പെന്റഗണിലും അതിഹീനമായ ആക്രമണങ്ങളുണ്ടായി. എല്ലാം ചെന്നെത്തിയത് മരണത്തിൽത്തന്നെയായിരുന്നു. ഒരുപക്ഷേ, ഇനിയും തുടർന്നേക്കാവുന്ന ഒരു മഹാദുരന്തകഥയാണിത്. അമേരിക്കയുടെ അഭിമാനപ്രതീകങ്ങളായ ന്യൂയോർക്കിലെ ഇരട്ടഗോപുരങ്ങൾ നശിപ്പിക്കപ്പെട്ടു; സൈനിക സിരാകേന്ദ്രമായ പെന്റഗണും ആക്രമണത്തിനു വിധേയമായി. എത്രയോ നിരപരാധികളായ മനുഷ്യജീവികൾ ഈ ഭീകരാക്രമണങ്ങളിൽ കൊല്ലപ്പെടുകയും ചെയ്തു. ബുഷ് ഭരണകൂടത്തിലെ ഒരു വക്താവ് ഏതാനും ആഴ്ചകൾക്ക് മുമ്പ് പറഞ്ഞിരുന്നു – 'പലസ്തീനികളും ഇസ്രായേലികളും രക്തംചിന്തി ജീവിക്കട്ടെ'. ഇപ്പോൾ ഒഴുകുന്നത് അമേരിക്കയുടെ രക്തംതന്നെയാണ് എന്ന കാര്യം ശ്രദ്ധേയമാണ്. രക്തമൊഴുക്കുന്നവരുടെ രക്തവും ഒരിക്കലൊഴുകുകതന്നെ ചെയ്യും – ഇതാണ് യൂറോപ്പും അമേരിക്കയും പഠിക്കേണ്ട പാഠം.

ലോകത്തെ പുണരുന്നത് അന്താരാഷ്ട്രകുത്തകകൾ മാത്രമല്ല, തീവ്രവാദം കൂടിയാണ് എന്ന് യൂറി അവ്നേറി എന്ന പ്രശസ്ത ചിന്തകൻ നിരീക്ഷിക്കുന്നു. 'പുതുക്കിപ്പണിയേണ്ടത് ന്യൂയോർക്കിലെ ഇരട്ടഗോപുരങ്ങളും പെന്റഗണിലെ കെട്ടിടസമുച്ചയങ്ങളും മാത്രമല്ല – സമാധാനത്തിന്റെയും നീതിയുടെയും ഇരട്ടഗോപുരങ്ങൾ കൂടിയാണ്.'

2001

മതന്യൂനപക്ഷങ്ങൾ നേരിടുന്ന വെല്ലുവിളി

ഇന്ത്യ ഒരു രാഷ്ട്രമെന്ന നിലയിൽ നിലനില്ക്കണമെങ്കിൽ ഇവിടെയുള്ള സാമൂഹികവും സാംസ്കാരികവും ഭാഷാപരവും വർഗ്ഗപരവും മതപരവുമായ വൈവിദ്ധ്യമുൾക്കൊള്ളാൻ സാധിക്കുന്ന ഒരു വലിയ മനസ്സ് നമുക്കുണ്ടായിരിക്കണം. ഇന്ത്യ എന്ന രാഷ്ട്രത്തെ നിലനിർത്തുന്നത് പട്ടാളത്തിന്റെ ശക്തിയോ ആയുധത്തിന്റെ ബലമോ അല്ല, മറിച്ച് ഇന്ത്യക്കാരുടെ മനസ്സുകളുടെ ഐക്യമാണ്. ഇന്ത്യാ-പാകിസ്ഥാൻ വിഭജനം ആദ്യം നടന്നത് മനസ്സുകളിലാണ്. അതിനുശേഷമേ ഭൂമിശാസ്ത്രപരമായ വിഭജനമുണ്ടായിട്ടുള്ളൂ.

ഇവിടെ ഒരു പ്രത്യേക വിഭാഗത്തിനു ഭൂരിപക്ഷമില്ല. ഭൂരിപക്ഷമെന്നു വിശേഷിപ്പിക്കപ്പെടുന്ന ഹിന്ദുക്കൾ, വിശ്വാസങ്ങളുടെയും ആചാരങ്ങളുടെയും ജീവിതരീതികളുടെയും വൈവിദ്ധ്യങ്ങൾകൊണ്ട് വ്യത്യസ്ത തട്ടുകളിലാണ്. മതങ്ങൾ തമ്മിലും മതങ്ങൾക്കിടയിലും വിശകലനങ്ങളുടെയും മറ്റും കാര്യത്തിൽ പല വീക്ഷണങ്ങളും നിലനില്ക്കുന്നു. ഒരു ഏകശിലാഖണ്ഡം (Monolithic structure) പോലെ ഇന്ത്യൻ സമൂഹത്തെ വിലയിരുത്താനാവില്ല. വൈവിദ്ധ്യങ്ങൾ ഉൾക്കൊണ്ടുകൊണ്ടുതന്നെ ഒരു സമൂഹവും ഒരു രാഷ്ട്രവുമായി നിലനില്ക്കാൻ സാധിക്കുന്നു എന്നതിലാണ് ഊറ്റംകൊള്ളുന്നത്.

ഒരർത്ഥത്തിൽ ഇവിടെയുള്ള ഏത് ഭൂരിപക്ഷവും ന്യൂനപക്ഷങ്ങളുടെ സമാഹാരമാണ്. നൂറുവർഷങ്ങൾക്കുമുമ്പ് ചിക്കാഗോവിലെ സർവ്വമത സമ്മേളനത്തിൽ സ്വാമി വിവേകാനന്ദൻ അഭിമാനപൂർവ്വം പറഞ്ഞത്, ഭാരതം ലോകമതങ്ങളുടെ സംഗമഭൂമിയാണ് എന്നത്രെ. നമ്മൾ മറ്റുള്ളവരുടെ മുമ്പിൽ ഒരു വിസ്മയമായി മാറിയതും അങ്ങനെതന്നെയാണ്.

പ്രവാചകന്റെ കാലത്തുതന്നെ ഇസ്ലാംമതം ഇന്ത്യയിലെത്തിയിരുന്നു.

ക്രിസ്തുമതം 52 എ ഡിയിൽ ഇവിടെ പ്രചാരണപ്രവർത്തനങ്ങൾ തുടങ്ങി. ഭാരതത്തിന്റെ ദാർശനികധാരകളും കടൽതാണ്ടി മറ്റു ദേശങ്ങളിലെത്തിച്ചേർന്നിരുന്നു. ഇന്നു ചൈനയിലും ജപ്പാനിലും തെക്കുകിഴക്കൻ ഏഷ്യയിലുമൊക്കെ ബുദ്ധമതം വ്യാപകമായി പ്രചാരത്തിലുണ്ട്. ബുദ്ധമതമെന്നപോലെ ഭാരതത്തിൽത്തന്നെ രൂപംപൂണ്ട മറ്റൊരു മതമാണ് ജൈനമതം.

മുസ്ലീങ്ങൾ മറ്റു രാജ്യങ്ങളിൽനിന്ന് കുടിയേറിപ്പാർത്തവരോ, നാടു വെട്ടിപ്പിടിച്ച് പെറ്റുപെരുകിയവരോ അല്ല. ഇതുപോലെ ക്രിസ്ത്യൻ, സിഖ്, ജൈന, ബുദ്ധ-മത സമൂഹത്തിൽപ്പെട്ടവരുടെയും വേരുകൾ ഇവിടെത്തന്നെയാണ്. അത് അറേബ്യയിലോ ജെറുസലേമിലോ അല്ല. അതുകൊണ്ട് ഇവിടെയുള്ള വിവിധമതസ്ഥരെ മറ്റൊരു രാഷ്ട്രമായിക്കാണുന്നത് ക്രൂരതയാണ്, അശാസ്ത്രീയമാണ്. വിശ്വാസങ്ങളിൽ വൈവിദ്ധ്യമുണ്ടെങ്കിലും അവരുടെയെല്ലാം വേരുകൾ ഇവിടെത്തന്നെയാണ്. ഭാരതം വിവിധ സംസ്കാരങ്ങളുടെ സംഗമഭൂമിയത്രെ. ഈ മണ്ണിൽ ജനിച്ചവർ ഈ മണ്ണിൽത്തന്നെ മരിക്കേണ്ടവരുമാണ്. അതാണതിന്റെ സൈദ്ധാന്തികമായ അടിസ്ഥാനം.

ഇവിടെ പലരും ചരിത്രത്തെ വളച്ചൊടിക്കുന്നു. ഇസ്ലാം മതവിശ്വാസികളുടെ ഭരണം ദീർഘകാലം ഇവിടെ ഉണ്ടായിട്ടുണ്ട്. സുൽത്താനത്തു മുതൽ മുഗളന്മാർവരെ നിരവധി മുസ്ലിം ഭരണാധികാരികൾ ഇന്ത്യ ഭരിച്ചിട്ടും ഇവിടെ ഭൂരിപക്ഷം മുസ്ലീങ്ങളില്ല. ഇവിടെ നടന്നു എന്നു പറയപ്പെടുന്ന പല അതിക്രമങ്ങളും മതത്തിന്റെ പേരിലായിരുന്നില്ല. ഇവിടെ നടന്ന പടയോട്ടങ്ങളും യുദ്ധങ്ങളുമെല്ലാം അതിന്റെ അവസാനവിശകലനത്തിൽ അധികാരത്തിനുവേണ്ടിയായിരുന്നു എന്നു മനസ്സിലാക്കാൻ വിഷമമില്ല. ബാബർ വന്നത് ഇന്ത്യക്ക് പുറത്തുനിന്നായിരിക്കാം. എന്നാൽ ബാബർ ഇന്ത്യയിൽ നേരിട്ടത് ഇബ്രാഹിം ലോദി എന്ന മുസ്ലീമിനെയായിരുന്നു. ഒന്നാം പാനിപ്പത്ത് യുദ്ധം ജാതികൾ തമ്മിലോ മതങ്ങൾ തമ്മിലോ നടന്ന ഒന്നല്ല. ബാബറോടൊപ്പം ഇബ്രാഹിം ലോദിയെ തോല്പിച്ചത് റാണാസംഗയായിരുന്നില്ലേ?

ബാബറുടെ മകൻ ഹുമയൂൺമുതല്ക്ക് ഇങ്ങോട്ട് എല്ലാ മുസ്ലിം ഭരണാധികാരികളും ഇന്ത്യക്കാർ ആയിരുന്നു. വലിയ സാമ്രാജ്യം സ്ഥാപിച്ച അശോകൻ ഭാരതീയനും ബൗദ്ധനുമായിരുന്നു. ചന്ദ്രഗുപ്തമൗര്യൻ ഭാരതീയനും ജൈനമതക്കാരനുമായിരുന്നു. ചന്ദ്രഗുപ്തനും അശോകനും അക്ബറും കൃഷ്ണദേവരായരുമൊക്കെ ചരിത്രത്തിൽ മഹാന്മാരായ ഭാരതീയരായി സ്മരിക്കപ്പെടുന്നു.

ബ്രിട്ടീഷുകാർ അവരുടെ ചരിത്രരചനയിൽ കരുതിക്കൂട്ടി ഹിന്ദു-മുസ്ലിം വിരോധം സൃഷ്ടിക്കാൻ ശ്രമിച്ചിരുന്നു എന്നതൊരു യാഥാർത്ഥ്യമാണ്. 1857 ലെ ഈസ്റ്റിന്ത്യാകമ്പനിക്കെതിരായ ഒന്നാം സ്വാതന്ത്ര്യസമരം ഹിന്ദുക്കളും മുസ്ലീങ്ങളും യോജിച്ചുള്ള മുന്നേറ്റമായിരുന്നു. ഒന്നാം സ്വാതന്ത്ര്യസമരത്തിൽ ഝാൻസി റാണിയോടൊപ്പം ര

ക്തസാക്ഷിയായത് ഹസ്രത്ത് ബീഗമായിരുന്നു. അവരുടെ പേരിലാണ് ലഖ്നൗവിലെ മൈതാനം അറിയപ്പെട്ടിരുന്നതെങ്കിലും ഇപ്പോൾ ആ പേരും മാറ്റിയിരിക്കുന്നു. അങ്ങനെ ചരിത്രത്തെ വികലമാക്കാൻ ഇവിടെ നടക്കുന്ന ശ്രമങ്ങൾ ബോധപൂർവ്വമാണ്.

വ്യത്യസ്ത മതങ്ങളിലെ മഹാമനസ്സുകളുടെ സംഗമം സംഗീതം, സാഹിത്യം, ശില്പകല തുടങ്ങിയ മേഖലകളിൽ അതുല്യങ്ങളായ സംഭാവനകൾ കാഴ്ചവയ്ക്കാൻ ഭാരതത്തിനു കഴിഞ്ഞു. ഭാരതീയദർശനത്തിന്റെ പ്രകാശം പുറംലോകം കണ്ടത് പേർഷ്യൻ ഭാഷയിലൂടെയാണ്. ഉപനിഷത്തുകളും വേദങ്ങളും മറ്റ് ദാർശനികഗ്രന്ഥങ്ങളും പുരാണേതിഹാസങ്ങളുമൊക്കെ മറ്റു സമൂഹങ്ങളുടെ മുന്നിലെത്തിക്കാൻ ഇസ്ലാം മതവിശ്വാസികൾ വലിയ പങ്ക് വഹിച്ചിട്ടുണ്ട്. ഉപനിഷത്മന്ത്രങ്ങൾ പേർഷ്യൻ ഭാഷയിലേക്ക് തർജ്ജമ ചെയ്യാൻ പ്രയത്നിച്ചത് ഔറംഗസേബിന്റെ സഹോദരൻ ദാരാ ഷുക്കോ ആയിരുന്നു. അതിനദ്ദേഹത്തെ സഹായിച്ചതോ ബനാറസിലെ ഒരു പണ്ഡിതനുമായിരുന്നു. ഈ ചരിത്രങ്ങളെല്ലാം ഇന്ന് ആരും ഓർക്കാനിടയില്ല.

ഇന്ത്യയെ സംബന്ധിച്ചിടത്തോളം വിഭജനം ഒരു ദുരന്തമായിരുന്നു. എന്നാൽ അതിന്റെ ഉത്തരവാദികൾ ഏതെങ്കിലുമൊരു സമുദായത്തിൽമാത്രം പെട്ടവരല്ല. ഹിന്ദുക്കളിലെയും മുസ്ലീങ്ങളിലെയും തീവ്രവാദികൾ അതിൽ കുറ്റക്കാരാണ്. തിലകനും മഹാത്മാഗാന്ധിയും ജവഹർലാൽ നെഹ്റുവുമെല്ലാം ബ്രിട്ടീഷുകാർക്കെതിരായ പോരാട്ടത്തിൽ വഹിച്ച പങ്ക് നാം ഓർക്കുമ്പോൾ സന്ധിയില്ലാതെ ബ്രിട്ടീഷ് സാമ്രാജ്യത്തിനെതിരെ പോരാട്ടം നടത്തിയ ആസാദിനെയും ഷെയ്ക്ക് അബ്ദുല്ലയെയും വക്കം അബ്ദുൽ ഖാദറിനെയും നമുക്ക് മറക്കാൻ പറ്റുമോ? ഷെയ്ക്ക് അബ്ദുല്ലയെ സിംഹം എന്നു വിളിച്ചത് ഗാന്ധിജി തന്നെയാണ്.

> You see Sheik Abdulla Saheb with me. I was disinclined to bring him with me, for I know that there is a great gulf between Hindus and Sikhs on one side, and Muslims on the other. But the Sheik Saheb known as the 'Lion of Kashmir', although a pucca Muslim has won the hearts of both, by making them forget that there is any difference between the three... (Page 207, 'Mahatma' by D G Tendulkar)
>
> (ഷെയ്ക്ക് അബ്ദുള്ള സാഹിബിനെ നോക്കൂ. അദ്ദേഹത്തെ കൂടെ കൊണ്ടുവരാൻ എനിക്കു മനസ്സില്ലായിരുന്നു. കാരണം ഹിന്ദുക്കളും സിഖക്കുകാരും ഒരുവശത്തും മുസ്ലീങ്ങൾ മറുവശത്തുമായി ഒരു വലിയ അകൽച്ചയുണ്ടെന്ന് എനിക്കറിയാമായിരുന്നു. പക്ഷേ, 'കശ്മീർ സിംഹം' എന്നറിയപ്പെട്ട ഷെയ്ഖ് സാഹിബ് ഒരു തികഞ്ഞ മുസൽമാനാണെങ്കിലും, തമ്മിൽ വ്യത്യാസമുണ്ടെന്ന ധാരണയെ വിസ്മൃതിയിലാക്കി, ഇരുകൂട്ടരുടെയും മനസ്സിനെ സ്വാധീനിച്ചു.)

ഹിന്ദുക്കളും മുസ്ലീങ്ങളും രണ്ടു രാഷ്ട്രങ്ങളാണെന്ന് മുസ്ലീംലീഗ് മാത്രമല്ല, അതിനു മുമ്പ് ഹിന്ദുമഹാസഭയും പറഞ്ഞിരുന്നു. 1942 ൽ ഗാന്ധിജിയുടെ ആഹ്വാനമനുസരിച്ച് നടന്ന ക്വിറ്റിന്ത്യാ സമരത്തിൽ പങ്കെടുത്ത വക്കം അബ്ദുൽ ഖാദറിനെ ബ്രിട്ടീഷ് മേധാവികൾ തൂക്കിക്കൊന്നു. എന്നാൽ ഇന്ന് ദേശീയതയെക്കുറിച്ച് വാതോരാതെ പ്രസംഗിച്ചുനടക്കുന്ന വലിയവലിയ നേതാക്കളാരും ആ സമരത്തിൽ പങ്കെടുത്തിരുന്നില്ല എന്നത് യാഥാർത്ഥ്യമാണ്.

ഇന്നത്തെ ചില യാഥാർത്ഥ്യങ്ങൾ കാണാതിരിക്കാൻ വയ്യാ. ഇന്ത്യ ഇന്ന് ഭരിക്കുന്ന ഭരണവർഗ്ഗം ഒരു ചെറിയ ന്യൂനപക്ഷത്തെ പ്രതിനിധീകരിക്കുന്നവരാണ്. ഇവിടെ ജാതിവ്യവസ്ഥയുണ്ട്. പിന്നോക്കജാതിക്കാരും താഴ്ന്നജാതിക്കാരുമായ മഹാഭൂരിപക്ഷം ഹിന്ദുക്കൾ അധികാരസിരാകേന്ദ്രങ്ങളിലില്ല. ഇവിടത്തെ ഐ എ എസ്, ഐ പി എസ് ഉദ്യോഗസ്ഥന്മാരിൽ ഹിന്ദുക്കളിൽ ഏകദേശം 85 ശതമാനം വരുന്ന അവർണ്ണർക്ക് ചുരുങ്ങിയ പ്രാതിനിദ്ധ്യമേ ഉള്ളൂ. ഇവിടെ ഭരണം സവർണ്ണരുടെ കൈകളിലാണ്. ചരിത്രത്തിന്റെ ഒരു പ്രത്യേക കാലഘട്ടത്തിൽ സംഭവിച്ച ദൗർഭാഗ്യകരമായ ഒരു സംഗതിയാണിത്. സമ്പത്തും ഇംഗ്ലീഷും ഉയർന്ന ജാതിയും ഈ രാജ്യത്ത് ഒരു മുക്കൂട്ടു മുന്നണിയിലാണ്.

ഇന്ത്യയിലെ മുസ്ലീങ്ങൾ ന്യൂനപക്ഷമാണ്. ബ്രിട്ടീഷുകാരുടെ കാലത്തുപോലും ഭരണരംഗങ്ങളിൽ അവർക്ക് പ്രാതിനിദ്ധ്യം കുറവായിരുന്നു. മുസ്ലീം സമൂഹം അവഗണിക്കപ്പെട്ട സമൂഹമാണിവിടെ. ഹിന്ദുക്കൾ കഴിഞ്ഞാൽ പിന്നത്തെ ഏറ്റവും വലിയ സമൂഹമായ മുസ്ലീങ്ങൾ അധികാരത്തിന്റെ ഉന്നതങ്ങളിൽ ഇന്നില്ല. രാഷ്ട്രപതി, ഉപരാഷ്ട്രപതി, പ്രധാനമന്ത്രി, സുപ്രീംകോടതി ചീഫ് ജസ്റ്റിസ്, കരസേനാ സർവ്വസൈന്യാധിപൻ, വ്യോമ-നാവികസേനയുടെ അധിപന്മാർ, പ്ലാനിങ് കമീഷൻ ചെയർമാൻ, റിസർവ്വ് ബാങ്ക് ഗവർണ്ണർ ഇവരെല്ലാം ഹിന്ദുക്കളാണ്. അതിൽത്തന്നെ ഉപരാഷ്ട്രപതി കെ ആർ നാരായണനൊഴിച്ചുള്ളവർ ഉയർന്ന ജാതിക്കാരുമാണ്. ഹിന്ദുക്കളിലെ മഹാഭൂരിപക്ഷം വിദ്യാഭ്യാസപരമായും സാമ്പത്തികമായും വളരെ പിന്നോക്കാവസ്ഥയിലാണെങ്കിൽ അതിലും ദയനീയമാണ് ഇവിടെയുള്ള ന്യൂനപക്ഷത്തിന്റെ സ്ഥിതി. ഈ രാജ്യത്തിലെ തൊഴിൽസ്ഥാപനങ്ങളുടെ ഉടമകൾ, പത്രവാർത്താ മാധ്യമങ്ങളെ നിയന്ത്രിക്കുന്നവർ എന്നിങ്ങനെ സമൂഹത്തെ സ്വാധീനിക്കുന്ന ഏതു മേഖലയെടുത്തു പരിശോധിച്ചാലും മുസ്ലിം ന്യൂനപക്ഷത്തിനു തീർത്തും പ്രകടമായ ഒരു സ്വാധീനവുമില്ലെന്നു കാണാം. വ്യാപാരാവശ്യങ്ങൾക്കും മറ്റുമായി ബാങ്കുകൾ കൊടുക്കുന്ന കടത്തിന്റെ ചെറിയൊരംശം മാത്രമേ പിന്നോക്ക ന്യൂനപക്ഷങ്ങളുടെ കൈകളിലെത്തുന്നുള്ളൂ. സിംഹഭാഗവും എത്തുന്നത് ഹിന്ദുക്കളുടെ കൈകളിലാണ്.

വർഗ്ഗീയലഹളകൾ ഉണ്ടായ സ്ഥലങ്ങളിലെല്ലാം കൂടുതൽ നാശനഷ്ടങ്ങളും മരണങ്ങളും സംഭവിച്ചത് ന്യൂനപക്ഷങ്ങൾക്കുതന്നെ. അടുത്തകാലത്ത് ബാബറി മസ്ജിദ് തകർക്കപ്പെട്ടപ്പോൾ നടന്ന ബോംബെ-

സൂറത്ത് കലാപങ്ങൾ ഏറ്റവും വലിയ ഉദാഹരണങ്ങളാണ്. ഇവിടെ പല തെറ്റായ ധാരണകളും പ്രചരിക്കപ്പെടുകയാണ്. ജനസംഖ്യാ വർദ്ധനവിലും ബഹുഭാര്യാത്വത്തിലും മുൻപന്തിയിൽ മുസ്ലീങ്ങളാണ് എന്ന പ്രചാരണം വസ്തുതകൾക്ക് നിരക്കുന്നതല്ല.

ഇവിടെ മതേതരത്വം നിലനില്ക്കണമെന്നുണ്ടെങ്കിൽ ഹിന്ദുക്കളിലെ മതേതരവാദികളും ഇവിടെയുള്ള ന്യൂനപക്ഷവുമെല്ലാം കൂടുതൽ യോജിച്ച് പ്രവർത്തിക്കാനും ഐക്യത്തോടെ ജീവിക്കാനും ഉള്ള സാഹചര്യം സൃഷ്ടിക്കാൻ ബോധപൂർവ്വമായി ശ്രമിക്കണം. പരസ്പരം ബഹുമാനിക്കാൻ സാധിക്കുകയും വേണം. ഇന്ത്യയിലെ മഹാഭൂരിപക്ഷം ഹിന്ദുക്കളും വർഗ്ഗീയവാദികളല്ല. യു പിയിലെ തിരഞ്ഞെടുപ്പ് അതിന്റെ തെളിവാണ്. പാർട്ടിക്കാർ ഭിന്നിച്ചാണ് അവിടെ മത്സരിച്ചത്. വിദ്യാഭ്യാസമില്ലാത്ത പ്രദേശങ്ങളിലെ ആളുകൾപോലും ബോധപൂർവ്വം വോട്ടുചെയ്തു. അതിന്റെ അർത്ഥം ഭാരതത്തിന്റെ ആത്മാവ് മരിച്ചിട്ടില്ല എന്നാണ്. ചെറിയ രാഷ്ട്രീയലക്ഷ്യങ്ങൾക്കുവേണ്ടി വലിയ കാര്യങ്ങളെ നാം മറക്കരുത്. മഹാത്മാഗാന്ധി മതസൗഹാർദ്ദത്തിനുവേണ്ടി രക്തസാക്ഷിത്വം വരിച്ചു. അദ്ദേഹത്തെ കൊന്നത് അദ്ദേഹം ഹിന്ദുവല്ലാത്തതുകൊണ്ടല്ല; മതസൗഹാർദ്ദം പ്രചരിപ്പിച്ചതുകൊണ്ടാണ്.

ബാബറി മസ്ജിദിന്റെ തകർച്ച മുസ്ലീങ്ങളെ മാത്രം വേദനിപ്പിച്ച സംഭവമല്ല. അവിടെ തകർന്നത് ഇന്ത്യയുടെ നീതിപീഠമാണ്; ഭരണഘടനയാണ്, നമ്മൾ ഊട്ടിവളർത്തിയ സംസ്കാരമാണ്. ആ തകർച്ചയിൽ ദുഃഖിക്കുന്നവർക്കുമാത്രമേ ഇന്ത്യയെ ഒന്നിച്ചുനിർത്താൻ സാധിക്കുകയുള്ളൂ.

1994

രാമന്റെ ദുഃഖം

ശ്രീരാമവിലാപംകൊണ്ട് ദണ്ഡകാരണ്യം വിറങ്ങലിച്ചുപോയ ഒരു രംഗം വിവരിക്കുന്നുണ്ട്, ആദികവി വാല്മീകി. സീത അപഹൃതയായ പ്പോൾ, വിരഹാതുരനായ കാകുൽസ്ഥന് കണ്ണീരടക്കാൻ കഴിഞ്ഞില്ല. 'ഹാ പ്രിയേ, ക്വ ഗതാ ഭദ്രേ' (പ്രിയേ, നീ എവിടെപ്പോയി) എന്നു വില പിച്ചുകൊണ്ട് അദ്ദേഹം വനാന്തരങ്ങളിൽ കാന്താന്വേഷണതല്പരനായി ഓടിനടന്നു.

*സീതാഷ്ടോത്തരി*യിൽ 'സീമാതീതഗുണോജ്ജ്വലാ' എന്ന് സീതയെ വിശേഷിപ്പിച്ചതായി കാണാം. 'അതിരുകവിഞ്ഞ ഗുണത്താൽ ജ്വലിക്കു ന്നവൾ' എന്നർത്ഥം കുറിക്കുന്ന ആ വാക്യം ഒന്നുമാത്രം മതി, ശ്രീരാമ വിലാപത്തിന്റെ കാരണം വ്യക്തമാക്കാൻ. 'ഗുണാഃ പൂജാസ്ഥാനം' എന്ന് വിവേകികൾ പറയാറുണ്ട്. ആരാധനയ്ക്ക് പാത്രമാകുന്നത് ഒരു വ്യക്തി യിലെ ഗുണമാണ്. എങ്കിൽ അതിരുകവിഞ്ഞ ഗുണങ്ങളുടെ വിളനില മായ സീത രാമന്റെ ആരാധനയ്ക്ക് പാത്രമായി എന്നു പറയേണ്ടതി ല്ലല്ലോ. ആ നിലയ്ക്ക് സീതയുടെ അഭാവത്തിൽ ഉന്മത്തനെപ്പോലെ ഉഴറി ഓടി രാമൻ എന്ന് ആദികവി പറഞ്ഞത് ചിന്താദ്യോതകമാണ്.

സംഭവം ത്രേതായുഗത്തിലായിരുന്നു. ദ്വാപരവും കടന്ന് കാലം കലി യിലെത്തി – കഥയില്ലാത്തവർ കലിതുള്ളാൻ തക്കം പാർത്തിരുന്ന കാലം. രാമൻ കണ്ണുനീർ വാർക്കുന്നു വീണ്ടും, ഒരു യുഗത്തിനുശേഷം. 'അതി രുകവിഞ്ഞ കാപട്യത്തെ ഭക്തിയുടെ പരിവേഷം അണിയിച്ചുകൊണ്ടും എല്ലാ സദാചാരസംഹിതകളേയും കാറ്റിൽപ്പറത്തിക്കൊണ്ടും എന്റെ ഭക്ത ന്മാരാണെന്നു പറഞ്ഞ്, ഞാൻ നന്നേ ക്ലേശിച്ച് ഒരു യുഗംകൊണ്ട് പുനഃ സ്ഥാപിച്ച എന്റെ ധർമ്മം എന്നിൽനിന്ന് എടുത്തുമാറ്റിയതെന്തേ, ഒരുകൂ ട്ടം കിരാതന്മാർ? എനിക്കേറ്റവും പ്രിയപ്പെട്ട ധർമ്മമേ, ഇന്ന് നീയെവിടെ?'

എന്നോർത്ത് രാമൻ ഇപ്പോൾ ദുഃഖിക്കുന്നുണ്ടാവണം. ഹൃദയമുള്ള ഭാരതീയരെല്ലാം രാമനോടൊപ്പം കണ്ണുനീർ വാർക്കുകയും 'ഭഗവൻ, ഈ ഘോരാന്ധകാരത്തിൽനിന്നും കൊടുംഭീകരതയിൽനിന്നും ഭാരതത്തെ രക്ഷിക്കേണമേ' എന്ന് ഉള്ളിൽത്തട്ടി പ്രാർത്ഥിക്കുകയും ചെയ്യുന്നുണ്ടാവും.

അയോദ്ധ്യാദുരന്തം

ആയിരത്തിത്തൊള്ളായിരത്തി തൊണ്ണൂറ്റി രണ്ട് ഡിസംബർ 6 ഇന്ത്യാചരിത്രത്തിലെ എന്നല്ല ലോകചരിത്രത്തിലെത്തന്നെ ശപിക്കപ്പെട്ട, ഇരുണ്ട ദിനമാണ് - അപമാനമേറ്റ ഭാരതീയന് ലോകത്തിനു മുമ്പിൽ ലജ്ജിച്ചു തലതാഴ്ത്തേണ്ടിവന്ന ദുർദ്ദിനം.

അയോദ്ധ്യയിൽ അരങ്ങേറിയ കൈരാതനൃത്തവും തുടർന്നുണ്ടായ അനിഷ്ടസംഭവങ്ങളും ഇന്ത്യയോടുള്ള ലോകരാഷ്ട്രങ്ങളുടെ മനോഭാവത്തിന് മങ്ങലേല്പിച്ചു; എങ്ങും പ്രതിഷേധശബ്ദമുയർന്നു. ലോകവാർത്താമാധ്യമങ്ങളിൽ ഇന്ത്യക്കെതിരെ അതിഗർഹണീയമായ ശീർഷകങ്ങൾ പ്രത്യക്ഷപ്പെട്ടു. ഇതാരുടെ സൃഷ്ടി? വിധിയുടെതന്നെ ക്രൂരവിനോദമോ? ഉള്ളിലൊതുങ്ങാത്ത ദുഃഖവും തന്മൂലമുണ്ടാകുന്ന അശാന്തിയും മനസ്സിൽ തളംകെട്ടുമ്പോൾ വിധിയെക്കുറിച്ചും മനുഷ്യൻ ചിന്തിച്ചുപോകില്ലേ?

അയോദ്ധ്യാ സംഭവങ്ങളെ സൂക്ഷ്മാവലോകനം ചെയ്യുമ്പോൾ, വികാരത്തിനടിമകളായ ഒരു വമ്പിച്ച ജനാവലിയുടെ നൊടിയിടയിലുണ്ടായ ആവേശവിക്ഷോഭമാണ് സംഗതിയാകെ തകിടംമറിച്ചതെന്ന് വിശ്വസിക്കാനോ സമ്മതിക്കാനോ പ്രായോഗിക ബുദ്ധിക്കാവില്ല.

അയോദ്ധ്യയിൽ ഒതുങ്ങാത്ത അയോദ്ധ്യാ ദുരന്തം, ഈ കൊടും വിപത്തിൽ ഞങ്ങൾക്കു പങ്കില്ലെന്ന പ്രസ്താവന ഇറക്കിക്കൊണ്ടും ഈ അപരാധം ഒരുപറ്റം കർസേവകരുടെ ശിരസ്സിൽ വച്ചുകൊടുത്തുകൊണ്ടും നേതൃത്വം കൈകഴുകി. അത് ഹീനമായ മറ്റൊരു രാഷ്ട്രീയ ചുവടുമാറ്റം. അതല്ലെങ്കിൽ ഈ ഒഴിഞ്ഞുമാറൽ ചുരുങ്ങിയത് ഒരു രാഷ്ട്രീയ ഷണ്ഡത്വമെങ്കിലുമാണ്.

അതെന്തുതന്നെയാവട്ടെ, ലോകരാഷ്ട്ര സമൂഹത്തിൽ ഭാരതം ഒറ്റപ്പെടുമോ എന്ന ആശങ്കാകുലമായ സ്ഥിതിവിശേഷം ഇതുമൂലം സംജാതമായില്ലേ?

അയോദ്ധ്യാസംഭവത്തെത്തുടർന്ന് ഇന്ത്യയിലുടനീളവും പുറംരാജ്യങ്ങളിലും ഭീകരമായ അക്രമങ്ങളും തീവയ്പുകളും ഹീനമായ കൊലപാതകങ്ങളും ആരാധനാലയ ധ്വംസനങ്ങളും നടന്നു. ഇന്ത്യക്ക് മാനഹാനി വരുത്തിവച്ച ഈ വിഷക്കാറ്റ് വിതച്ചതിന് ആരാണ് ഉത്തരവാദികൾ?

ഭാരതത്തിൽ ജനാധിപത്യത്തിന്റെ പ്രായം ഏതാണ്ട് അരനൂറ്റാണ്ടിനോടടുക്കുന്നു. എന്നിട്ടും നമ്മുടെ രാഷ്ട്രീയപ്രവർത്തനത്തിന് പ്രായപൂർത്തി വന്നുകഴിഞ്ഞിട്ടില്ല. ഇങ്ങനെയല്ലാതെ മറ്റെന്താണ് ഇന്നത്തെ

ദുഃസ്ഥിതിയെക്കുറിച്ച് പറയേണ്ടത്?

രാഷ്ട്രീയമായ നിലപാട് സ്വീകരിച്ചുകൊണ്ട് നമുക്ക് ആരിലും കുറ്റം ചുമത്താം. നാനാവിധ വാദമുഖങ്ങൾ ഉന്നയിച്ചുകൊണ്ട് നമുക്ക് നാട്ടിലെല്ലായിടവും കലാപം അഴിച്ചുവിടാം. പോരെങ്കിൽ നമ്മുടെ പതിവുസമ്പ്രദായം അതുതന്നെയല്ലേ? തർക്കങ്ങളിലും തർക്കുത്തരങ്ങളിലും ഏർപ്പെട്ട് നമുക്ക് പരസ്പരം രാഷ്ട്രീയപ്പക തീർക്കാം. പണ്ടെന്നോ നാടും നഗരവും കത്തിയെരിഞ്ഞപ്പോൾ നീറോ ചക്രവർത്തി വീണ വായിച്ചുപോൽ! എന്തുകൊണ്ട് നമുക്ക് നീറോ ചക്രവർത്തിമാരായിക്കൂടാ? ഹൃദയം നഷ്ടപ്പെടുകയും സദ്ബുദ്ധി കൈമോശം വരുകയും ചെയ്യുമ്പോൾ, നീറോ ചക്രവർത്തിയെപ്പോലും അത്ഭുതകരമാം വണ്ണം മറികടക്കാൻ മനുഷ്യനു സാധിക്കും. ഇല്ലെന്നു പറയാനൊക്കുമോ?

ഹൃദയമില്ലാത്ത മനുഷ്യർക്ക് ചെയ്യാനരുതാത്ത എന്തുണ്ട്? പക്ഷേ, ലോകജനതയുടെ മുമ്പിൽ ഇന്ത്യാ വൻരാജ്യത്തിന്റെ പ്രതിച്ഛായയ്ക്കേറ്റ മങ്ങൽ മായ്ച്ചുകളയുവാൻ രാഷ്ട്രീയ വാദകോലാഹലങ്ങളെക്കൊണ്ടാവില്ല - അതുപോലെ രാഷ്ട്രത്തിന്റെ മനഃസാക്ഷിക്കേറ്റ മുറിവും.

എങ്കിൽ ഉത്തരം കണ്ടെത്തേണ്ട ചോദ്യം ഇതാണ്: നിഷ്പ്രഭമായ ഭാരതത്തിന്റെ മുഖച്ഛായയ്ക്ക് നഷ്ടപ്പെട്ട വിശുദ്ധിയും പ്രകാശവും വീണ്ടെടുക്കാനും അതുവഴി ഭാരതത്തിന് ലോകരാഷ്ട്രങ്ങളുടെ മുമ്പിൽ ശിരസ്സുയർത്തി നില്ക്കാനും ഫലപ്രദമായ എന്ത് കർമ്മപദ്ധതിയാണ് നാം അവലംബിക്കേണ്ടത്?

ഒരു പള്ളിക്കും ഒരു ക്ഷേത്രത്തിനും പകരം ആയിരം പള്ളികളും ആയിരം ക്ഷേത്രങ്ങളും നമുക്ക് പടുത്തുയർത്താം. പക്ഷേ, ധർമ്മച്യുതിയും സാംസ്കാരികാധഃപതനവും ഭാരതത്തിന്റെ മനഃസാക്ഷിയുടെ മേൽ ആഴത്തിൽ ഏല്പിച്ച ക്ഷതം പള്ളികളുടെയും ക്ഷേത്രങ്ങളുടെയും നിർമ്മാണംകൊണ്ട് ഇല്ലാതാകുമോ? പള്ളികളും ക്ഷേത്രങ്ങളും ഉയരുമ്പോൾ സാമാന്യജനം വേദനയും വൈരവും മറക്കുകയും പൊറുക്കുകയും ചെയ്യുമെന്നാണ് നമ്മുടെ കണക്കുകൂട്ടലെങ്കിൽ, പറയട്ടെ, കാര്യങ്ങളുടെ കിടപ്പ് ഇങ്ങനെയൊക്കെയാണെന്ന് ധരിച്ചുവച്ചവർക്ക് മനുഷ്യമനസ്സിനെപ്പറ്റി യഥാർത്ഥത്തിൽ ഒന്നും അറിയില്ല.

ഒരു രാഷ്ട്രീയാബദ്ധത്തെ മറ്റൊരു രാഷ്ട്രീയാബദ്ധംകൊണ്ട് നേരിടാമെന്ന ചിന്താശൂന്യവും ആപല്ക്കരവുമായ അന്ധവിശ്വാസം ഇനിയെങ്കിലും നാം കൈവെടിയണം. തോരാത്ത കണ്ണുനീർ തുടച്ചേ മതിയാകൂ. വ്യഥപൂണ്ട മനസ്സിന് സമാശ്വാസമേകണം. ഇത്തരം സംഭവങ്ങൾ ഇനിമേൽ ഈ മണ്ണിൽ സംഭവിക്കാതിരിക്കാൻ മുൻകരുതൽ എടുക്കേണ്ടതായിട്ടുമുണ്ട്. അതിനാകട്ടെ രാഷ്ട്രീയപ്രവർത്തനങ്ങൾക്ക് സദാചാരത്തിന്റെയും ധാർമ്മികമൂല്യങ്ങളുടെയും അടിത്തറ ഉണ്ടായിരിക്കണം. അന്യൂനമായ ഒരു പുത്തൻ സമ്പ്രദായംപോലും ഇവിടെ രൂപംകൊള്ളേണ്ടതായിട്ടുണ്ട്. ആ വഴിക്ക് നിർണ്ണായകമായ കാൽവയ്പിനുള്ള ചരിത്രസന്ദർഭമാണിത്.

ഇവിടെ മനുഷ്യനന്മയുടെ ആദിമസമുദ്ഗായകന്മാരായ ഋഷിമാർ പാടിപ്പുകഴ്ത്തിയ ആ വിശുദ്ധിയാർന്ന സംസ്കാരമുണ്ടല്ലോ - ശാന്തിയും സമാധാനവും എക്കാലവും ഇവിടെ നിലനിർത്താനുള്ള പിഴയ്ക്കാത്ത സന്ദേശം - അത് പാടേ വിസ്മരിക്കപ്പെട്ടിരിക്കുകയാണ്. സ്വാമി വിവേകാനന്ദൻ നമ്മെ ഓർമ്മിപ്പിച്ചു,

> ചരിത്രകാരന്റെ തൂലിക ചലിക്കാൻ തുടങ്ങുന്നതിനുമുമ്പ്, തലമുറകൾക്കുപോലും എത്തിനോക്കാൻ കഴിയാത്തതിൻവണ്ണം അതിവിദൂരമായ ഭൂതകാലത്ത് വിജ്ഞാനം ഭാരതത്തിൽ അതിന്റെ വസതി കണ്ടെത്തി, മറ്റു രാഷ്ട്രങ്ങളിലേക്ക് അത് കടന്നുചെല്ലുന്നതിനു മുമ്പ് എന്ന്.

പക്ഷേ, അതോർക്കാൻ നമുക്ക് സമയം എവിടെ? അഥവാ വിലകുറഞ്ഞ രാഷ്ട്രീയാടവുകൾക്ക് വലിയ മൂല്യം കല്പിച്ചുപോരുന്നവർക്ക് 'രാഷ്ട്രീയ'ത്തേക്കാൾ വലുത് മറ്റെന്തെങ്കിലുമുണ്ടോ?

രാജ്യത്തെ അഗ്നിക്കിരയാക്കിക്കൊണ്ടും ജനകോടികളെ സംഭീതരാക്കിക്കൊണ്ടും രാഷ്ട്രീയ മുതലെടുപ്പ് നടത്താനും വഞ്ചനകാട്ടാനുമാണ് ഇനിയും നമ്മുടെ ഭാവമെങ്കിൽ, രാഷ്ട്രം അതിന് കനത്ത വില നല്കേണ്ടിവരും; ഹിറ്റ്ലറുടെ ജർമ്മനി എന്തെല്ലാം സാക്ഷ്യം വഹിക്കേണ്ടിവന്നു എന്നതിനെക്കുറിച്ചോർത്താൽ മതി. ലോകത്തെ നടുക്കിയ യുദ്ധവും നരഹത്യയും കൊടിയ വിപത്തും ആ ഫാസിസം ലോകശിരസ്സിൽ അടിച്ചേല്പിച്ചു. അത് സൃഷ്ടിച്ച എന്തെന്നില്ലാത്ത യാതനകളിൽനിന്നും നടുക്കത്തിൽനിന്നും ലോകം ഇന്നും തികച്ചും നിർമുക്തമായിട്ടില്ല എന്നതല്ലേ വാസ്തവം? നാം ശ്രദ്ധാലുക്കളും നന്മയുള്ളവരുമാകുന്നുവെങ്കിൽ നമുക്ക് നന്ന്, ഈ ലോകത്തിനും.

ബ്രിട്ടീഷുകാർ നമ്മെ ഭിന്നിപ്പിച്ചിരിക്കാം. ഇല്ലെന്നു പറയുവാൻ വയ്യ. പക്ഷേ, അതൊന്നുകൊണ്ടുമാത്രമാണോ ഇന്ത്യ വിഭജിക്കപ്പെട്ടത്? അഥവാ അതു മാത്രമായിരുന്നോ വിഭജനത്തിന് വഴിയൊരുക്കിയ പ്രഥമവും പ്രധാനവുമായ കാരണം? അല്ലെന്നു പറയുന്നു ചരിത്രവസ്തുതകൾ. രാഷ്ട്രീയാധികാരം കൈയിൽ കിട്ടാൻ ആർത്തിയോടെ കാത്തിരുന്ന ഏതാനും ചില വ്യക്തികളുടെ ദുരയും ധൃതിയും വിഭജനത്തിന് കളമൊരുക്കുന്നതിൽ പ്രധാന പങ്കു വഹിച്ചിട്ടില്ലേ?

താല്ക്കാലിക നേട്ടംമാത്രം കൊതിക്കുന്ന ചില രാഷ്ട്രീയനേതാക്കൾക്ക് എളുപ്പത്തിൽ പറയാൻ കഴിയും, സത്യം ഇങ്ങനെയൊന്നും അല്ല എന്ന്. അവർക്ക് പറയാൻപാടില്ലാത്ത വല്ലതുമുണ്ടോ? പക്ഷേ, അത് രാഷ്ട്രീയ ചാരിത്ര്യമില്ലായ്മയും ചരിത്രസത്യത്തോടു കാട്ടുന്ന അവഹേളനവുമാണ്.

സൂക്ഷ്മദൃഷ്ട്യാ ചിന്തിക്കുമ്പോൾ ഭാരതത്തിന് ഇപ്പോൾ സംഭവിച്ചത് എന്താണ്? പത്രവാർത്തകളിൽ അല്പസ്വല്പം വെള്ളവും നിറവും കലർന്നിരിക്കാമെന്നുതന്നെ വയ്ക്കുക. പക്ഷേ, വീഡിയോ ടേപ്പുകളിലും

ഉപഗ്രഹങ്ങളിലും മായംചേർക്കാൻ പറ്റുമോ? ഉപഗ്രഹം കൈകൊണ്ട് എത്തിപ്പിടിക്കാനാവില്ല എന്നതുകൊണ്ട് അക്രമികൾ അതിനെ വെറുതെ വിട്ടു. കൈയെത്തിപ്പിടിക്കാവുന്ന പത്രപ്രവർത്തകരെ തല്ലിച്ചതയ്ക്കുകയും ചെയ്തു.

ദുരന്തത്തിന്റെ രാഷ്ട്രീയ പശ്ചാത്തലം

ആയിരങ്ങളുടെ മരണത്തിനും പരസഹസ്രം കുടുംബങ്ങളുടെ ദുരിതത്തിനും വഴിയൊരുക്കിയ അയോദ്ധ്യാദുരന്തം വരുത്തിവച്ച വിനയെ നിഷ്പക്ഷമായ ഒരവലോകനത്തിന് വിധേയമാക്കേണ്ടതാണ്.

തീർത്തും പൈശാചികമായിരുന്നു ആ സംഭവം. ഇതിനുമുമ്പ് ഉണ്ടായിട്ടില്ലാത്തതിൻവണ്ണം ഭരണഘടനയുടെ നേർക്കുള്ള തുറന്നതും ആസൂത്രിതവുമായ ഒരു വെല്ലുവിളി ആയിരുന്നു അത്. പള്ളി പൊളിച്ചത് അങ്ങേയറ്റം ഭീകരവും ഹീനവുമായ കൃത്യമായിപ്പോയി. ഭാരതസർക്കാറിന്റെ ഇതഃപര്യന്തമുള്ള ചരിത്രത്തിൽ, ഒരു സ്റ്റേറ്റും യു പി സർക്കാർ ചെയ്തതുപോലെ പരമോന്നത നീതിപീഠത്തിനു നല്കിയ സത്യവാങ്മൂലവും വാഗ്ദാനവും നിത്യവുമെന്നോണം നഗ്നമായി ലംഘിച്ചതായ ഒരു സംഭവം ഇതിനു മുമ്പുണ്ടായിരുന്നില്ല. ലോകസഭയിലെ പ്രതിപക്ഷ നേതാവിന്റെ സ്ഥാനം രാജിവച്ചതുകൊണ്ടു മാത്രം എൽ കെ അദ്വാനിക്ക് അദ്ദേഹത്തിന്റെ ഉത്തരവാദിത്വത്തിൽനിന്ന് ഒഴിഞ്ഞുമാറാൻ പറ്റില്ല. മുരളിമനോഹർ ജോഷി, അശോക് സിംഗാൾ, വിനയ് കത്യാർ, അവൈദ്യനാഥ്, ശേഷാദ്രി, രാജേന്ദ്രസിങ്, സുദർശൻ തുടങ്ങിയവരുടെ പങ്കിനെപ്പറ്റി പറയേണ്ട ആവശ്യമുണ്ടെന്നു തോന്നുന്നില്ല.

ഡെമോക്രസിയിൽ നിയമവാഴ്ചയല്ലാതെ മനുഷ്യവാഴ്ച അനുവദനീയമല്ലല്ലോ. അഭിപ്രായവ്യത്യാസമുണ്ടാകുമ്പോൾ വട്ടമേശയ്ക്കു ചുറ്റുമിരുന്ന് പരിഹാരമാർഗ്ഗം കണ്ടെത്തണം. അത് സാദ്ധ്യമല്ലാതെ വരുമ്പോൾ ജനങ്ങളെ ധരിപ്പിക്കണം. ഈ പ്രജായത്ത സമ്പ്രദായത്തെ മറികടന്ന് വ്യക്തമായ തീരുമാനമെടുക്കാൻ കഴിയാതെ വരുമ്പോൾ, പാർട്ടികളും സംഘങ്ങളും സ്വയം നിയമം കൈയിലെടുക്കുകയാണോ ചെയ്യേണ്ടത്? അവർ അക്രമാസക്തരായി ഹിംസയുടെയും കലാപത്തിന്റെയും മാർഗ്ഗമാണോ അവലംബിക്കേണ്ടത്?

സന്ന്യാസിമാരാണെന്നു പറയുന്ന ചില പ്രമുഖർ (മുക്താനന്ദ, വാമദേവ്) പറഞ്ഞതായിക്കണ്ട പത്രവാർത്ത ഞെട്ടിപ്പിക്കുന്നതാണ്. ഈ രാജ്യത്തിലെ നിയമങ്ങളിൽ അവർക്ക് വിശ്വാസമില്ലെന്നും അവർ അതിന് അതീതരാണെന്നുമാണ് പ്രഖ്യാപിച്ചത്. ഈ പ്രഖ്യാപനം നടത്തിയതോ ഒരു പാർലമെന്റംഗത്തിന്റെ വീട്ടിൽ വച്ചും (*ഹിന്ദു*, 26.12.'92).

92 നവംബർ 30 ന് അദ്വാനി ഒരു യോഗത്തിൽ പ്രസംഗിച്ചു. "ഡിസംബർ 6 ന് എന്തു സംഭവിക്കുമെന്നതിനെക്കുറിച്ച് എനിക്ക് ഒരുറപ്പും നല്കാനാവില്ല."

"ഞങ്ങൾ കർസേവ നടത്താൻ പോവുകയാണെന്നു മാത്രമേ ഇ

പ്പോൾ എനിക്ക് പറയാൻ പറ്റൂ" (*ഇന്ത്യാ ടുഡേ*). സുപ്രീംകോടതിയുടെ കല്പന ലംഘിക്കുമെന്നാണോ ഇതിനർത്ഥം എന്ന ചോദ്യമുയർന്നു. "ഒരു രാഷ്ട്രീയ പ്രവർത്തകനെന്ന നിലയ്ക്ക് ഞാൻ ഒട്ടേറെ നിയമങ്ങൾ ലംഘിച്ചിട്ടുണ്ട്" എന്നായിരുന്നു അദ്വാനിയുടെ മറുപടി.

കർസേവ, ഭജനകളും കീർത്തനങ്ങളും ആലപിക്കുന്നതിൽമാത്രം ഒതുങ്ങിനില്ക്കുന്നതാവില്ല; ഇഷ്ടികയും മൺകോരിയും (shovel) ഒക്കെ ഉപയോഗിച്ച് കായിക(physical)മായിത്തന്നെ ഉള്ളതാവും എന്ന് ഡിസംബർ രണ്ടാംതീയതി, അസംഗറിൽ വച്ച് അദ്വാനി, കർസേവകർക്ക് ഉറപ്പുകൊടുത്തു (*ഇന്ത്യാ ടുഡേ*, 1992 ഡിസംബർ 31).

കർസേവയ്ക്ക് നിശ്ചയിച്ച തീയതിക്ക് രണ്ടാഴ്ച മുമ്പുതന്നെ ത്രിശൂലവും മഴുവും അമ്പും വില്ലും ധരിച്ച കർസേവകരുടെ അയോദ്ധ്യയിലേക്കുള്ള ഒഴുക്ക് ആരംഭിച്ചപ്പോൾ ബജ്രംഗ്ദൾ മേധാവി വിനയ് കത്യാർ പറഞ്ഞു: "കർസേവ ഡിസംബർ 6 നു തന്നെ തുടങ്ങും, കോടതിവിധി ഉണ്ടായാലും ഇല്ലെങ്കിലും" എന്ന്. എന്നാൽ, വിശ്വഹിന്ദു പരിഷത്തിന്റെ ജനറൽ സെക്രട്ടറി അശോക് സിംഗാളിന്റെ സ്വരം ഇതിനേക്കാൾ കടുത്തതായിരുന്നു. "കർസേവകരെ തടഞ്ഞാൽ ഇവിടെ നരകമായിരിക്കും" എന്നായിരുന്നു അദ്ദേഹത്തിന്റെ മുന്നറിയിപ്പ്. ഇതിനേക്കാൾ വിചിത്രമായിരുന്നു ഗുലാബ് സിങ് പരിഹാറിന്റെ ആക്രോശം - "കർസേവ എന്നു പറഞ്ഞാൽ ക്ഷേത്രനിർമ്മാണമുൾപ്പെടെയുള്ള എല്ലാം എന്നർത്ഥമാക്കണം. അദ്വാനിയും ജോഷിയും ഡിസംബർ 6 ന് കർസേവ നടത്താൻ ഞങ്ങളോടൊപ്പമുണ്ടാകുമെന്ന് ഞങ്ങൾ പ്രതീക്ഷിക്കുന്നു."

ഒളിഞ്ഞും തെളിഞ്ഞും ഉള്ളിലിരിപ്പ് വ്യക്തമാക്കിയ ഇക്കൂട്ടർ നിയമവാഴ്ചയെമാത്രമല്ല തകർത്തത്. ബഹുഭാഷകളും ഭിന്നാചാരങ്ങളും വിവിധ മതവിശ്വാസങ്ങളുമുള്ള ഒരു വൻരാഷ്ട്രത്തിന്റെ അസ്തിത്വത്തെപ്പറ്റിപ്പോലും അതിലാഘവബുദ്ധിയോടെയല്ലേ ദീർഘവീക്ഷണമില്ലാത്ത ഈ നേതാക്കൾ ചിന്തിച്ചത്? കാലം മാറിയത് അവർ അറിഞ്ഞിട്ട് അറിഞ്ഞിട്ടില്ലെന്നു നടിക്കുന്നു. എന്തോ വ്യക്തമായ താല്പര്യത്തോടെ, ഒരു പറ്റം, രാഷ്ട്രീയാന്ധ്യം ബാധിച്ച വ്യക്തികളുടെ കരുനീക്കങ്ങൾക്കും പ്രവർത്തനങ്ങൾക്കും മേൽക്കാണിച്ചവിധം സഹസ്രാധികം നിരപരാധികളുടെ ജീവൻ വിലയായി കൊടുക്കേണ്ടിവന്നു. ഈ പാപഭാരത്തിൽനിന്ന് മുക്തരാകാൻ ഇവർക്ക് സാധിക്കുമോ?

ശ്രീരാമന്റെ മൗനം

ഇവിടെ രാമൻ സ്വയം വിശ്വത്തിന് മാതൃകയായ ഒരു സംഭവം ഓർക്കുന്നത് നന്ന്. പട്ടാഭിഷേകം മുടങ്ങി എന്നറിഞ്ഞപ്പോൾ ദുഃഖിതനായത് രാമനായിരുന്നില്ല. ലക്ഷ്മണനായിരുന്നു. ക്രുദ്ധനായ ലക്ഷ്മണൻ 'അവാംഹനിഷ്യേ പിതരം വൃദ്ധം കാമവശം ഗതം' (കാമവശഗതനായ വൃദ്ധപിതാവിനെ ഞാൻ കൊല്ലും) എന്ന്, പറയാൻ പാടില്ലാത്ത വാക്കുകൾ പറയുകയുണ്ടായി. ഇതെല്ലാം ശ്രദ്ധിച്ച രാമൻ ഒരക്ഷരംപോലും ഉ

രിയാടിയില്ല. ലക്ഷ്മണനെയൊട്ട് വിലക്കിയതുമില്ല. കാരണം ഇതാണ്: 'ഉന്മത്തം പതിതം ക്രുദ്ധം യന്ത്രസ്ഥം നാവലോകയേത്' (ഉന്മത്തനെയും കാൽവഴുതി വീണവനെയും ക്രുദ്ധനെയും നിയമരക്ഷകരുടെ പിടിയിൽപ്പെട്ട കുറ്റവാളിയെയും നോക്കരുത്) എന്ന സദാചാരനീതി ശ്രീരാമയുഗത്തിനു മുമ്പുതന്നെ ഭാരതത്തിൽ നിലവിലുണ്ടായിരുന്നു. ഇതോർത്തായിരുന്നു രാമൻ മൗനം ഭജിച്ചത്. പക്ഷേ, വനവാസക്കാലത്ത് ചിത്രകൂടത്തിലെത്തിയപ്പോൾ രാമൻ ലക്ഷ്മണനോട് ചോദിച്ചു, 'എന്തേ പിതാവിനെ പഴിക്കാൻ നീ മുതിർന്നത്' എന്ന്. കാര്യത്തിന്റെ ഗൗരവം മനസ്സിലാക്കിയ ലക്ഷ്മണന് ഉത്തരം നല്കാനോ ഒരക്ഷരം ഉരിയാടാൻപോലുമോ കഴിഞ്ഞില്ല. മറുപടി കിട്ടാതിരുന്നപ്പോൾ രാമൻ പറഞ്ഞു:

'ഏകോഹ്യഹമയോദ്ധ്യാം ച
പൃഥിവീം ചാപി ലക്ഷ്മണ
തരേയമിഷുഭിഃ ക്രുദ്ധോ
നനു വീര്യമകാരണം'

(ക്രുദ്ധനാണ് ഞാനെങ്കിൽ, അസ്ത്രങ്ങളെക്കൊണ്ട് ഞാൻ അയോദ്ധ്യയേയും ഈ ഭൂമിയെപ്പോലും ചൊൽപ്പടിയിൽ നിർത്തും. പക്ഷേ, വീര്യം അകാരണമായി പ്രദർശിപ്പിക്കാവുന്നതല്ല.)

പതിനാലു വർഷത്തേക്ക് അയോഗ്യനാക്കപ്പെട്ടിട്ടും ഒരു വൻസാമ്രാജ്യം കൈയിൽനിന്ന് വഴുതിപ്പോയിട്ടും എല്ലാ സുഖസൗകര്യങ്ങളും നിഷേധിക്കപ്പെട്ടിട്ടും അയോദ്ധ്യയെ തന്റെ ചൊൽപ്പടിയിൽ നിർത്താനുള്ള കെല്പ് ഉണ്ടായിരുന്നിട്ടും അവയൊന്നും അക്രമാസക്തമാകുന്നതിനു തക്ക കാരണങ്ങളാവുന്നില്ല എന്ന് തന്റെ വാക്കിലൂടെയും, കർമ്മത്തിലൂടെയും തെളിയിച്ച രാമന്റെ 'ധർമ്മതല്പരത'യെ, തക്ക കാരണം കൂടാതെ 'ഇല്ലാത്ത' വീര്യം അയോദ്ധ്യയിൽ പ്രദർശിപ്പിച്ചതിലൂടെ രാമഭക്തന്മാർ എന്ന് സ്വയം കരുതുന്ന ഒരുപറ്റം നേതാക്കന്മാരും കർസേവകരും ചവിട്ടിമെതിക്കുകയല്ലേ ചെയ്തത്?

ദേശീയഭദ്രതയ്ക്കും ദേശീയസമാധാനത്തിനും താങ്ങും തണലുമായി വർത്തിക്കേണ്ട ധാർമ്മികമൂല്യങ്ങളെയും മാനുഷികനീതികളെയും നല്ലൊരളവോളം നിസ്സാരമാക്കുകയും അവഗണിക്കുകയും ചെയ്തുകൊണ്ട്, അധികാരത്തിലെത്താനുള്ള വെമ്പലിൽ വോട്ടുബാങ്കുകളെ പ്രീണിപ്പിച്ച് നിലനിർത്താനുള്ള ശ്രമങ്ങളും മത്സരങ്ങളുമാണ് ഇവിടെ രാഷ്ട്രീയ പ്രവർത്തനങ്ങളിൽ നാം കണ്ടുവരുന്നത്. ഈ ശോച്യാവസ്ഥയിൽനിന്ന് ഒഴിഞ്ഞുമാറാൻ കഴിയാത്തവിധം കക്ഷിരാഷ്ട്രീയം അപകടകരമാംവിധം ഈ ആസുരവൃത്തിയുമായി ബന്ധപ്പെട്ടിരിക്കുന്നു. ഈ സത്യം തുറന്നു പറയുമ്പോൾ പലരുടെയും നെറ്റിചുളിയും; അത് സ്വാഭാവികമാണ്; കാരണം സത്യം എപ്പോഴും പ്രിയമായിക്കൊള്ളണമെന്നില്ലല്ലോ.

സംഭവങ്ങൾ വാർത്തയിലൂടെ എവിടംവരെ ചെന്നെത്തിയിരിക്കുന്നു - രക്ഷയില്ലാത്ത മനുഷ്യൻ ഇനി ഈശ്വരനെത്തന്നെ രക്ഷിക്കാൻ പരികരബന്ധംചെയ്ത് ഇറങ്ങിയിരിക്കുകയാണ്. മുദ്രാവാക്യങ്ങൾ ഇവിടെ മുഴങ്ങുന്നു. ഈശ്വരൻ അപ്പോൾ അലഞ്ഞുനടക്കുകയാണ്. തലചായ്ക്കാൻ

ഇടമില്ലാതെ, അനാഥനും അവശനുമായിട്ട്. ഈ മുദ്രാവാക്യം കാതുകളിൽ പതിക്കുമ്പോൾ നടുങ്ങാത്തവർ ആരാണ്? ഈശ്വരനും അങ്ങനെയൊരു ദുരവസ്ഥയോ? ഇതിനേക്കാൾ അത്ഭുതകരം ഈശ്വരൻ ഒരു പ്രത്യേകദിശയിൽ, ഒരു പ്രത്യേക സ്ഥാനത്ത്, ഒരു പ്രത്യേക ഹർമ്മ്യത്തിലേ പള്ളിക്കുറുപ്പുകൊള്ളൂ എന്നുള്ളതാണ്. ഈശ്വരൻ ദുശ്ശാഠ്യക്കാരനാണെന്ന് ഇപ്പോഴല്ലേ അറിയുന്നത്? ഓരോ മനുഷ്യന്റെയും ഹൃദയമന്ദിരത്തിൽ കുടികൊള്ളുന്നവനാണ് ഈശ്വരൻ എന്നു വേദാന്തം പറയുന്നു. ഇതിൽ ഏതു ശരി, ഏതു തെറ്റ്?

ലോകജനതയിൽ സ്വാധീനം ചെലുത്തിയിട്ടുള്ള പ്രധാന മതങ്ങളെക്കുറിച്ചു കുറച്ചൊക്കെ പഠിക്കാൻ യത്നിച്ച ഒരു വ്യക്തി എന്ന നിലയ്ക്കും വരേണ്യരായ ഗുരുഭൂതന്മാരുടെയും സച്ചരിതന്മാരുടെയും അമരവാണികൾമാത്രമാണ് ശാശ്വതികമായ സമാധാനം കൈവരുത്താൻ അവലംബിക്കേണ്ട ഏകമാർഗ്ഗം എന്ന വിശ്വാസത്തോടെ അവയെക്കുറിച്ച് മനസ്സിലാക്കാൻ ആഗ്രഹിക്കുന്ന വ്യക്തി എന്ന നിലയ്ക്കും എനിക്ക് ബോദ്ധ്യമായിട്ടുണ്ട്, 'മതവിശ്വാസവും ഈശ്വര സാക്ഷാൽക്കാരവും' അധികാരരാഷ്ട്രീയത്തിന്റെ കൈകൾ അയോദ്ധ്യയിലേക്കു വെട്ടിത്തെളിയിച്ച മാർഗ്ഗത്തിലൂടെ സാദ്ധ്യമാവില്ലെന്ന്. എന്റെ ഈശ്വരനും എന്റെ വിശ്വാസവും എന്നിൽ കുടികൊള്ളണം. ഈശ്വരൻ കൈമോശം വന്നുപോയി എന്നു കരുതുന്നവർക്ക് എങ്ങാനുംവച്ച് ആ ഈശ്വരനെ കണ്ടെത്താനാവുമോ?

ഇരുട്ടിൽനിന്ന് കൂരിരുട്ടിലേക്കോ?

ഈശ്വരനോ മതങ്ങൾക്കോ നമ്മുടെ ഈ തീരാനഷ്ടങ്ങളിലും സങ്കടങ്ങളിലും യാതൊരുവിധ പങ്കും ഇല്ലെന്നുള്ളതാണ് നമ്മെ ഏറെ അസ്വസ്ഥരാക്കുന്ന മറ്റൊരു സത്യം. പലരുടെയും ചിന്തിക്കാനുള്ള കഴിവില്ലായ്മയെയും അന്ധവിശ്വാസങ്ങളെയും മതത്തിന്റെയും ദൈവത്തിന്റെയും പേരിൽ ചൂഷണം ചെയ്യുന്ന രാഷ്ട്രീയ കാപട്യമാണ് ഇവിടെ അരങ്ങുതകർക്കുന്നത്.

ഇങ്ങനെ ഒരു ദുരവസ്ഥ ഭാരതം സാക്ഷ്യംവഹിക്കാൻ പാടില്ലാത്തതായിരുന്നു. അയോദ്ധ്യാ ദുരന്തംപോലുള്ള സംഭവങ്ങൾ ആവർത്തിക്കപ്പെടാതിരിക്കാൻ സർവ്വപഴുതുകളും അടച്ചുകളയേണ്ട സുപ്രധാന ദശാസന്ധിയാണ് ഇത്. നമ്മുടെ മാനുഷികമായ കടമകൾ എത്രയും പെട്ടെന്നു ചെയ്തുതീർക്കേണ്ട വിഷമസന്ധിയും. ആർജ്ജവത്തോടും ആത്മാർത്ഥതയോടുംകൂടി നമ്മുടെ സദ്ബുദ്ധി രാഷ്ട്രത്തിന്റെ ശ്രേയസ്സിനുവേണ്ടി സമർപ്പിക്കേണ്ട നിർണ്ണായക മുഹൂർത്തം.

മഹാത്മാഗാന്ധി ഒരിക്കൽ പറഞ്ഞത് ഈ സന്ദർഭത്തിൽ ഞാനോർക്കുന്നു:

> I keep no bodyguard to protect me. My chest is literally bare. Yet no one can kill me. For my bodyguard is no less a person than God Almighty.

(എന്നെ രക്ഷിക്കാൻ എനിക്ക് ഒരംഗരക്ഷകനില്ല. എന്റെ മാറിടം അക്ഷരാർത്ഥത്തിൽ അനാവൃതമാണ്. എന്നിരുന്നാലും ഒരുവനും എന്നെ ഹനിക്കാനാവില്ല. കാരണം എന്റെ അംഗരക്ഷകൻ സർവ്വ ശക്തനായ ദൈവമല്ലാതെ മറ്റാരുമല്ല.)

ഇവിടെ മനുഷ്യരും മനുഷ്യരുടെ അനന്തവ്യൂഹങ്ങളും ഈശ്വരനെ സംരക്ഷിക്കാൻവേണ്ടി കച്ചകെട്ടി രംഗപ്രവേശം ചെയ്തിരിക്കുകയാണ്!

അദൃഷ്ടപൂർവ്വമായ ഈ വഴിത്തിരിവിൽ മനംനൊന്ത് വിവേകികൾ ചിന്തിച്ചുപോകുന്നതു ചില 'സന്ന്യാസി'മാരെപ്പറ്റിയാണ്. 'തമസോ മാജ്യോതിർഗമയ' എന്നു മഹർഷീശ്വരന്മാർ നമ്മെ പഠിപ്പിച്ചപ്പോൾ, നാമാകട്ടെ ഇരുട്ടിൽനിന്ന് കൂരിരുട്ടിലേക്ക് നടക്കാൻ ശീലിക്കുകയാണ്. ക്രൂരവികാരം മുറ്റിനിന്ന അയോദ്ധ്യാദുരന്തം എന്ന പ്രാകൃതവൃത്തിക്ക് സന്ന്യാസിമാർപോലും നേതൃത്വം നല്കിയില്ലേ? 'സന്ന്യാസം ജ്ഞാനവൈരാഗ്യലക്ഷണം' എന്ന് ജഗദ്ഗുരു ശ്രീശങ്കരന്റെ സൂത്രമാത്രപ്രയോഗം സന്ന്യാസധർമ്മത്തിന്റെ മർമ്മം സ്പർശിക്കുന്നതാണ്. അറിവും വൈരാഗ്യവുമാണ് സന്ന്യാസലക്ഷണങ്ങൾ. അതില്ലാത്തവരാകട്ടെ, സന്ന്യാസിവേഷംമാത്രം കെട്ടിനടക്കുന്നവരാണ്. രാജാവായി അഭിനയിച്ച് അരങ്ങുതകർക്കുന്ന നടൻ വേദിയിലും പുറത്തും രാജാവേയല്ല എന്നാർക്കാണ് അറിഞ്ഞുകൂടാത്തത്? എങ്കിൽ സന്ന്യാസിയുടെ വേഷംമാത്രം ധരിച്ചാൽ സന്ന്യാസിമാരാകുന്നില്ല എന്നതിന് ആചാര്യവചനം സാക്ഷ്യം വഹിക്കുന്നില്ലേ? പള്ളി പൊളിക്കാൻ ആയുധമേന്തിയ സന്ന്യാസിമാർ വീതരാഗരല്ലെന്നു മാത്രമല്ല, രാഗാന്ധരുംകൂടിയാണ്. ഇതിനേക്കാൾ പരിതാപകരമായ മറ്റൊരു വസ്തുതകൂടിയുണ്ട്.

വൈദികനിയമാനുസാരം സന്ന്യാസവൃത്തി സ്വീകരിക്കുകയും മാതൃകാപരമായ സന്ന്യാസജീവിതം നയിക്കുകയും ചെയ്യുന്ന അനേകം ഹിന്ദുസന്ന്യാസിമാർക്കുപോലും ഇക്കൂട്ടർ തീരാക്കളങ്കം വരുത്തിവച്ചു. പരമപവിത്രമായ ആത്മീയജീവിതം നയിക്കുന്ന അവരുടെ ഉദ്ദേശ്യശുദ്ധിയെപ്പോലും ജനം സംശയിക്കാനിടനല്കുമാറ് അത്രയും നീചമായിട്ടാണ് ആയുധമേന്തിയ കാഷായവസ്ത്രധാരികൾ അയോദ്ധ്യയിൽ നൃത്തമാടിയത്.

കലിയുഗത്തിലെ ധർമ്മച്യുതിയും വിശിഷ്യ സന്ന്യാസധർമ്മത്തിനു സംഭവിക്കാവുന്ന കോട്ടവും കണ്ടിട്ടുതന്നെയാവണം വ്യാസമഹർഷി പറഞ്ഞിരിക്കുക, 'ത്രിദണ്ഡധാരണം മൗനം ജടാഭാരോഥ മുണ്ഡനം വല്ക്കലാജിനസംവേഷ്ടം വ്രതചര്യാഭിഷേചനം. അഗ്നിഹോത്രം വനേവാസം ശരീരപരിശോഷണം സർവ്വാണ്യേതാനി മിഥ്യാ സ്യുഃ യദി ഭാവോ ന നിർമ്മലഃ' എന്ന്. ത്രിദണ്ഡുമേന്തി നടക്കുകയും മൗനം ഭജിക്കുകയും ജട ധരിക്കുകയും മുണ്ഡനം ചെയ്യുകയും മരവുരി ഉടുക്കുകയും, വ്രതാനുഷ്ഠാനം, അഭിഷേചനം, അഗ്നിഹോത്രം, വനവാസം, ശരീരപരിശോഷണം മുതലായവയിൽ വ്യാപൃതനാവുകയും ചെയ്യുക എന്നതൊക്കെയാണല്ലോ ആധുനികഭാരതത്തിൽ സന്ന്യാസിലക്ഷണമായി കരുതിപ്പോരുന്നത്. എന്നാൽ, ഈ പറഞ്ഞതിനെയെല്ലാം നിസ്സാരമായി തള്ളുകയാ

ണ് വ്യാസൻ. കാരണം, ഒരു സന്ന്യാസിയെ സംബന്ധിച്ചിടത്തോളം ആദ്യത്തേതും അവസാനത്തേതുമായ കർത്തവ്യം 'മനസ്സിനെ പരിനിർമ്മലമാക്കുക' എന്നതുമാത്രമാണ്. മാനസികമായി സ്വയം കളങ്കമറ്റവനല്ലെങ്കിൽ ഒരു സന്ന്യാസിക്കു പിന്നെ എങ്ങനെയാണ് അപരന്റെ മനസ്സിനെ കളങ്കമില്ലാതാക്കിത്തീർക്കാൻ കഴിയുക? ചുരുക്കത്തിൽ വ്യാസമഹർഷി തള്ളിക്കളഞ്ഞത് ഇവർ സ്വീകരിച്ചു; സ്വീകരിക്കാൻ പറഞ്ഞത് ഇവർ തള്ളിക്കളയുകയും ചെയ്തു. വിധിവൈപരീത്യം!

സന്ന്യാസിമാരുടെ രാഷ്ട്രീയം

ലോകസംഗ്രഹത്തിനുവേണ്ടി ആത്മസമർപ്പണം ചെയ്തവരാണല്ലോ സന്ന്യാസിമാർ എന്നാൽ, ചില സന്ന്യാസിമാർ പ്രണവം കൈവെടിഞ്ഞ് രാഷ്ട്രീയത്തെ പുണരുന്നു. സാമാന്യമനുഷ്യരെപ്പോലെ അവരും രാഷ്ട്രീയപ്രവർത്തനത്തിൽ മുഴുകുന്നു. സന്ന്യാസവും രാഷ്ട്രീയ പ്രവർത്തനവും തമ്മിൽ ബന്ധമെന്ത് എന്ന് എത്രതന്നെ ചിന്തിച്ചിട്ടും എനിക്കു പിടികിട്ടുന്നില്ല. എല്ലാം പരിത്യജിച്ചാലേ ഒരുവനു സന്ന്യാസിയാകാൻ കഴിയൂ എന്ന് ആചാര്യസ്വാമികൾ ഉപദേശിച്ചത് മുകളിൽ ചൂണ്ടിക്കാട്ടിയല്ലോ. 'എല്ലാം പരിത്യജിക്കുക' എന്നതിന് 'രാഷ്ട്രീയത്തെ സ്വീകരിക്കുക' എന്ന് അർത്ഥം കല്പിക്കാമോ? അതോ ഈശ്വരനെ വല്ലപാടും മതത്തിൽ ചേർക്കാൻ തരപ്പെടുമോ എന്നതായിരിക്കുമോ ഈ സന്ന്യാസരാഷ്ട്രീയത്തിന്റെ 'മഹനീയ' ലക്ഷ്യം? എനിക്കറിയില്ല. മഹാനായ സ്വാമി വിവേകാനന്ദൻ ഇന്ന് ജീവിച്ചിരുന്നെങ്കിൽ ഈ പ്രതിസന്ധിയിൽ എങ്ങനെ പ്രതികരിക്കുമായിരുന്നു? 'ദൈവവും സത്യവുമൊഴിച്ച് മറ്റൊരു രാഷ്ട്രീയം എനിക്കില്ല' എന്ന് വിവേകാനന്ദ സ്വാമികൾ പറഞ്ഞിട്ടില്ലേ?

'മ്ലേച്ഛൻ' എന്ന പദം കണ്ടുപിടിച്ചതോടുകൂടി ഭാരതം വിനാശത്തിന്റെ വിത്തു വിതച്ചു എന്ന് ഉദ്ബോധിപ്പിക്കുകയുണ്ടായി സ്വാമി വിവേകാനന്ദൻ. അസ്പൃശ്യതയും കൂട്ടുചേരായ്കയും സ്വയം പരിശുദ്ധരാണെന്ന നാട്യവുമൊക്കെയാണല്ലോ 'മ്ലേച്ഛൻ' എന്നു മറ്റുള്ളവരെ മുദ്രകുത്തുന്നതിന്റെ പിന്നിൽ ഒളിഞ്ഞിരിക്കുന്ന വസ്തുതകൾ. ഈ വീക്ഷണം ഭാരതത്തിന്റെ ഉയർച്ചയ്ക്കല്ല താഴ്ചയ്ക്കാണ് കളമൊരുക്കിയത് എന്നേ സ്വാമികൾ അർത്ഥമാക്കിയിട്ടുള്ളൂ. 'ഒരു ജനതയ്ക്കും മറ്റൊരു ജനതയേക്കാൾ ഉൽക്കൃഷ്ടരാണ് തങ്ങൾ എന്ന് സ്വയം അവകാശപ്പെടാൻ വയ്യ. ഒരു ജനസമൂഹവും മറ്റൊരു ജനസമൂഹത്തിൽനിന്ന് അകന്നു വർത്തിക്കുകയും അരുത്' എന്ന് വിവേകാനന്ദ സ്വാമികൾ ഉപദേശിച്ചത് അർത്ഥവത്തല്ലേ? പോരെങ്കിൽ–

'The lips of the ancient Rishis uttered benediction for all mankind and every word was uttered with a blessing before it and a peace behind it.' (മനുഷ്യരാശിക്ക് ആകമാനം നന്മ നേർന്നു, ചിരന്തന ഋഷിമാർ. ആശീർവ്വാദത്തോടുകൂടി ആരംഭിച്ച അവരുടെ ഓരോ വാക്കിനെയും ശാന്തിമന്ത്രം അകമ്പടി സേവിച്ചു) എന്ന സ്വാമികളുടെ ഉദ്

ബോധനം സന്ന്യാസിമാരെയും ഋഷിമാരെയും കുറിച്ചുള്ള നമ്മുടെ അതിപാവനമായ സങ്കല്പത്തെ ഉദ്ദീപ്തമാക്കാൻ പോന്നതല്ലേ?

എങ്കിൽ അയോദ്ധ്യാദുരന്തത്തിനു വഴിവച്ച സന്ന്യാസിമാർ സന്ന്യാസ ധർമ്മത്തിൽനിന്ന് എത്ര അകലെ? മാത്രമല്ല, ധർമ്മത്തിന്റെയും മുനിചര്യയുടെയും പൊരുളും ലക്ഷ്യവും സൗകര്യപൂർവ്വം മാറ്റിമറിക്കുന്നതിൽ വ്യാപൃതരാണ് ചിലർ. ലോകക്ഷേമത്തിനും ശാന്തിക്കും ഉതകുന്ന യഥാർത്ഥ സന്ന്യാസജീവിതത്തിലേക്ക് അവർ തിരിച്ചുവരട്ടെ എന്ന് ആശിക്കുകയല്ലാതെ നാം എന്തുചെയ്യും?

വാല്മീകിവ്യാസാദികളായ മഹർഷിമാരും ശ്രീബുദ്ധനും മഹാവീരനും ലോകനന്മയ്ക്കായി പ്രാർത്ഥിക്കുകയും ശാന്തിയുടെയും സമാധാനത്തിന്റെയും മാർഗ്ഗം കാണിച്ചുതരികയും ചെയ്തു. സദ്ധർമ്മചാരിയായ കബീറിന്റെയും ശ്രീരാമകൃഷ്ണ പരമഹംസരുടെയും സ്വാമി വിവേകാനന്ദൻ തുടങ്ങിയ പുണ്യാത്മാക്കളുടെയും പാദസ്പർശംകൊണ്ട് പവിത്രമായ നമ്മുടെ നാടിന്റെ ഗതി ഇനി എങ്ങോട്ട്?

വിവേകാനന്ദന്റെ ശബ്ദം

സ്വാമി വിവേകാനന്ദന്റെ പ്രബോധനം ഈ സന്ദർഭത്തിൽ നമുക്ക് മാർഗ്ഗദർശകമാകേണ്ടതാണ്:

> 'None can hate others without degenerating himself.'
>
> (സ്വയം അധഃപതിച്ച ഒരുവനല്ലാതെ അന്യരെ വെറുക്കാനാവില്ല).

ഈശ്വരൻ അധിവസിക്കുന്ന മന്ദിരമാണ് മനുഷ്യഹൃദയം. വെറുപ്പും അമർഷവും പകയും ആ ഹൃദയത്തിൽ വന്നു കൂടുകൂട്ടിയാൽ പിന്നെ ഈശ്വരന് പാർക്കാൻ അവിടെ സ്ഥലമെവിടെ? വിവേകാനന്ദൻ തുടരുന്നു:

> I am thoroughly convinced that no individual or nation can live by holding itself apart from the community of others, and whenever such an attempt has been made under the false idea of greatness, policy or holiness-the result has always been disastrous to the secluding one.'
>
> (ഒരു വ്യക്തിക്കോ സമൂഹത്തിനോ മറ്റുള്ളവരുടെ സമൂഹത്തിൽ നിന്ന് ഒറ്റപ്പെട്ടുകൊണ്ട് ജീവിക്കാനാവില്ല എന്ന് എനിക്ക് തികച്ചും ബോദ്ധ്യപ്പെട്ടിട്ടുണ്ട്. അബദ്ധജടിലമായ ധാരണയുടെ പ്രേരണ നിമിത്തം സ്വയം മഹത്ത്വം കല്പിച്ചുകൊണ്ടോ, സമ്പ്രദായത്തിന്റെയോ ദൈവികതയുടെയോ പേരിലോ, അങ്ങനെ നടന്നപ്പോഴെല്ലാം അതിന്റെ ഫലം ഒറ്റപ്പെട്ടു നിന്നവന് ആപത്കരമായിരുന്നു.)

വിവേകപൂർവ്വം ചിന്തിക്കുമ്പോൾ പകൽവെളിച്ചംപോലെ പരമാർത്ഥ

മാണ് സ്വാമികളുടെ വീക്ഷണം. സ്വൈരപൂർണ്ണമായ സഹവർത്തിത്വത്തിന് സമവായമാണ് ആവശ്യം. കടന്നുപോയ കാലം ഇനി തിരിച്ചുവരില്ല എന്നു നാം ഓർക്കണം. ഭൂതകാലത്തിൽ കഴിഞ്ഞതൊക്കെ മനസ്സിൽ പേറി നടന്നുകൊണ്ട്, പകവീട്ടാൻമാത്രം തക്കംപാർത്തിരിക്കുന്ന ജനതയ്ക്ക്, അതിവേഗം മുന്നോട്ടു കുതിച്ചുകൊണ്ടിരിക്കുന്ന ഈ ശാസ്ത്രയുഗത്തിൽ ലോകരാഷ്ട്രങ്ങളോട് കിടപിടിച്ചു നില്ക്കാനാവില്ല. എങ്കിൽ, എന്നോ എവിടെയോവച്ച് ഭാരതത്തിനു നഷ്ടപ്പെടാൻ പാടില്ലാത്തത് നഷ്ടപ്രായമാകാൻ തുടങ്ങിയിരുന്നു. ഒരുപക്ഷേ, അയോദ്ധ്യാ ദുരന്തം ആ ധർമ്മച്യുതിയുടെതന്നെ സന്തതിയാവില്ലേ? വിവേകാനന്ദസ്വാമികളുടെ ഈ വാക്യം യഥാർത്ഥത്തിൽ ധർമ്മത്തിന്റെ മൂല്യശോഷണത്തിനു നേരെയല്ലേ വിരൽ ചൂണ്ടുന്നത്.

> Think of the six hundred or seven hundred years of degeneration, when grownup men by the hundreds have been discussing for years, whether we should drink a glass of water with the right hand or the left, whether the hand should be washed three times or four times, whether we should gargle five or six times. If such a country will not go to ruin what else will?
>
> (കഴിഞ്ഞുപോയ അറുനൂറോ എഴുന്നൂറോ വർഷത്തെ അധഃപതനത്തെക്കുറിച്ചോർക്കുക. നൂറുകണക്കിന് മുതിർന്നവർ അനേക വർഷങ്ങളോളം ഇവിടെ ചിന്തിച്ചുകൊണ്ടിരുന്നു: നാം വെള്ളം കുടിക്കേണ്ടത് വലതുകൈകൊണ്ടാണോ, അതോ ഇടതുകൈകൊണ്ടോ?; കൈ കഴുകേണ്ടത് മൂന്നുതവണയോ, അതോ നാലുതവണയോ? വെള്ളംകൊണ്ട് കവിൾ ശുദ്ധമാക്കേണ്ടത് അഞ്ചു തവണയോ അല്ല ആറുതവണയോ? എന്ന്, ഇങ്ങനെയുള്ള ഒരു രാഷ്ട്രത്തിന് നാശം സംഭവിക്കുന്നില്ലെങ്കിൽ മറ്റേതൊന്നിനാണ് അതുണ്ടാവുക?)

മതാനുശാസനങ്ങളെ സംബന്ധിച്ചിടത്തോളം സാരഗ്രാഹിയാകണം മനുഷ്യൻ. പക്ഷേ, മതാനുയായികളാണെന്ന് കരുതുന്ന പലരും നിസ്സാരഗ്രാഹികളാണ്. കേവലം ആചാരങ്ങളിൽ ഒതുങ്ങിനില്ക്കുന്നു മതം എന്നു വരുമ്പോൾ മനുഷ്യൻ ഹൃദയശൂന്യനാകാതെ വയ്യ. നിസ്സാരമായി തള്ളേണ്ടതിനെ മാറോടണയ്ക്കുകയും ആശ്ലേഷിക്കേണ്ടതിനെ പുച്ഛിച്ചു തള്ളുകയും ചെയ്യുന്ന പ്രവണതയുടെ നൂറുകൊല്ലം മുമ്പുള്ള ശോച്യാവസ്ഥയാണ് വിവേകാനന്ദൻ ഖേദപൂർവ്വം ചൂണ്ടിക്കാട്ടിയത്. എങ്കിൽ ഇരുപതാം നൂറ്റാണ്ടിൽ ഭാരതം എത്തിയപ്പോഴേക്കും അതെത്രത്തോളം 'പുരോഗമിച്ചു' എന്ന ചോദ്യത്തിന് 'ഡിസംബർ 6 ലെ അയോദ്ധ്യ വരെ' എന്ന് ഉത്തരം നല്കാൻ കഴിഞ്ഞതിൽ ഭാരതം 'അഭിമാനിക്കുക'തന്നെ വേണം.

തങ്ങളുടെ പ്രശ്നങ്ങൾ പരിഹൃതമാകണമെങ്കിൽ മുസ്ലീങ്ങൾ എന്തു

ചെയ്യണം എന്ന ചോദ്യം ഇവിടെ പ്രസക്തമാണ്. അവർക്ക് അർഹമായത് നേടിയെടുക്കാൻ, സാമുദായിക സംഘടനാ പ്രവർത്തനത്തേക്കാൾ ഏറെ ഫലപ്രദമാവുക മതേതരത്വവീക്ഷണവുമായി അവർ താദാത്മ്യം പ്രാപിക്കുമ്പോഴാണ്. ഹൈന്ദവരിൽ വൻഭൂരിപക്ഷം വർഗ്ഗീയവാദികളാണെന്നു പറയാനാവില്ല. ഒരു ചെറിയ ശതമാനത്തിൽ ഒതുങ്ങി നില്ക്കുന്നു ഫാസിസ്റ്റ് ശക്തികളുടെ സ്വാധീനം. ഹിന്ദുക്കളിലെയും മുസ്ലീങ്ങളിലെയും മറ്റു ന്യൂനപക്ഷങ്ങളിലെയും മതേതരത്വവീക്ഷണമുള്ളവർ യോജിച്ചു നില്ക്കുകയാണ് ചെയ്യേണ്ടത്. അല്ലെങ്കിൽ സാദ്ധ്യത എന്തിനെന്നോ? വർഗ്ഗീയത ഇവിടെ കൂടുതൽ ശക്തിയോടെ വളരും. ദില്ലി വർഗ്ഗീയതയുടെ കൈപ്പിടിയിൽ അമരും. വർഗ്ഗീയതയുടെ എല്ലാ കെടുതികളും തന്മൂലം ഈ നാട്ടിൽ സംഭവിക്കും. അത് ആപത്ക്കരമാണെന്നു പറയേണ്ടതില്ലല്ലോ.

ധർമ്മബോധമുള്ളവളായിരുന്ന ദ്രൗപദി ദ്വൈതവനത്തിൽ ധർമ്മപുത്രരോട് സംസാരിക്കവേ ധർമ്മകാര്യത്തിൽ ഊന്നൽകൊടുത്തത് ഇപ്രകാരമാണ്.

'രാജാനാം ധർമ്മഗോപ്താരം
ധർമ്മോ രക്ഷതി രക്ഷിതഃ'

ധർമ്മത്തെ അഭിരക്ഷിക്കുന്ന രാജാവിനെമാത്രമേ ധർമ്മം രക്ഷിക്കുകയുള്ളൂ. എന്നു പറഞ്ഞാൽ ധർമ്മം അക്ഷരാർത്ഥത്തിൽ പാലിക്കുന്ന ഒരുവനേ ധർമ്മത്തിന്റെ പിന്തുണ ലഭിക്കുകയുള്ളൂ എന്നർത്ഥം. അധർമ്മത്തെ കൂട്ടുപിടിക്കുന്ന ആരും ധർമ്മത്താൽ പരിത്യക്തരാകും എന്നു ചുരുക്കം. എങ്കിൽ അധർമ്മത്തെ - അത് ഏതു രൂപത്തിലുള്ളതായാലും വേണ്ടില്ല - നാം കൈയൊഴിക്കുകതന്നെ വേണം. നമ്മുടെ വാക്കിനും പ്രവൃത്തിക്കും വിചാരത്തിനും ജീവിതത്തിനും ധർമ്മത്തിന്റെ പിൻബലമുണ്ടായിരിക്കണം.

'യതോഭ്യുദയനിശ്രേയസസിദ്ധിഃ സ ധർമ്മഃ'

കണാദൻ *വൈശേഷികദർശന*ത്തിൽ നിബന്ധിച്ച ഒരു സൂത്രമാണിത്. എല്ലാ (മാനുഷിക) നന്മയും ഒരിക്കലും അവസാനിക്കാത്ത ശ്രേയസ്സും ഏതു മൂലമാണോ സ്വായത്തമാവുക, അതാണ് ധർമ്മം. അപ്പോൾ ജീവന് തുല്യമായി കരുതേണ്ട ഒന്നാണ് ധർമ്മം എന്നു വരുന്നു. ധർമ്മത്തിന്റെ യഥാർത്ഥാവബോധം അയത്നസിദ്ധമല്ലെന്ന് മേൽപ്പറഞ്ഞ വസ്തുതകൾ നമ്മെ മനസ്സിലാക്കിത്തരുന്നില്ലേ? എങ്കിൽ പൂർവ്വമനീഷികൾ കാട്ടിത്തന്ന അഹിംസയുടെയും സമന്വയത്തിന്റെയും മാർഗ്ഗം അവലംബിക്കുക എന്നതാണ് ശ്ലാഘനീയം.

രാമനാമജപംകൊണ്ട് സ്വജീവിതത്തെ പരിപൂതമാക്കിയ മഹാത്മജിയുടെ മാറിൽ ഘാതകൻ നിറയൊഴിച്ചപ്പോഴും 'ഹേ റാം' എന്ന വാക്കുകളെക്കൊണ്ടുമാത്രമേ ആ മഹിതപ്രഭാവന് കൊടുംക്രൂരതയുടെ നേർക്ക് പ്രതികരിക്കാൻ കഴിഞ്ഞുള്ളൂ. രാമഭക്തിയുടെ മഹനീയ മാതൃക! നിതാന്തസുന്ദരവും ശാന്തിമയവും സൈ്വരപൂർണ്ണവുമായ ഒരു ഭാരതത്തിനു

വേണ്ടി സ്വജീവൻ ബലിയർപ്പിച്ച ഗാന്ധിജിയുടെ കാൽപ്പാടുകളെ പിന്തുടരാൻ ഇനിമേൽ വിദേശത്തുനിന്ന് ആരെങ്കിലും ഭാരതത്തിലേക്ക് വരേണ്ടിവരുമോ? ഇന്ത്യക്കാർ ഗാന്ധിജിയെ എന്നും വിറ്റു കാശുണ്ടാക്കുകയാണ്. ഗാന്ധിജിയുടെ തിരുനാമധേയത്തിൽ, ഗാന്ധിജിയുടെ ധർമ്മമീമാംസയുടെ പേരിൽ, ഗാന്ധിജിയുടെ പൈതൃകത്തിന്റെ പേരിൽ ആണയിട്ടുകൊണ്ട് സാമാന്യജനത്തെ കബളിപ്പിച്ച് അധികാരത്തിൽ കടന്നുപറ്റിയവർ ഓരോ ദിവസവും ഗാന്ധിജിയെ 'വധിച്ചു'കൊണ്ടിരിക്കുകയാണ്.

അവസാനമായി ഇതാ ഗാന്ധിജി എന്നും ജീവശ്വാസത്തെപ്പോലെ കരുതിപ്പോന്ന മതമൈത്രിയെ, ഭാരതത്തിന്റെ മനഃസാക്ഷിയെ ഞെട്ടിപ്പിച്ചുകൊണ്ട് ഛിന്നഭിന്നമാക്കിയിരിക്കുന്നു. രാമനെയും രാമഭക്തിയുടെ ജ്വലിക്കുന്ന മാതൃകയെയും അങ്ങേയറ്റം വിഗണിച്ചുകൊണ്ടുള്ള ഈ ഘോരകൃത്യം പ്രായശ്ചിത്തമില്ലാത്ത കൃതഘ്നതയായിപ്പോയി.

അക്ഷന്തവ്യമായ അനാസ്ഥ

അയോദ്ധ്യാദുരന്തത്തിന്റെ തലേന്നാൾ (ഡിസംബർ 5 ന്) പ്രധാനമന്ത്രി നരസിംഹറാവുവിന്റെ ആരാധകരും മന്ത്രിസഭാംഗങ്ങളും കോൺഗ്രസുകാരും പ്രതിപക്ഷ പാർട്ടി നേതാക്കളും വെവ്വേറെ അദ്ദേഹത്തെ സന്ദർശിച്ച് വരാനിരിക്കുന്ന അപകടംനിറഞ്ഞ ഏതാനും മണിക്കൂറുകളെപ്പറ്റി തിരക്കിട്ട ചർച്ച നടത്തുകയും മുന്നറിയിപ്പ് നല്കുകയും ചെയ്തിരുന്നു. അവരെ സാന്ത്വനംചെയ്തുകൊണ്ട് ഒരു സംസ്കൃത ശ്ലോകം ഉദ്ധരിക്കുകയായിരുന്നു പ്രധാനമന്ത്രി. സംസ്കൃതം മനസ്സിലാകാത്ത അവർക്ക് അദ്ദേഹംതന്നെ അതിന്റെ അർത്ഥം പറഞ്ഞുകൊടുത്തു: "കർമ്മസിദ്ധാന്തമനുസരിച്ച് കാര്യനിർവ്വഹണത്തിന് ഏഴു നടപടികൾ അനിവാര്യമാണ്. അവയിൽ ആറും കാര്യനിർവ്വാഹകൻ ചെയ്യണം; ഏഴാമത്തേത് ദൈവത്തിനു വിടുകയും വേണം. ഞാൻ ആറും നിർവ്വഹിച്ചു കഴിഞ്ഞു." അനിവാര്യമായ ആറു നടപടികൾ റാവു പൂർത്തിയാക്കിയിട്ടും ദൈവം കനിഞ്ഞില്ല. ഫലമോ? സംഭവിക്കാൻ പാടില്ലാത്തത് സംഭവിച്ചു.

ആരാധനാലയം കർസേവകർ തകർക്കാനിടയുണ്ടെന്ന് കേന്ദ്രസർക്കാറിന്റെ ഇന്റലിജൻസ് വിഭാഗം സർക്കാറിന് മുന്നറിയിപ്പ് നല്കിയിരുന്നു. ഭരണഘടന അനുശാസിക്കുന്നവിധം നടപടി ആരംഭിക്കുന്നതിന് സുപ്രീംകോടതിയും കേന്ദ്ര സർക്കാറിന് അനുമതി കൊടുത്തിരുന്നു. എന്നിട്ടുമെന്തേ കേന്ദ്രസർക്കാർ ആരാധനാലയം സംരക്ഷിക്കാൻ ഫലപ്രദമായ നടപടികൾ വൈകിച്ചത്?

ഇവിടെ ഗൗരവപൂർവ്വം ചിന്തിക്കേണ്ട കാര്യം ഇതാണ്: അയോദ്ധ്യാദുരന്തംപോലെയുള്ള ഒരു ഭീകരകൃത്യത്തിന് നാന്ദികുറിച്ചുകൊണ്ട് നിത്യവൈരത്തിന്റെയും സന്ധിയില്ലാ സമരത്തിന്റെയും അടങ്ങാത്ത ക്രോധത്തിന്റെയും കാർമേഘങ്ങൾ രാഷ്ട്രീയാന്തരീക്ഷത്തിൽ ഘനീഭൂതമായിക്കൊണ്ടിരിക്കുമ്പോൾ, ഭരണഘടന വാഗ്ദാനംചെയ്ത മൗലികാവകാ

ശത്തിനുനേരെ ഉയരുന്ന ഭീഷണിക്കെതിരെ ഫലപ്രദമായി നടപടി എടുക്കേണ്ട പ്രാഥമിക ചുമതല ആരുടേത്? കേന്ദ്ര-സംസ്ഥാന സർക്കാറുകളുടേതല്ലേ? പ്രധാനമന്ത്രി ഉത്തരം പറയണം. 'ഇത് സ്റ്റേറ്റ് കാര്യമാണ്; മന്ത്രിമുഖ്യൻ അതു നോക്കിക്കൊള്ളാമെന്ന് ഏറ്റിട്ടുണ്ട്' എന്നു പറഞ്ഞ് ആപത്ഘട്ടത്തിൽ മൗനം ഭജിച്ചതിന് പ്രധാനമന്ത്രിക്ക് മാപ്പുകൊടുക്കാൻ പറ്റുമോ? പോരെങ്കിൽ അദ്ദേഹം മനസ്സാ ആഗ്രഹിക്കാത്ത രക്തച്ചൊരിച്ചിൽ, സൈന്യത്തിന്റെ തൽക്ഷണ നടപടിക്ക് അദ്ദേഹം ഉത്തരവ് നല്കാതിരുന്നിട്ടും, ഉണ്ടാവുകതന്നെ ചെയ്തില്ലേ? രക്തസാക്ഷികളുടെ എണ്ണം ഇതിനേക്കാൾ എത്രയോ കുറയുമായിരുന്നില്ലേ, ആരാധനാലയം സംരക്ഷിക്കാൻ ഫലപ്രദമായ നടപടി ഇന്റലിജൻസ് വകുപ്പിന്റെ വ്യക്തമായ റിപ്പോർട്ട് കിട്ടിയ ഉടനെ സ്വീകരിച്ചിരുന്നെങ്കിൽ? ഈ കാരണം കൊണ്ടുതന്നെയാവില്ലേ ഒരു മുസ്ലിം നേതാവ് സംഭവത്തിനു ശേഷം റാവുവിനെ സമീപിച്ച്, 'ഇനി അങ്ങു ചെയ്യേണ്ടത് പ്രസിഡന്റിനെ സമീപിച്ച് ഉടൻ അങ്ങയുടെ രാജിക്കത്ത് അദ്ദേഹത്തിനു നല്കുക എന്നത് മാത്രമാണ്' എന്നു പറഞ്ഞിരിക്കുക.

464 വർഷങ്ങൾ പിന്നിട്ട ബാബറി മസ്ജിദ് മൺകട്ടകളുടെ കൂമ്പാരമായി അവശേഷിച്ചതും ഭരണഘടനയുടെയും നിയമവാഴ്ചയുടെയും അസ്തിത്വം തകർക്കപ്പെട്ടതും ഏതൊരു മഹാപൈതൃകത്തിന്റെയും സംസ്കാരത്തിന്റെയും ഉടമകളാണ് നമ്മളെന്ന് കരുതിയിരുന്നുവോ അതിന്റെ വിനാശം കുറിച്ചതും കണ്ടുകൊണ്ടുമാണ് ഡിസംബർ 7 ന് സൂര്യൻ കിഴക്കുദിച്ചത്.

മതാതീത മാനവസൗഹൃദം എന്ന നമ്മുടെ പവിത്രസങ്കല്പത്തിന് കളങ്കം സംഭവിച്ചതും ഇന്ത്യയുടെ മനഃസാക്ഷിക്ക് ആഴത്തിൽ മുറിവേറ്റതും അന്നുതന്നെയായിരുന്നു.

ശ്രീരാമൻ ഇന്ന് അന്നത്തെക്കാളുമേറെ ദുഃഖിതനാണ്.

1993

അയോദ്ധ്യയുടെ ബാക്കിപത്രം

അയോദ്ധ്യാകലാപത്തെത്തുടർന്ന് ഫെബ്രുവരി പത്തിലേക്കു മാറ്റിവയ്ക്കപ്പെട്ട പി ടി ഐ ഡയറക്ടർബോർഡ് യോഗത്തിൽ പങ്കെടുക്കുന്നതിന് കോഴിക്കോട്ടുനിന്ന് ഞാൻ ബോംബെയ്ക്കു പോവുകയായിരുന്നു. വിമാനത്തിൽ എന്റെ തൊട്ടരികിൽ ഇരിക്കുന്നത് ഒരു സ്വകാര്യ വിമാനക്കമ്പനിയിലെ എയ്റോനോട്ടിക്കൽ എഞ്ചിനീയറാണ് (അദ്ദേഹത്തിന്റെ അഭിപ്രായം മാനിച്ച് പേരു വെളിപ്പെടുത്തുന്നില്ല).

സംഭാഷണത്തിനിടയിൽ ബോംബെ കലാപത്തെക്കുറിച്ച് ആ ചെറുപ്പക്കാരനോട് ഞാൻ അന്വേഷിക്കുകയുണ്ടായി. ബോംബെ നഗരത്തിന്റെ ബീഭത്സമായ മുഖത്തെപ്പറ്റി വർണ്ണിക്കുന്നതിനിടയിൽ അദ്ദേഹം പറഞ്ഞു:

> ഒരു ദിവസം രാവിലെ എയർഹോസ്റ്റസുകളെയുംകൂട്ടി ഞാൻ വിമാനത്താവളത്തിലേക്കു പോവുകയാണ്. വാഹനം കലീനയിലെത്തിയപ്പോൾ മൂന്നുനാലു ചെറുപ്പക്കാർ വടിവാളുമായി ഓടിയെത്തുന്നതു കണ്ടു. റോഡിലൂടെ നടന്നുപോവുന്ന ഒരാളെ അവർ പിടികൂടി. എന്നിട്ട് വളരെ ലാഘവത്തോടെ അയാളുടെ തല വെട്ടുന്നതാണ് അടുത്ത നിമിഷം കണ്ടത്. മനുഷ്യന്റെ തല ഉടലിൽനിന്ന് അറ്റുവീഴുന്ന കാഴ്ച എന്നെ നടുക്കി. അതിനുശേഷം എനിക്കിതുവരെ ഉറക്കം കിട്ടിയിട്ടില്ല.

ഈ സംഭാഷണം നടക്കുന്നതിന് ഏതാനും ദിവസംമുമ്പ് ഒരു പ്രഭാതത്തിൽ കോഴിക്കോട്ടുവെച്ചുണ്ടായ മറ്റൊരനുഭവം പറയാം: രാവിലെ നടക്കാനിറങ്ങിയതായിരുന്നു. വഴിക്ക് *മാതൃഭൂമി* പത്രാധിപർ കെ കെ ശ്രീധരൻനായരുടെ വീട്ടിൽ കയറി. ശ്രീധരൻനായരും മകനുമായി അപ്പോൾ ഫോൺ സംഭാഷണം നടക്കുകയാണ്. രാവിലെ ഫോണിൽ

സംസാരിച്ചുകൊണ്ടിരിക്കെ ബോംബെയിൽ തങ്ങൾ താമസിക്കുന്ന ഫ്ളാറ്റിന്റെ തൊട്ടുമുന്നിൽ വച്ച് ചിലർ ഒരു കുട്ടിയെ തല്ലിക്കൊല്ലുകയാണ് എന്നായിരുന്നു മകൻ അപ്പോൾ പറഞ്ഞത്.

ബോംബെയുടെ മുഖംതന്നെ മാറിക്കഴിഞ്ഞു. പഴയ തിരക്കും ആവേശവും ഇന്ന് അവിടെ കാണാനില്ല. തങ്ങളുടെ സ്വപ്നങ്ങൾക്ക് നിറം പകരാനുള്ള വ്യഗ്രതയോടെ ഉത്സാഹപൂർവ്വം നടന്നുനീങ്ങുന്ന ജനലക്ഷങ്ങളുടെ മുഖത്ത് ഇന്നു കാണുന്ന സ്ഥായിയായ ഭാവം ഭയാശങ്കകളുടേതാണ്. നഗരത്തിന്റെ ഏതു ഭാഗത്തും കാണുമായിരുന്ന വിദേശികൾ ഇന്ന് പരിമിതമാണ്.

വിമാനത്താവളത്തിൽനിന്ന് ഞാൻ പതിവായി താമസിക്കുന്ന ഹോട്ടലിലേക്കു പോയി. സാധാരണഗതിയിൽ ചിരിച്ചുകൊണ്ടു സ്വീകരിക്കാറുള്ള യുവതിയായ റിസപ്ഷനിസ്റ്റ് ആകെ മാറിയിരിക്കുന്നു. മുഖത്ത് പഴയ പ്രസന്നതയില്ല. ബോംബെയിലെ തിക്താനുഭവങ്ങൾ ആ യുവതിയെ തീർത്തും അസ്വസ്ഥയാക്കിയിരുന്നു.

'ഞാൻ താമസിക്കുന്ന ഫ്ളാറ്റിൽനിന്ന് അവർ ഒരു കൊച്ചുകുട്ടിയെ താഴെ തീയിലേക്ക് എറിയുന്നതു കണ്ടു' എന്നു പറയുമ്പോൾ അവരുടെ ശബ്ദം വെറുങ്ങലിച്ചതുപോലെ തോന്നി.

നഗരത്തിലുടനീളം കലാപത്തിന്റെ പരിക്കുകൾ പ്രകടമായിരുന്നു. ദാവൂദ് എന്ന സുഹൃത്തിന്റെ ചെരിപ്പുകട ആകെ കൊള്ളയടിക്കപ്പെട്ടു. ഫെബ്രുവരി പത്തിലെ *മിഡ്ഡേ* എന്ന സായാഹ്നപത്രത്തിൽ നഗരത്തിലെ പ്രമുഖ സിനിമാതിയേറ്ററുകളിൽ സംഭവിച്ച മാറ്റം പ്രത്യേകം എടുത്തുപറഞ്ഞിരുന്നു.'നാസ്' തിയേറ്ററിൽ ഫെബ്രുവരി ഒമ്പതിലെ കലക്ഷൻ വെറും 250 രൂപയായിരുന്നു. ഗീതാ തിയേറ്ററിൽ 723 പ്രേക്ഷകർ ഉണ്ടായിരുന്നിടത്ത് 155 ആയി കുറഞ്ഞുവത്രെ. നോവൽറ്റി, മെട്രോ തിയേറ്ററുകളിൽ സിനിമ കാണാനെത്തുന്നവർ ആദ്യം പരിശോധനയ്ക്ക് വിധേയരാവണം എന്നതായിരിക്കുന്നു അവസ്ഥ. പ്രേക്ഷകരുടെ എണ്ണം 20 മുതൽ 25 വരെ ശതമാനം കുറഞ്ഞുവെന്നാണ് ബോംബെ തിയേറ്റർ ഓണേഴ്സ് അസോസിയേഷൻ പറയുന്നത്. പുതിയ സിനിമകളൊന്നും റിലീസ് ചെയ്യുന്നില്ല. ബോണി കപൂറിന്റെ *രൂപ് കീ റാണി, ചോരോം കേ രാജാ* എന്ന, കോടികൾ മുടക്കി നിർമ്മിച്ച ചിത്രം ഡിസംബറിൽ റിലീസ് ചെയ്യുകയുണ്ടായി. പ്രൊമോഷനൽ എക്സ്പൻസ് ആയി ഇപ്പോൾത്തന്നെ 30-40 ലക്ഷം രൂപ നഷ്ടപ്പെട്ടുവെന്ന് കപൂർ പറയുന്നു. ഡിസംബറിൽ റിലീസ് ചെയ്യേണ്ട 15 സിനിമകൾ നീണ്ടുപോവുമെന്നാണ് ഇന്ത്യൻ മോഷൻ പിക്ചർ പ്രൊഡ്യൂസേഴ്സ് അസോസിയേഷന്റെ വൈസ് പ്രസിഡന്റ് ശബ്നം കപൂർ പറയുന്നത്. റീഗൽ തിയേറ്ററിൽ നടന്ന ബോംബ് സ്ഫോടനത്തെത്തുടർന്ന് സിനിമാ ഹാളിൽ പ്രവേശിക്കുംമുമ്പ് ജനങ്ങൾ രണ്ടുവട്ടം ആലോചിക്കും എന്ന് ന്യൂ എക്സെൽ തിയേറ്റർ ഉടമ എം എ ചോപ്ര അഭിപ്രായപ്പെട്ടു. ആരും ആരെയും വിശ്വസിക്കാത്ത അവസ്ഥ.

ഹോട്ടലിനു മുമ്പിൽ കണ്ട ടാക്സി ഡ്രൈവറോടു ഞാൻ ചോദിച്ചു: 'ആപ്കാ നാം ക്യാ ഹൈ?' സംശയത്തോടെ എന്നെ നോക്കിയശേഷം അയാൾ പറഞ്ഞു: 'ഭഗവാൻ കാ നാം ഹൈ'. പിന്നീട് ഞാൻ അപകട കാരിയല്ലെന്നു ബോദ്ധ്യപ്പെട്ടപ്പോൾ അയാൾ പറഞ്ഞു: 'ഭഗവാന്റെ പേ രാണ് എന്നു പറഞ്ഞാൽ രാമനോ റഹീമോ ആരും ആവാമല്ലോ? ഏതു പേരു പറഞ്ഞാലാണ് രക്ഷപ്പെടുക എന്നറിയാത്തതുകൊണ്ടാണ് ഭഗ വാന്റെ പേർ എന്നു ഞാൻ പറഞ്ഞത്.'

റാസാ അലി ഗുലാം ഹസ്സൻ 1941 ൽ ഇറാനിൽനിന്ന് ബോംബെയിൽ താമസിക്കാനെത്തിയതാണ്. ദാദറിൽ പോർച്ചുഗീസ് പള്ളിക്കു സമീപം സിൽവർ ജൂബിലി റസ്റ്റോറന്റ് നടത്തിവരികയായിരുന്നു. വർഷങ്ങ ൾക്കകം ബോംബെ നഗരത്തിന്റെ ഒരുഭാഗമായി മാറി ആ ഹോട്ടൽ.

ഇന്ന് ആ സ്ഥലം പാടേ അലങ്കോലപ്പെട്ടിരിക്കുകയാണ്. അവരുടെ ഫ്രിഡ്ജും മറ്റു സാധനസാമഗ്രികളും തീർത്തും തകർക്കപ്പെട്ടുകഴിഞ്ഞു. ജനക്കൂട്ടം രാത്രി അവരുടെ ഹോട്ടൽ കൈയേറുകയും കൊള്ളയടിക്കു കയും ചെയ്തു. അവരുടെ മരുന്നുകടയും തകർക്കപ്പെട്ടു.

"ഞാനവരെ കുറ്റപ്പെടുത്തില്ല. അവർ ജനക്കൂട്ടത്തിന്റെ ഭാഗമായി അങ്ങനെ ചെയ്തതാണ്;" ഹസ്സന്റെ മകൻ അസ്ഗർ സബോലി പറഞ്ഞു. "അവർ ക്ഷുഭിതരായിരുന്നു. അവരിൽ വെറുപ്പും പകയും നിറഞ്ഞിരുന്നു. എനിക്കവിടെത്തന്നെ കഴിയണം. അതിനാൽ അവർ ആരെല്ലാമാണെന്നു ഞാൻ പറയില്ല. ഞാൻ ദാദറിനെ സ്നേഹിക്കുന്നു. ഞാൻ ഇവിടത്തു കാരെ സ്നേഹിക്കുന്നു." അയാൾ വ്യക്തമാക്കി.

ഗുജറാത്തിലെ അഹമ്മദാബാദ്, സൂറത്ത് എന്നീ നഗരങ്ങളിലും ഇതോടൊന്നിച്ചു കലാപങ്ങൾ ഉണ്ടായെങ്കിലും അവ ബോംബെയിലേ തുപോലെ ഭീകരവും ബീഭത്സവുമായിരുന്നില്ല. രാജ്യവ്യാപകമായി നട ന്ന കലാപങ്ങളുടെ ആദ്യഘട്ടം ബാബറി മസ്ജിദ് തകർത്തതിന്റെ ആ വേശത്തിൽനിന്നുളവായതായിരുന്നുവെങ്കിൽ ബോംബെയിൽ അരങ്ങേറി യ രണ്ടാംഘട്ടം തികച്ചും ആസൂത്രിതമായിരുന്നു.

1991 ലെ കാനേഷുമാരി അനുസരിച്ച് ഗ്രേറ്റർ ബോംബെയിൽ ജന സംഖ്യ 90.9 ദശലക്ഷമാണ്. ഏകദേശം ഒരുകോടി ജനങ്ങൾ. മറ്റെങ്ങു മില്ലാത്ത ജനസാന്ദ്രതയാണ് ഈ നഗരത്തിലുള്ളത്. ഒരു കിലോമീറ്ററിൽ 16,432 പേർ താമസിക്കുന്നു. ബോംബെയിലെ ജനസംഖ്യയിൽ 14.8 ശത മാനം മുസ്ലീങ്ങളാണ്. അതായത് 1.47 ദശലക്ഷം. ഏകദേശം 15 ലക്ഷം. ഇവരിൽ 90 ശതമാനവും ദരിദ്രരും ചേരികളിലും നിരത്തുവക്കിലും താമ സിക്കുന്നവരുമാണ്.

ശിവസേനയുടെ ധർമ്മയുദ്ധം

പതിനഞ്ചിനും 22 നും ഇടയ്ക്കു പ്രായമുള്ള ചെറുപ്പക്കാരുടെ സാ യുധസംഘങ്ങൾക്ക് ആവേശം പകർന്നുകൊടുക്കുന്ന ആഹ്വാനങ്ങളാ

ണ് ശിവസേനയുടെ നേതൃത്വം നല്കിയിരുന്നത്. മുസ്ലിംവിരുദ്ധ വികാരങ്ങൾ ഇളക്കിവിടുന്നതിലും ഹിന്ദു ഐക്യം വിളംബരം ചെയ്യുന്നതിലുമെല്ലാം ശിവസേനയുടെ നേതാക്കളും അതിന്റെ മുഖപത്രവും ബോംബെയിൽനിന്ന് പ്രസിദ്ധീകരിക്കുന്ന ആർ എസ് എസിന്റെ *തരുൺഭാരത്, നവകാൽ* എന്നിവയും അങ്ങേയറ്റം ശ്രദ്ധിച്ചിരുന്നു. ബാബറി മസ്ജിദ് തകർത്തതിന്റെ പിറ്റേന്ന് ശിവസേനയുടെ മുഖപത്രമായ *സാമ്നയുടെ* തലവാചകം ഇങ്ങനെയായിരുന്നു. 'ആക്രമണോത്സുകരായ ശിവസൈനികർ ബാബറി മസ്ജിദ് തകർത്തു'. ബാബറി മസ്ജിദ് തകർത്ത സംഭവത്തെ ശിവസേനയുടെ തലവൻ ബാൽ താക്കറെ പ്രകീർത്തിക്കുന്നതും ഇന്ന് ഹിന്ദുക്കൾ യോജിക്കുകയും നീതി പിടിച്ചെടുക്കുകയും ചെയ്തിരിക്കുന്നു എന്ന് സന്തോഷിക്കുന്നതുമായ റിപ്പോർട്ടുകൾ തുടർന്നുള്ള ദിവസങ്ങളിൽ സാമ്ന പ്രസിദ്ധീകരിച്ചു. പാർലമെന്റംഗമായ ശിവസേനാ നേതാവ് മോറേശ്വർ സാവേയാകട്ടെ ബാബറി മസ്ജിദ് തകർത്തത് മുൻകൂട്ടി തയ്യാറാക്കിയ പദ്ധതിയനുസരിച്ചായിരുന്നുവെന്നും അതിനായി ചിലർക്ക് പ്രത്യേക പരിശീലനം നല്കിയിരുന്നുവെന്നും വെട്ടിത്തുറന്നു പറയുകയും ചെയ്തു. മേൽസൂചിപ്പിച്ച ആർ എസ് എസ് പ്രസിദ്ധീകരണങ്ങൾ മുസ്ലീങ്ങളെ മുഴുവൻ രാജ്യദ്രോഹികളും മതഭ്രാന്തരുമായാണ് ചിത്രീകരിച്ചത്. ജനുവരി 6 ന് കലാപം തുടങ്ങിയതിനു ശേഷവും *സാമ്ന* പ്രകോപനപരങ്ങളായ മുഖപ്രസംഗവും റിപ്പോർട്ടുകളുമാണ് പ്രസിദ്ധീകരിച്ചത്. ജനുവരി 9 ന് 'രാഷ്ട്രത്തെ സജീവമായി നിലനിർത്തണം' എന്ന തലക്കെട്ടിൽ എഴുതിയ മുഖപ്രസംഗത്തിൽ *സാമ്ന* പറഞ്ഞു: ഇനിയുള്ള കുറേ ദിവസങ്ങൾ നമ്മുടെതായിരിക്കും. ജനുവരി 12 ന് വർളിയിൽ ശിവസേനക്കാർ ചുട്ടുകൊന്ന 17 മുസ്ലീങ്ങളുടെ ചിത്രത്തിന് *സാമ്ന* കൊടുത്ത അടിക്കുറിപ്പ് ഇപ്രകാരമായിരുന്നു: 'മതഭ്രാന്തന്മാരും തീവ്രവാദികളുമായ 17 മുസ്ലീങ്ങളെ ആവേശഭരിതരായ ഒരു സംഘം ആളുകൾ ചുട്ടുകൊന്നു'. ആ ദിവസംതന്നെ പേരുവച്ചെഴുതിയ മുഖപ്രസംഗത്തിൽ ബാൽ താക്കറെ ബോംബെയിലെ കലാപത്തെ ധർമ്മയുദ്ധം എന്ന് വിശേഷിപ്പിക്കുകയും സ്ഥിതിഗതികൾ ആവശ്യപ്പെടുന്ന കാലത്തോളം ഈ യുദ്ധം തുടരും എന്ന് പ്രഖ്യാപിക്കുകയും ചെയ്തു. അങ്ങനെ ബോംബെയിൽ വർഗ്ഗീയ കലാപത്തിന്റെ രണ്ടാംഘട്ടം അരങ്ങ് തകർത്തതിന്റെ പരിപൂർണ്ണ ഉത്തരവാദിത്വം ശിവസേനയ്ക്കും അതിനെ പിന്തുണയ്ക്കുന്ന ഹൈന്ദവമതമൗലികശക്തികൾക്കും തന്നെയാണ് എന്ന കാര്യത്തിൽ സംശയമില്ല.

ബാബറി മസ്ജിദ് തകർക്കപ്പെട്ടതിനുശേഷം മുസ്ലിംവിരുദ്ധ വികാരം കെട്ടടങ്ങാതിരിക്കാനുള്ള എല്ലാ അടവുകളും ശിവസേന അവലംബിച്ചിരുന്നു. തെരുവുകളിൽ മഹാ ആരതികൾ സംഘടിപ്പിച്ചുകൊണ്ടായിരുന്നു തുടക്കം. ജനുവരി 7 ന്റെ *സാമ്നയുടെ* ഒന്നാം പേജിൽത്തന്നെ മഹാ ആരതികൾ സംഘടിപ്പിക്കേണ്ടതിന്റെ വിശദമായ കാര്യപരിപാടികൾ

പ്രസിദ്ധീകരിച്ചു. മുസ്ലീങ്ങൾ വെള്ളിയാഴ്ചകളിലെ നമാസ് സമയത്ത് റോഡിലേക്ക് കടന്നിരുന്ന് മാർഗ്ഗതടസ്സം സൃഷ്ടിക്കുന്നു എന്ന് ആരോപിച്ചുകൊണ്ടാണ് ശിവസേന തെരുവുകളിൽ മഹാ ആരതി സംഘടിപ്പിക്കുവാൻ ആഹ്വാനംചെയ്തത്. മുസ്ലിംവിരുദ്ധ വികാരം ഊതിവീർപ്പിക്കുന്ന ഹൈന്ദവവർഗ്ഗീയ കൂട്ടങ്ങളായിട്ടാണ് മഹാ ആരതികൾ പരിണമിച്ചത്. ജനുവരി 7 ന് ബോംബെ തുറമുഖത്ത് രണ്ട് മതഡികൾ (ചുമട്ടുതൊഴിലാളികൾ) കൊല്ലപ്പെട്ടു. അവർ ഹിന്ദുക്കളായിരുന്നു. ട്രേഡ് യൂണിയനുകൾ തമ്മിലുള്ള വൈരമായിരുന്നു അവിടത്തെ സംഘട്ടനത്തിനും ഇവരുടെ വധത്തിനും കാരണമായത്. എന്നാൽ ശിവസൈനികർക്ക് അവരുടെ ധർമ്മയുദ്ധം തുടങ്ങാൻ ഈ സംഭവം ധാരാളം മതിയായിരുന്നു. രണ്ട് ഹിന്ദുക്കളെ മുസ്ലീങ്ങൾ കൊലപ്പെടുത്തി എന്ന കിംവദന്തി ബോധപൂർവ്വം പ്രചരിപ്പിച്ചതോടെ വെട്ടും കുത്തും കൊലയും കൊള്ളിവയ്പ്പും തുടങ്ങിക്കഴിഞ്ഞു. ആ ഒരൊറ്റ ദിവസം 20 പേർ കൊല്ലപ്പെടുകയും നൂറിലധികം പേർക്ക് പരിക്ക് പറ്റുകയും ചെയ്തു. ഇത് ഒരു ഔദ്യോഗിക കണക്കാണ്. എരിതീയിൽ എണ്ണയൊഴിച്ച മാതിരിയായിരുന്നു ജനുവരി 8 ന് ജോഗേശ്വരിയിലുണ്ടായ ദാരുണസംഭവം. ആ ചേരിയിലെ ഒരു കുടിലിന് ഗുല്ലുഖാൻ എന്നൊരു ഗുണ്ടയും അയാളുടെ നാല് അനുചരരും ചേർന്ന് തീവച്ചു. അതിനുള്ളിലുണ്ടായിരുന്ന ഒരു ഹിന്ദു കുടുംബത്തിലെ നാലുപേർ വെന്തുമരിച്ചു. ഇതും വർഗ്ഗീയതയുടെ പേരിൽ നടന്ന സംഭവമല്ല. ചേരികൾ കൈയേറി ബഹുനിലക്കെട്ടിടങ്ങൾ നിർമ്മിക്കാനുള്ള ചേരിരാജാക്കന്മാരുടെയും അധോലോക നായകരുടെയും പരിപാടിയുടെ ഭാഗമായിരുന്നു ഇത്. വർഗ്ഗീയകലാപം ഉണ്ടായപ്പോൾ കലങ്ങിയ വെള്ളത്തിൽ മീൻപിടിക്കാനുള്ള ഇവരുടെ പരിപാടിക്ക് പെട്ടെന്ന് വർഗ്ഗീയച്ഛായ കൈവന്നത് ഗുല്ലുഖാൻ ഒരു മുസ്ലിം ആയതുകൊണ്ടാണ്. അധോലോകസംഘത്തിന്റെ ഈ കൈയേറ്റശ്രമത്തെ *സാമ്നയും* *നവകാലും* കടുത്ത മുസ്ലിംനിറം കലർത്തിയാണ് പ്രചരിപ്പിച്ചത്. ഒരവസരം പാർത്തിരുന്ന ശിവസേനാ നേതാവ് ബാൽ താക്കറെ ഈ സന്ദർഭം ശരിക്കും മുതലെടുക്കുക തന്നെ ചെയ്തു. 1990 ൽ സംസ്ഥാനഭരണം വരെ കൈയടക്കും എന്ന് വിശ്വസിക്കപ്പെട്ടിരുന്ന ശിവസേന ഇന്ന് അത്ര ശക്തമല്ല. മുൻ ശിവസേന മേയർ ഛഗൽ ഭുജ്ബലിന്റെ നേതൃത്വത്തിൽ സേനയിലെ ഒരുവിഭാഗം കോൺഗ്രസ്-ഐയിൽ ചേരുകയുണ്ടായി. മാത്രവുമല്ല വർഷങ്ങളായി ശിവസേന ഭരിച്ചിരുന്ന ബോംബെ മുനിസിപ്പൽ കോർപ്പറേഷൻ അവർക്ക് നഷ്ടപ്പെടുകയും ചെയ്തു. ഈ സാഹചര്യത്തിൽ തന്റെ നഷ്ടപ്രതാപവും ആധിപത്യവും വീണ്ടെടുക്കാൻ തക്കംപാർത്തിരുന്ന ബാൽ താക്കറെയുടെ മുന്നിൽ വീണുകിട്ടിയ അസുലഭാവസരമായിരുന്നു ഗുല്ലുഖാന്റെ നേതൃത്വത്തിൽ ജോഗേശ്വരിയിലുണ്ടായ സംഭവം. പൊലീസ് അഡീഷണൽ കമീഷണർ എ എ ഖാൻ എന്നൊരു മുസ്ലിം ആണെന്ന വസ്തുതയും താക്കറെയ്ക്ക് ദഹിച്ചിരുന്നില്ല. അതുകൊണ്ട്

താക്കറെ ജോഗേശ്വരി സംഭവം ഊതിപ്പെരുപ്പിച്ചു. 12 ഹിന്ദുക്കളെ മുസ്ലീങ്ങൾ തീയിട്ടു കൊന്നുവെന്നും അയോദ്ധ്യാ സംഭവത്തിനു പകരംവീട്ടാൻ മുസ്ലിം അധോലോകം ഇറങ്ങിയിരിക്കുകയാണെന്നും പ്രചരിപ്പിക്കപ്പെട്ടു. മുസ്ലിം അധോലോകം എന്നൊന്ന് ബോംബെയിലില്ല എന്നതാണ് യാഥാർത്ഥ്യം. അധോലോകം വർഗ്ഗീയമായി സംഘടിപ്പിക്കപ്പെട്ടതല്ല. ദാവൂദ് ഇബ്രാഹിം എന്ന അധോലോക ചക്രവർത്തിയുടെ കൈയാളുകളിൽ ഭൂരിഭാഗവും ഹിന്ദുക്കളാണ്. കലാപകാലത്ത് മാരകായുധങ്ങളോടുകൂടി പട്ടാളം പിടികൂടിയ മധുകർ സാർപോട്ദാർ എന്ന ശിവസേന എം എൽ എ യോടൊപ്പം ഉണ്ടായിരുന്നവരിൽ പരാബ് എന്ന ഗുണ്ടാത്തലവൻ ദാവൂദ് ഇബ്രാഹിമിന്റെ പ്രധാന സഹായികളിലൊരാളാണ്. മധുകർ സാർ പോട്ദാറും ദിഗെയും പിന്നെ അറസ്റ്റ് ചെയ്യപ്പെടുകയുണ്ടായി. എന്നാൽ ഇതൊന്നും ബാൽ താക്കറെയ്ക്ക് പ്രശ്നമായിരുന്നില്ല. ഗൾഫിലെ ഷെയ്ഖുമാരുടെ സഹായവും പാകിസ്ഥാന്റെ ആയുധസഹായവുമുള്ള മുസ്ലിം അധോലോകസംഘം പകരം വീട്ടാൻ രംഗത്തിറങ്ങിയിരിക്കുന്നു എന്ന താക്കറെയുടെയും ശിവസേനയുടെയും കൊണ്ടുപിടിച്ച പ്രചാരണം ഹിന്ദുക്കളെ പ്രകോപിപ്പിക്കുക തന്നെ ചെയ്തു. അതോടെ ബോംബെ നഗരത്തിലെ വർഗ്ഗീയ ധ്രുവീകരണം പൂർത്തിയായി. പിന്നെയൊരു ഒന്നരയാഴ്ചയോളം ശിവസേനയുടെ ധർമ്മയുദ്ധകാണ്ഡത്തിന്റെ രംഗവേദിയായി മാറി ഒരു മിനി ഇന്ത്യ എന്നറിയപ്പെടുന്ന ബോംബെ.

മുസ്ലീങ്ങൾ ആക്രമിക്കപ്പെടുന്നു

ഡിസംബറിലുണ്ടായ ഒന്നാംഘട്ട കലാപം മുഖ്യമായും തെക്ക്, മദ്ധ്യ ബോംബെയെയായിരുന്നു ബാധിച്ചത്. ഏതാണ്ട് 15 പൊലീസ് സ്റ്റേഷൻ അതിർത്തികളിൽ കർഫ്യൂ ഏർപ്പെടുത്തിയിരുന്നു. എന്നാൽ ഇത്തവണയാകട്ടെ ഗ്രേറ്റർ ബോംബെ എന്നറിയപ്പെടുന്ന പ്രദേശം മുഴുവനും കലാപബാധിതമായിരുന്നു. മദ്ധ്യബോംബെയിലും ബോംബെയുടെ പടിഞ്ഞാറും കിഴക്കുമുള്ള പ്രാന്തപ്രദേശങ്ങളിലും കലാപം വ്യാപിക്കുകയുണ്ടായി. കിഴക്ക് ദഹിസാർ മുതൽ പടിഞ്ഞാറ് മുലുണ്ട്, ദിയോനാർ വരെ 27 പൊലീസ് സ്റ്റേഷനതിർത്തികളിലാണ് ഇത്തവണ കർഫ്യൂ ഏർപ്പെടുത്തിയത്. കലാപം നടന്ന ദിവസങ്ങളിൽ ബോംബെ നഗരത്തിൽ ശിവസേനക്കാരുടെയും അധോലോക ഗുണ്ടകളുടെയും പൊലീസിന്റെയും അഴിഞ്ഞാട്ടം തന്നെയായിരുന്നു. ആക്രമണങ്ങൾക്കിരയായവരിൽ 86 ശതമാനവും മുസ്ലീങ്ങളായിരുന്നു. മാഹിം, ഭാണ്ഡുപ്, ഗോളിബാർ, ആസൽഫ, ബന്ദ്ര ഈസ്റ്റ് എന്നിവിടങ്ങളിലും നാഗപാഡ, ബൈക്കുള, കാമാർത്തിപുര മേഖലയിലും ധാരാവിയിലും ആക്രമണങ്ങൾക്കിരയായവരിൽ ബഹുഭൂരിപക്ഷവും മുസ്ലീങ്ങളായിരുന്നു. മുസ്ലീങ്ങൾക്കുനേരെ നടന്ന ഭീകരവും ക്രൂരവുമായ ആക്രമണങ്ങളെക്കുറിച്ച് *ഫ്രണ്ട്*

ലൈൻ (ജനുവരി 10, ഫെബ്രുവരി 12, 1993 വാല്യം 10, ലക്കം 3) പ്രസിദ്ധീകരിച്ച റിപ്പോർട്ടിലെ പ്രസക്തഭാഗം ഉദ്ധരിക്കട്ടെ:

> കലാപകാലത്ത് ആക്രമണവിധേയരായവർക്കുനേരെയുണ്ടായ ശാരീരികപീഡനങ്ങൾ വർണ്ണനാതീതമാണ്. ചിലർ പൊലീസ് വെടിയുണ്ടകൾക്കിരയായി. ചിലരെ കുത്തിക്കൊന്നു ചുട്ടുകരിച്ചു. മറ്റു ചിലരെ ഹോക്കി സ്റ്റിക്കുകൾ, ക്രിക്കറ്റ് ബാറ്റുകൾ എന്നിവകൊണ്ട് അടിച്ചും കുത്തിയും കൊന്നു. ചിലരെ മൂർച്ചയേറിയ കൊടുവാൾകൊണ്ട് അരിഞ്ഞുവീഴ്ത്തി. ആസിഡുകൊണ്ടും ഉടച്ച കുപ്പികൾകൊണ്ടും ചിലരെ വകവരുത്തി. അതിനുശേഷം മൃതദേഹങ്ങൾ തിരിച്ചറിയാതിരിക്കാനായി ചുട്ടുകരിച്ചു. മുസ്ലീങ്ങളുടെ വീടുകൾ തീയിട്ടു. അവരുടെ കടകളും മറ്റു സ്ഥാപനങ്ങളും കൊള്ളയടിച്ചു. മുസ്ലിം കുടിലുകൾ കേന്ദ്രീകരിച്ചിരുന്ന പ്രദേശം ഒന്നാകെ അഗ്നിക്കിരയാക്കി. മുസ്ലിം വീടുകൾ മറ്റുള്ളവരുടെ വീടുകൾക്കിടയിലായിരുന്ന സ്ഥലത്ത് മുസ്ലിം വീടുകൾമാത്രം കൊള്ളയടിച്ചു. നിരവധി മുസ്ലിം കുടുംബങ്ങളെ ഭീഷണിപ്പെടുത്തി. സാമാന്യം സമ്പന്നരായ മുസ്ലീങ്ങൾ അവരുടെ വീടുകൾക്കുമുന്നിൽ തൂക്കിയിരുന്ന നെയിംപ്ലേറ്റുകൾ മാറ്റാൻ നിർബ്ബന്ധിതരായി. സഫിയ ആശുപത്രിയും അതിന്റെ ആംബുലൻസുകളും ആക്രമിക്കപ്പെട്ടു. മുസ്ലീങ്ങളായ പത്രക്കാരും ആക്രമണത്തിനിരയായി. പതിനായിരങ്ങൾ ഭവനങ്ങളുപേക്ഷിച്ച് ഓടി. ആയിരക്കണക്കിനാളുകൾ എന്നെന്നേക്കുമായി ബോംബെ നഗരം വിട്ടു. പലരും അഭയാർത്ഥിക്യാമ്പുകളിലായി.

മതഭ്രാന്തിളകി ശിവസേനയുടെ അനുഗ്രഹാശിസ്സുകളോടെ നടന്ന ഈ പടയോട്ടത്തിൽ നിരവധി ഹിന്ദുക്കളുടെ ജീവനും അപഹരിക്കപ്പെട്ടു. ധാരാവിയിലെ ലക്ഷ്മീമാർഗിൽ ഭക്ഷണശാലകളും ഗോഡൗണുകളും സ്റ്റോറുകളും മറ്റും ആക്രമിച്ചപ്പോൾ ഒരു മുസ്ലീമിന്റെ പേപ്പർ ഗോഡൗണിന് അക്രമികൾ തീവച്ചു. ആ തീ ആളിപ്പടർന്ന് ആ ഗോഡൗണിന്റെ ചുറ്റുവട്ടത്തുണ്ടായിരുന്ന ഇരുപത്തിനാല് ഹിന്ദു വീടുകൾ വെന്തു വെണ്ണീറായി. അസൽഫയിലുള്ള അൻസാരി കോളനി കൊള്ളയടിക്കുകയും അഗ്നിക്കിരയാക്കുകയും ചെയ്തതിന്റെ ഫലമായി ആ കോളനിയിലെ മുഴുവൻ വീടുകളും നശിച്ചു. മുസ്ലീങ്ങൾക്ക് ഭൂരിപക്ഷമുണ്ടായിരുന്ന ആ കോളനിയിൽ ഇരുപത്തഞ്ചു ശതമാനം വൻവീടുകൾ ഹിന്ദുക്കളുടേതായിരുന്നു. സുഭാഷ് നഗറിലുള്ള എല്ലാ വീടുകളും ചെറുകിട കച്ചവടവ്യവസായ സ്ഥാപനങ്ങളും അഗ്നിക്കിരയാക്കി - ഒരു വീടൊഴികെ. ആ വീടിനു മുകളിൽ ശിവസേനയുടെ കൊടി ഉണ്ടായിരുന്നതുകൊണ്ടാണതിനെ ഒഴിവാക്കിയത്. ഇവിടെയും മുസ്ലീങ്ങളും ഹിന്ദുക്കളും ഒരുപോലെ നാശനഷ്ടങ്ങൾക്കും ആക്രമണങ്ങൾക്കും ഇരയായി. ബോംബെ സെൻട്രൽ

സ്റ്റേഷനു സമീപമുള്ള ഒരു അഞ്ചുനിലക്കെട്ടിടത്തിന്, അതിൽ കുറെ മുസ്ലിം കുടുംബങ്ങൾ താമസിക്കുന്നു എന്ന കാരണത്താൽ അക്രമികൾ തീവച്ചു. ആ അഗ്നിബാധയിൽ വെന്തു മരിച്ചവരുടെ കൂട്ടത്തിൽ ഫിറോസ് മെധോര, മെഹ്റു മെധോര എന്നീ പാഴ്സി ദമ്പതികളും ഉൾപ്പെടുന്നു. ഇന്ത്യയിലെ ഏറ്റവും മികച്ച സ്റ്റാമ്പ് ശേഖരത്തിന്റെ ഉടമയായിരുന്നു ഫിറോസ് മെധോര. അദ്ദേഹം എംപയർ ഓഫ് ഇന്ത്യ ഫിലാറ്റലിക് സൊസൈറ്റിയുടെ മുൻ പ്രസിഡന്റും *ഇന്ത്യൻ സ്റ്റാമ്പ് ജേർണൽ* മുൻ പത്രാധിപരുമായിരുന്നു. സഹധർമ്മിണി മെഹ്റു മെധോര ബോംബെയിലെ അറിയപ്പെടുന്ന സാമൂഹ്യപ്രവർത്തകയുമായിരുന്നു.

രാമപ്രസാദ് ഗുപ്ത എന്ന 71 വയസ്സുകാരൻ ഹൈന്ദവന്റെ സ്ഥിതിയായിരുന്നു ദയനീയം. അയാൾ വിക്ടോറിയ ടെർമിനസിൽനിന്ന് ജനുവരി ഒമ്പതിന് വീട്ടിലേക്ക് മടങ്ങുകയായിരുന്നു. റീ റോഡ് റെയിൽവേ സ്റ്റേഷനു സമീപമുള്ള ഓവർ ബ്രിഡ്ജിൽവച്ച് ഒരു ഹൈന്ദവസംഘം അയാളെ വളഞ്ഞു. ഹിന്ദുവാണെന്നു പറഞ്ഞിട്ടും തന്റെ ഐഡന്റിറ്റി കാർഡ് കാണിച്ചിട്ടും സംഘത്തിന് തൃപ്തിയായില്ല. അയാൾ വിവസ്ത്രനായി തെളിവു കാണിക്കാൻ അവർ ആവശ്യപ്പെട്ടു. അതോടെ അയാൾ കുഴഞ്ഞുപോയി. കാരണം, ചെറുപ്പത്തിൽ ആരോഗ്യപരമായ കാരണങ്ങളാൽ അയാൾ പരിച്ഛേദം നടത്തിയിരുന്നു. തെളിവു കണ്ട സംഘം അയാളുടെ പണവും വാച്ചും അപഹരിക്കുകയും മാരകമായി ആക്രമിച്ച് ഗുരുതരമായി പരിക്കേല്പിക്കുകയും ചെയ്തു. അയാൾ കെ ഇ എം ആസ്പത്രിയിൽ ദിവസങ്ങളോളം ചികിത്സയിൽ കഴിഞ്ഞു.

മനോഹർ പാടേക്കർ എന്ന ഹൈന്ദവന്റെ കഥ ഇതിലും ഭീകരമാണ്. വൊർളിയിലുണ്ടായ പൊലീസ് വെടിവയ്പിൽ ഗുരുതരമായി പരിക്കുപറ്റിയ ഇയാളെ അടിയന്തര ശസ്ത്രക്രിയയ്ക്ക് വിധേയനാക്കാനായി കെ ഇ എം ആശുപത്രിയിലെ ഓപ്പറേഷൻ തിയേറ്ററിനു സമീപത്തുള്ള വെയിറ്റിങ് റൂമിൽ ഒരു സ്ട്രെച്ചറിൽ കിടത്തിയിരിക്കുകയായിരുന്നു. പെട്ടെന്ന് നൂറോളം പേർ വരുന്ന ഒരു സായുധസംഘം അവിടേക്കു കടന്നുചെന്ന് അയാളുടെ നെഞ്ചിലും വയറ്റിലും മാരകമായി കുത്തി പരിക്കേല്പിച്ചു. അയാൾ താടി വെച്ചിരുന്നതുകൊണ്ട് മുസ്ലീമാണെന്ന് അക്രമികൾ കരുതിയത്രെ.

സമ്പന്നർ താമസിക്കുന്ന നാപ്പിയൻ സി റോഡ്, കഫ് പരേഡ്, കാർമൈക്കിൾ റോഡ് എന്നീ പ്രദേശങ്ങളിലേക്കും ഇത്തവണ കലാപം വ്യാപിക്കുകയുണ്ടായി. കഫ് പരേഡിലെ ഒരു ബഹുനിലക്കെട്ടിടത്തിനുള്ളിലേക്ക് രണ്ടുപേർ അഭയംതേടി ഓടിക്കയറി. അവരെ പിന്തുടർന്ന് ഒരു 50 അംഗ സായുധസംഘവും. ഫ്ളാറ്റുകളിലെ അന്തേവാസികൾ ഒന്നും ചെയ്യാനാവാതെ നോക്കിനില്ക്കെ അഭയംതേടിവന്ന രണ്ടുപേരെയും പിന്നാലെ വന്ന സംഘം കൊലചെയ്തതിനുശേഷം ആഹ്ലാദാരവങ്ങളോടെ മടങ്ങി. പിന്നെയാണ് ഫ്ളാറ്റുകളിലുള്ളവർക്ക് മനസ്സിലായത് അഭയംതേടി വന്ന

വർ മുസ്ലീങ്ങളും അവരെ പിന്തുടർന്നു വന്നവർ ശിവസേനക്കാരുമായിരുന്നു എന്ന്. ഒരു കുന്നിൻമുകളിലാണ് കാർമൈക്കിൾ റോഡ്. കുന്നിന്റെ താഴ്വാരത്ത് ടാർഡിയോ ചേരിയാണ്. ശിവസൈനികർ ഈ ചേരിയിൽ കടന്നു മുസ്ലീംഭവനങ്ങൾ തീവയ്ക്കുവാൻ തുടങ്ങിയപ്പോൾ ചകിതരായ നൂറോളം മുസ്ലീങ്ങൾ കുന്നിൻമുകളിലെ കാർമൈക്കിൾ റോഡിലെത്തി. അവിടെ ഫ്ളാറ്റുകളിലുള്ളവർ ഇവർക്ക് അഭയം നല്കുകയുണ്ടായി. പിന്നാലെ ശിവസേനക്കാരും എത്തിയപ്പോൾ ഏറ്റവും മുകളിലത്തെ ഫ്ളാറ്റുകളിൽ മുസ്ലീങ്ങളെ മാറ്റിത്താമസിപ്പിച്ചു. ഇതോടെ ഫ്ളാറ്റുകൾതോറും മുസ്ലീങ്ങളെ തെരയുമെന്നായി ശിവസേനക്കാർ. പൊലീസിനെ വിളിച്ചിട്ട് എത്തിയത് വളരെ വൈകി. അതും വളരെ കുറച്ചുപേർ. ആ സമയം മുഴുവൻ ശിവസേനക്കാർ ഫ്ളാറ്റുകളിലേക്ക് കല്ലെറിയുകയായിരുന്നു. അവസാനം ഫ്ളാറ്റുകളിലൊന്നിൽ താമസിക്കുന്ന ഉന്നതങ്ങളിൽ പിടിപാടുള്ള ഒരാൾ നഗരത്തിലുണ്ടായിരുന്ന പ്രതിരോധമന്ത്രി ശരത് പവാറിനെ എങ്ങനെയോ വിവരമറിയിച്ചു. അങ്ങനെയാണ് പട്ടാളം വന്നത്. അവർ പട്ടാളവുമായി ഏറ്റുമുട്ടി. അവസാനം പട്ടാളത്തിന്റെ വെടിയേറ്റ് ശിവസേനക്കാരിലൊരുവൻ മരിച്ചുവീണപ്പോഴാണ് അവർ പിൻവാങ്ങിയത്. ഫ്ളാറ്റുകളിലുള്ളവർ ആകെ പരിഭ്രാന്തരായി. അവിടെ സ്വന്തമായി ഫ്ളാറ്റുള്ള മുസ്ലീങ്ങളോട് നെയിംപ്ലേറ്റുകൾ മാറ്റാനവർ ആവശ്യപ്പെട്ടു. ചിലേടത്ത് ഹിന്ദു നെയിംപ്ലേറ്റുകൾ സ്ഥാപിച്ചു. ആ ഫ്ളാറ്റുകളിലൊന്നിൽ താമസിക്കുന്ന ടാറ്റയുടെ സീനിയർ ഡയറക്ടറായ എസ് എ സബ്വാല പറഞ്ഞു. ഇതുപോലൊരു ഭീകരത ഞാനിതുവരെ കണ്ടിട്ടില്ല. വിഭജനകാലത്തുപോലും ബോംബെയിൽ അങ്ങിങ്ങായി ചില കലാപങ്ങൾ ഉണ്ടായതല്ലാതെ നഗരമാകെ അക്രമം നടമാടിയില്ല. അത് ഇപ്പോഴാണ് ഉണ്ടായത്.

പരാക്രമം പത്രക്കാരോട്

ബോംബെ നഗരത്തിലെ മുസ്ലീങ്ങളായ പത്രപ്രവർത്തകർക്കും ഹിന്ദുക്കളെ എതിർക്കുന്ന പത്രക്കാർക്കും നേരെ നിരവധി ആക്രമണങ്ങൾ ഉണ്ടായെന്ന് ലേഖനത്തിന്റെ തുടക്കത്തിൽ സൂചിപ്പിക്കുകയുണ്ടായല്ലോ. ഇതാ ചില സംഭവങ്ങൾ.

*ഉർദു ടൈംസി*ലെ വസീൽ അഹമ്മദ്ഖാനും പത്നിയും അവരുടെ മകളുടെ വിവാഹത്തിനുള്ള ഒരുക്കങ്ങളെല്ലാം പൂർത്തിയാക്കിയിരുന്നു. ബാന്ദ്രാ ഈസ്റ്റിലെ നിർമ്മൽ നഗറിലുള്ള അവരുടെ വീട്ടിൽ അതിക്രമിച്ചുകടന്ന ശിവസേനാ സംഘം 50,000 രൂപയുടെ വിവാഹ ഉരുപ്പടികളും വീട്ടിലെ മുഴുവൻ ഗൃഹോപകരണങ്ങളും കൊള്ളയടിക്കുകയുണ്ടായി. *ഉറുദു ടൈംസി*ലെതന്നെ ഫറൂഖ് അൻസാരിയെയും ശിവസേനക്കാർ പീഡിപ്പിച്ചു. അദ്ദേഹത്തിന്റെ കുടുംബം വർളിയിലെ അൻസാരി നഗറിൽ ഒരു മുറിയിലായിരുന്നു താമസം. അദ്ദേഹം ഓഫീസിലായിരുന്ന സമയ

ത്താണ് ശിവസേനക്കാർ കോളനി കൈയേറി തീവയ്പ് തുടങ്ങിയത്. അവിടെയുണ്ടായിരുന്ന അൻസാരിയുടെ വീട്ടുകാർ അതോടെ ഏതോ ബന്ധുവിന്റെ വീട്ടിൽ അഭയം തേടി. സംഭവദിവസം മുതൽ വീട്ടുകാരുമായി ബന്ധപ്പെടാൻ അൻസാരിയെ അനുവദിച്ചില്ല. *ഉർദു ബ്ലിറ്റ്സി*ന്റെ ഡെപ്യൂട്ടി എഡിറ്റർ അയൂബി ജനുവരി 13 ന് ഓഫീസിൽ കഴിഞ്ഞുകൂടിയത് ആശങ്കാഭരിതനായിട്ടായിരുന്നു. കാരണം, കുറേ ദിവസങ്ങളായി അദ്ദേഹം താമസിക്കുന്ന ഹമാരാ ഘർ സൊസൈറ്റി ബിൽഡിങ്ങിന് നേരെയുള്ള ആക്രമണം തൊട്ടടുത്ത കെട്ടിടങ്ങളിലെ ഹിന്ദുക്കൾതന്നെ ചെറുത്തുനില്ക്കുകയായിരുന്നു. ഹമാരാ ഘർ സൊസൈറ്റി ബിൽഡിങ്ങിൽ ഭൂരിപക്ഷവും മുസ്ലിം കുടുംബങ്ങളാണ്. *ഉർദു ടൈംസു*മായി ബന്ധപ്പെട്ടു പ്രവർത്തിക്കുന്ന സമി ഖുറേഷി എന്ന ഫ്രീലാൻസറെ ശിവസേനക്കാർ കൈയേറ്റം ചെയ്തു. *ഉർദു ടൈംസി*ന്റെ ഫോട്ടോഗ്രാഫർ അബ്ബാസ് സാബത്തിനെ ശിവസേനക്കാർ ആക്രമിക്കുകയും അദ്ദേഹത്തിന്റെ ക്യാമറ തട്ടിയെടുക്കുകയും ചെയ്തു. വാഹിദ് ഹുസൈൻ എന്ന റിപ്പോർട്ടറുടെ കാണ്ടിവ്ളിയിലുള്ള വീട് കൊള്ളയടിക്കുകയും അഗ്നിക്കിരയാക്കുകയും ചെയ്തു. *നവഭാരത് ടൈംസി*ന്റെ അമീൻ ഖുറേഷിയെ ഭീഷണിപ്പെടുത്തി. *മിഡ്ഡേ* എന്ന പത്രത്തിന്റെ ഓഫീസ് കൈയേറുകയും അവരുടെ ഉർദു പ്രസിദ്ധീകരണമായ *ഇൻക്വിലാബി*ന്റെ ജീവനക്കാരെ ഭീഷണിപ്പെടുത്തുകയും ചെയ്തു.

*ഉർദു ബ്ലിറ്റ്സി*ന്റെ പത്രാധിപർ ഫാറൂൺ റഷീദിന് ഉണ്ടായ അനുഭവങ്ങളാണ് ഏറെ വേദനാജനകം. ജനുവരി 7-ാം തീയതിമുതൽ അദ്ദേഹത്തിന്റെ വീടിനുനേരെ ആക്രമണമുണ്ടായി. അന്നു രാത്രി വീടിനു മുന്നിലുണ്ടായിരുന്ന കാറും ഇരുചക്രവാഹനങ്ങളും അക്രമികൾ തകർത്തു. പിറ്റേന്നു രാവിലെ മടങ്ങിവന്ന അക്രമികൾ തൊട്ടടുത്തുള്ള വീടുകളുടെ ടെറസുകളിൽ കയറിയിരുന്ന് റഷീദിന്റെ വീട്ടിലേക്ക് വലിയ പാറക്കല്ലുകൾ വലിച്ചെറിഞ്ഞു. മേല്ക്കൂരയാകെ തകർത്തു. അതിനുശേഷം വീട്ടിനുള്ളിലേക്ക് പെട്രോൾ ബോംബുകളും ആസിഡ് ബൾബുകളും എറിഞ്ഞതിന്റെ ഫലമായി വീട്ടിനുള്ളിലെ സാധനങ്ങളെല്ലാം തീ പിടിച്ചു നശിച്ചു. ഒരു ദേശീയ വാരികയുടെ പത്രാധിപർ എന്ന നിലയിൽ ഭരണത്തിലെ ഉന്നതന്മാരുമായി നല്ല ബന്ധം പുലർത്തിയിരുന്ന ആളാണ് റഷീദ്. ശിവസേന കോർപ്പറേഷൻ കൗൺസിലറായ വിലാസ് വൗചത്തിന്റെ സുഹൃത്തായിരുന്നു റഷീദ്. വൗചത് സഹായാഭ്യർത്ഥനയുമായി ചെന്ന റഷീദിനോട് തന്റെ നിസ്സഹായാവസ്ഥ വെളിപ്പെടുത്തുകയാണുണ്ടായത്. പൊലീസിൽനിന്നും റഷീദിന് നീതി ലഭിച്ചില്ല. തനിക്ക് പരിചയമുള്ള കാമത്ത് എന്ന പൊലീസ് ഇൻസ്പെക്ടറോട് ടെറസിനു മുകളിൽനിന്നുള്ള ആക്രമണം തടയണമെന്ന് അഭ്യർത്ഥിച്ചപ്പോൾ ഞങ്ങൾക്ക് ടെറസിലല്ല, നിരത്തിലാണ് ഡ്യൂട്ടി എന്നായിരുന്നു അയാളുടെ മറുപടി. പട്ടാളത്തിന്റെ സഹായം തേടിയെങ്കിലും അവരും തിരിഞ്ഞുനോക്കിയില്ല. അവ

സാനം ആക്രമണം സഹിക്കവയ്യാതെ ഗൃഹോപകരണങ്ങളും വിലപിടിപ്പുള്ള തന്റെ സമ്പാദ്യങ്ങളുമെല്ലാം ഉപേക്ഷിച്ച് ജനുവരി 8-ാം തീയതി വൈകുന്നേരം റഷീദും കുടുംബവും എന്നന്നേക്കുമായി വീടുവിട്ടിറങ്ങി. നിമിഷങ്ങൾക്കകം റഷീദ് ജനിച്ചുവളർന്ന, 65 വർഷമായി അദ്ദേഹം താമസിച്ചിരുന്ന, വീട് അഗ്നിക്കിരയായി. തന്റെ വിപുലമായ ഗ്രന്ഥശേഖരവും ആത്മകഥയെഴുതുവാൻവേണ്ടി സൂക്ഷിച്ചിരുന്ന 38 ഡയറികളുമടക്കം സർവ്വതും വെന്തുവെണ്ണീറായി. അദ്ദേഹത്തിന്റെ കുടുംബാംഗങ്ങൾ ബന്ധുക്കളോടൊപ്പം ബനാറസിലാണ്. ബോംബെയിൽ മടങ്ങിയെത്തി തന്റെ വീട് നിന്ന സ്ഥാനത്തുതന്നെ പുതിയ വീട് പണിയും എന്നാണ് റഷീദ് പറയുന്നത്. എന്നാൽ റഷീദിന്റെ 11 വയസ്സുകാരനായ പുത്രൻ അതിഷ്ടപ്പെടുന്നില്ല. 'എന്റെ പിതാവ് ഒരു ഭിക്ഷക്കാരനെപ്പോലെ സഹായത്തിനായി ഓരോ വാതിലിലും മുട്ടിവിളിച്ചു കരയുന്നത് ഞാൻ ബോംബെയിൽ കണ്ടതാണ്. അതെനിക്ക് സഹിക്കാനായില്ല. ഇല്ല, ഇനി ഞാൻ അങ്ങോട്ടില്ല' എന്നാണ് ആ ബാലൻ പറയുന്നത്.

ശിവസേനയുടെ ഹിന്ദുത്വത്തെ എതിർക്കുന്ന ഹിന്ദുക്കളായ പത്രക്കാരും ആക്രമണത്തിനിരയായി. *ഹമാരാ മഹാനഗർ* എന്ന സായാഹ്നപത്രത്തിലെ മൻമോഹൻ ഭാരതി ജി ടി ആശുപത്രിയിൽ ചികിത്സയിലാണ്. അഖിലഭാരതീയ വിദ്യാർത്ഥിപരിഷത്തിന്റെ പ്രവർത്തകരാണ് അദ്ദേഹത്തെ കുത്തിയത്. അദ്ദേഹം ചെയ്ത കുറ്റം ആനന്ദ് പട്‌വർധന്റെ *റാം കേ നാം* എന്ന സിനിമയെ അപലപിച്ചുകൊണ്ട് എ ബി വി പി റോഡുവക്കിൽ സ്ഥാപിച്ചിരുന്ന ബോർഡ് വായിച്ചു എന്നതാണ്. *ഹമാരാ മഹാനഗറി*ലെ സ്ട്രിംഗറായ ബ്രഹ്മജിത്തും കുത്തുകൊണ്ട് ആശുപത്രിയിലാണ്. ഒരു മുസ്ലിം സുഹൃത്തിനെ സന്ദർശിക്കുമ്പോഴാണ് അദ്ദേഹത്തെ ശിവസേനക്കാർ കുത്തിയത്.

പ്രസിദ്ധ ഡോക്യുമെന്ററി സിനിമാ നിർമ്മാതാവ് മൊയ്നുദ്ദീൻ മിഴ്സയുടെ പ്രഭാദേവിയിലുള്ള സ്റ്റുഡിയോ ശിവസേനക്കാരുടെ ആക്രമണത്തിൽ നിശ്ശേഷം തകർന്നു. ജനുവരി 9 ന് അവർ നടത്തിയ ആക്രമണത്തിൽ 108 ഡോക്യുമെന്റുകളുടെ മാസ്റ്റർ കോപ്പികൾ, മറ്റുചില പ്രോജക്റ്റുകളുടെ സ്ക്രിപ്റ്റുകൾ, *ഇന്ത്യാ ദ അൺനോൺ ഫെയ്സ്* എന്ന ഡോക്യുമെന്ററിക്കു വേണ്ടി തയ്യാറാക്കിയ രേഖകളെല്ലാം കത്തിനശിച്ചു. ഏഴ് മെഡലുകൾ, മറ്റുചില അവാർഡുകൾ എന്നിവയെല്ലാം വിഴുങ്ങിയ തീ ലക്ഷക്കണക്കിന് രൂപ വിലപിടിപ്പുള്ള ഉപകരണങ്ങളെയും ചാമ്പലാക്കി. ഈ ആക്രമണങ്ങളെല്ലാം കാട്ടിക്കൂട്ടിയ ശിവസേനക്കാർ മിഴ്സയുടെ വിലയേറിയ കാർപ്പെറ്റിനെ കക്കൂസായും ഉപയോഗിച്ചു. ഏഴു വർഷത്തെ കഠിനശ്രമത്തിന്റെ ഫലമായി മിഴ്സ നേടിയെടുത്തതെല്ലാം ഏതാനും മണിക്കൂറുകൾകൊണ്ട് ഇല്ലാതായി. ഹിന്ദുക്കൾ ഒന്നാകെ വന്ന് ഇതു ചെയ്തു എന്ന് മിഴ്സ വിശ്വസിക്കുന്നില്ല. അതിസാഹസികരായ ശിവസേന ഗുണ്ടകളുടെ വിളയാട്ടമായിട്ടു മാത്രമേ മിഴ്സ ഇതിനെ കാണു

ന്നുള്ളൂ. 17 വർഷമായി താൻ താമസിക്കുന്ന നഗരം വിട്ടുപോകാൻ ഉദ്ദേശിക്കുന്നില്ലെന്നും മിഴ്സ പറയുന്നു.

ഭരണയന്ത്രമാകെ മരവിച്ചുനിന്ന ദിനങ്ങളായിരുന്നു ബോംബെയിൽ, ജനുവരി 5 മുതൽ 15 വരെ. പൊലീസും പട്ടാളവും അർദ്ധസൈനിക വിഭാഗങ്ങളുമെല്ലാം രംഗത്തുണ്ടായിരുന്നുവെങ്കിലും അവയെല്ലാം നിഷ്ക്രിയമായിരുന്നു. അവയെ നിഷ്ക്രിയമാക്കുകയായിരുന്നു എന്നതാണ് വാസ്തവം. സ്ഥിതിഗതികളെ നേരിടാൻ വ്യക്തമായ ഉത്തരവുകൾ അവർക്ക് നല്കിയിരുന്നില്ല. ഒരു മന്ത്രിതന്നെ നടത്തിയ പരാമർശം ഇവിടെ ഓർത്തുപോവുന്നു. ഇവിടെയുള്ള പൊലീസുകാർ യൂണിഫോം ധരിച്ച ശിവസൈനികരാണ് എന്നായിരുന്നു മന്ത്രിയുടെ പരാമർശം.

1930 ലെ ഒരു സംഭവമാണ് ഇത്തരുണത്തിൽ ഓർമ്മവരുന്നത്. വടക്കുപടിഞ്ഞാറൻ അതിർത്തിപ്രവിശ്യയിലെ പത്താൻകാർ കലാപമുയർത്തിയ അവസരം. ബ്രിട്ടീഷ് മേധാവികൾ 18-ാം ഗർവാൾ റൈഫിൾസിനെ വിളിച്ച് കലാപം അടിച്ചമർത്താൻ ആവശ്യപ്പെട്ടുകൊണ്ട് ഇങ്ങനെ പറഞ്ഞു: "മുസ്ലീങ്ങൾ നൂറ്റാണ്ടുകളായി ഈ രാജ്യം ഭരിച്ചു. അവർ ക്ഷേത്രങ്ങൾ നശിപ്പിക്കുകയും സ്ത്രീകളെ മാനഭംഗപ്പെടുത്തുകയും ഹിന്ദുക്കളെ അപമാനിക്കുകയും ചെയ്തു. പകരംവീട്ടാനുള്ള അവസരം ഇതാണ്. പത്താൻകാരെ വെടിവച്ചു കൊല്ലുക." പക്ഷേ, ഗർവാൾ റൈഫിൾസിന്റെ കമാൻഡർ ചന്ദർബായി ഗർവാലി വെടിവയ്ക്കാൻ വിസമ്മതിച്ചു. അവർ ഞങ്ങളുടെ സഹോദരന്മാരാണ്. രാജ്യത്തിന്റെ സ്വാതന്ത്ര്യത്തിനുവേണ്ടി അവർ പോരാടുകയാണ്. സമാധാനപ്രിയരായ നിരായുധരായ സിവിലിയന്മാരാണവർ. ഇല്ല, സ്വന്തം സഹോദരന്മാർക്കു നേരെ ഞങ്ങൾ റൈഫിൾ ഉയർത്തില്ല" അദ്ദേഹം പറഞ്ഞു.

ചന്ദർബായി ഗർവാലിയേയും മറ്റ് 11 ഗർവാലി ഭടന്മാരെയും (എല്ലാം ഹിന്ദുക്കൾ) പട്ടാളക്കോടതി 13 മുതൽ 15 കൊല്ലത്തേക്ക് ശിക്ഷിക്കുകയാണുണ്ടായത്.

ഹിന്ദുക്കളുടെയും മുസ്ലീങ്ങളുടെയും നേതൃനിരയിലുള്ള പലരും ദീർഘവീക്ഷണമില്ലാത്ത, രാഷ്ട്രത്തെ അതിന്റെ സമ്പൂർണ്ണതയോടെ കാണാൻ സാധിക്കാത്ത, ചുമരുകൾക്കപ്പുറം ലോകമുണ്ട് എന്നറിയാത്ത ഒരുപിടി യാഥാസ്ഥിതികരുടെയും മതമൗലികവാദികളുടെയും പിടിയിൽ അമർന്നിരിക്കുകയാണ്. 500 കൊല്ലങ്ങളുടെ ചരിത്രത്തിന്റെ പിന്നിലേക്ക് അവർ തിരിഞ്ഞുനോക്കുന്നത് 5 കൊല്ലം ഭരിക്കാനുള്ള വിഭവം കണ്ടെത്താനാണ്. ബോംബെയിൽ ഭരണയന്ത്രവും സംസ്ഥാന രാഷ്ട്രീയനേതൃത്വവുമെല്ലാം നിസ്സംഗരും നിഷ്ക്രിയരുമായപ്പോൾ ജീവൻ പണയം വച്ചും തെരുവിലിറങ്ങി അക്രമികളെ നേരിട്ടത് സുനിൽ ഗവാസ്കർ എന്ന ക്രിക്കറ്റ് താരവും സുനിൽ ദത്ത്, ദിലീപ് കുമാർ, അനുപം ഖേർ, ശബാന ആസ്മി, സഞ്ജയ് ദത്ത് തുടങ്ങിയ സിനിമാ താരങ്ങളും വിവിധ രാഷ്ട്രീയ പാർട്ടികളുടെ എണ്ണമറ്റ പ്രാദേശിക നേതാക്കളുമായിരുന്നു. ഒരു മാരുതി

കാറിൽ നഗരത്തിൽനിന്ന് രക്ഷപ്പെടാൻ ശ്രമിച്ച മുസ്ലിം കുടുംബത്തെ ശിവസേനക്കാർ ആക്രമിക്കാൻ മുതിരുന്നത് തന്റെ ഫ്ളാറ്റിന്റെ ബാൽക്കണിയിൽനിന്നു കണ്ട സുനിൽ ഗവാസ്കർ നേരെ ഓടിയിറങ്ങി തെരുവിൽ ഗുണ്ടകളെ നേരിടുകയായിരുന്നു. എന്നെ കൊന്നിട്ടുമാത്രമേ നിങ്ങൾക്ക് അവരെ തൊടാനൊക്കൂ എന്ന ഗവാസ്കറുടെ ആജ്ഞാപൂർവ്വമായ ഗർജ്ജനത്തിനുമുന്നിൽ അക്രമികൾ അക്ഷരാർത്ഥത്തിൽ ചൂളിപ്പോയി. അവർ പിരിഞ്ഞുപോവുകയായിരുന്നു.

ബോംബെ ബൈറൂത്താകുമോ?

ബോംബെ ഇന്ത്യയുടെ മഹാനഗരമാണ്. ഇന്ത്യയിലേക്കുള്ള കവാടമാണ് ബോംബെ നഗരം. ഇന്ത്യയുടെ എല്ലാ ഭാഗത്തുനിന്നുമുള്ളവർ വർഷങ്ങളായി ഒത്തൊരുമയോടെ കഴിഞ്ഞുവരുന്ന നഗരം. ഇന്ത്യയുടെ വ്യാവസായിക-വാണിജ്യ സിരാകേന്ദ്രമാണത്. ഇന്ത്യയുടെ ഹോളിവുഡ്. ഇന്ത്യയുടെ ഏതു കോണിൽനിന്നു വരുന്നവനും ബോംബെ നഗരത്തിൽ ഒരു സ്ഥാനമുണ്ട്. ഒന്നുമില്ലായ്മയിൽനിന്ന് നിരവധിപേരെ ലക്ഷാധിപതിയും കോടീശ്വരന്മാരുമാക്കിയ നഗരമാണത്. ഒരു മിനി ഇന്ത്യ. വിഭജനകാലത്ത് നടന്ന വർഗ്ഗീയകലാപങ്ങൾപോലും ബോംബെ നഗരത്തിന്റെ സമാധാനം തകർത്തില്ല. എന്നാൽ, ഡിസംബർ-ജനുവരിയിലുണ്ടായ കലാപത്തോടെ അതെല്ലാം ഒരു കടങ്കഥയായി മാറിയിരിക്കുന്നു. കൊലപാതകങ്ങളുടെയും വെടിയൊച്ചകളുടെയും നഗരമായി ബോംബെ മാറിയിരിക്കുന്നു. ശിവസേനക്കാരുടെ വംശീയ ശുദ്ധീകരണത്തിന്റെ ഫലമായി ബോംബെയിൽനിന്ന് ലക്ഷക്കണക്കിന് മുസ്ലീങ്ങൾ മാത്രമല്ല, മലയാളികളും തമിഴരുമെല്ലാം ഓടിപ്പോകാൻ നിർബ്ബന്ധിതരായിരിക്കുന്നു. ബോംബെയുടെ സൗന്ദര്യം നഷ്ടപ്പെട്ടുകഴിഞ്ഞു. ആ നഗരത്തിന്റെ ഊടും പാവുമായിരുന്ന വംശീയ സൗഹാർദ്ദം, സാമുദായിക മൈത്രി അതിന്റെ കോസ്മോപൊളിറ്റൻ സ്വഭാവം എല്ലാം ഇല്ലാതായിക്കഴിഞ്ഞു. പിഞ്ചുകുഞ്ഞുങ്ങളിൽപ്പോലും മുസ്ലിംവിരുദ്ധ വികാരം കുത്തിവയ്ക്കപ്പെട്ടിരിക്കുന്നു. കലാപം ഏറ്റവും ഭീകരമായിരുന്ന ജോഗേശ്വരിയിലെ രാധാഭായ് നഗറിലുള്ള മുനിസിപ്പൽ സ്കൂളിലെ അദ്ധ്യാപിക വഖർ ആഷ വെളിപ്പെടുത്തിയ ഒരു സംഭവം ഇക്കാര്യം വ്യക്തമാക്കുന്നു. ആ സ്കൂളിലെ ഒരു പത്തുവയസ്സുകാരൻ കൂട്ടുകാരോടൊപ്പം ക്രിക്കറ്റ് കളിക്കുകയായിരുന്നു. തൊട്ടടുത്തു കളിച്ചുകൊണ്ടിരുന്ന മറ്റൊരു സംഘത്തിൽനിന്ന് അടിച്ച പന്ത് അവന്റെ തലയിൽ കൊണ്ടു. രോഷം സഹിക്കവയ്യാതെ അവൻ തിരിഞ്ഞുനിന്ന് അലറി: 'കൊല്ലും ഞാൻ ആ മുസൽമാനെ. തന്തയില്ലാത്തവൻ.' ഈ വികാരത്തിൽനിന്ന് ബോംബെയിലെ പിഞ്ചു തലമുറയെ മാറ്റിയെടുക്കുക എന്നതാണ് ഇന്നത്തെ പ്രധാന കടമ. ഇത് ബൈറൂത്തിന്റെ വികാരമാണ്. ബൈറൂത്തും ഒരുകാലത്ത് അതിമനോഹരമായ ഒരു നഗരമായിരുന്നു. അറുപതുകളിൽ ഞാനവിടെ പോയിട്ടുണ്ട്. എന്നാൽ

വംശീയ പോരാട്ടത്തിന്റെ കുരുക്ഷേത്രമായി മാറിയ ബൈറൂത്ത് ഇന്ന് കൊലപാതകത്തിന്റെ നഗരമാണ്. വെടിയൊച്ചകൾ മാത്രമാണ് അവിടെ കേൾക്കുന്നത്. അവിടത്തെ പിഞ്ചുതലമുറ തോക്കുകൾ കണ്ടാണ് വളരുന്നത്. വെടിയൊച്ചകൾമാത്രം കേട്ടാണ് അവർ ജീവിക്കുന്നത്. അവരുടെ ഹൃദയങ്ങളിൽ മൃദുലവികാരങ്ങൾക്കൊന്നും സ്ഥാനമില്ല. അച്ഛൻ, അമ്മ, സഹോദരങ്ങൾ എന്നൊക്കെയുള്ള ബന്ധങ്ങൾ അവർക്കറിയില്ല. മുൻ സൂചിപ്പിച്ച ബോംബെയിലെ മുനിസിപ്പൽ സ്കൂളിലെ 10 വയസ്സുകാരന്റെ വികാരവും ഇതുതന്നെയല്ലേ? മുസ്ലിമിനെ കൊല്ലുക എന്നല്ലാതെ മറ്റെന്തു വികാരമാണ് ആ കുരുന്നുമനസ്സിലുള്ളത്? ബോംബെയും ബൈറൂത്താകും എന്നതിന്റെ വ്യക്തമായ സൂചനയല്ലേ ഇത്. ഈ വിഷവ്യാപനം തടയാനുള്ള സംഘടിതവും ബോധപൂർവ്വവുമായ പരിശ്രമമല്ലേ മുതിർന്ന തലമുറ ഇന്ന് നടത്തേണ്ടത്?

രണ്ടാഴ്ചക്കാലം നീണ്ടുനിന്ന കലാപത്തിന്റെ ഫലമെന്തായിരുന്നു? അറുനൂറ്റി മൂന്നിലധികം പേർ കൊല്ലപ്പെട്ടു (പൊലീസിന്റെ കണക്ക് 450 പേർ കൊല്ലപ്പെട്ടുവെന്നും അതിൽ 288 പേർ മുസ്ലീങ്ങളാണെന്നുമാണ്). എന്നാൽ യഥാർത്ഥ സംഖ്യ അതിലും എത്രയോ ഏറെയാണ്. പതിനായിരങ്ങൾക്ക് ഭവനങ്ങൾ ഇല്ലാതായി. ഒരുലക്ഷത്തിലധികമാളുകൾ എന്നെന്നേക്കുമായി ബോംബെയോടു വിടപറഞ്ഞു. 37,000 ആളുകൾ അഭയാർത്ഥികേന്ദ്രങ്ങളിലുണ്ട്. കോടിക്കണക്കിനു രൂപയുടെ നാശനഷ്ടങ്ങൾ സംഭവിച്ചു. ഓൾ ഇന്ത്യാ മാനുഫാക്ചറേഴ്സ് ഓർഗനൈസേഷന്റെ കണക്കുപ്രകാരം ചെറുകിട-കുടിൽവ്യവസായ മേഖലയിൽമാത്രം പ്രതിദിനം 30 കോടി രൂപയുടെ വീതം നഷ്ടമുണ്ടായി എന്നാണ്. ഇന്ത്യൻ മർച്ചെന്റ്സ് ചേമ്പറിന്റെ കണക്കനുസരിച്ച് കലാപകാലത്ത് സ്ഥാപനങ്ങൾ പൂട്ടിയിട്ടതിലൂടെ 150 കോടി രൂപയുടെ നഷ്ടമുണ്ടായി. ഫെഡറേഷൻ ഓഫ് ഇന്ത്യൻ എക്സ്പോർട്ട് ഓർഗനൈസേഷന്റെ കണക്കുപ്രകാരം കലാപകാലത്ത് 1,000 കോടി രൂപയുടെ ഉല്പന്നങ്ങൾ കയറ്റുമതിചെയ്യാനാവാതെ നശിച്ചു എന്നാണ്. നാഷണൽ കൗൺസിൽ ഓഫ് അപ്ലൈഡ് ഇക്കണോമിക്സ് റിസർച്ചിന്റെ അഭിപ്രായത്തിൽ ഗ്രോസ് നാഷണൽ പ്രൊഡക്ടിൽ (ജി എൻ പി) പ്രതിദിനം 100 കോടി രൂപയുടെ നഷ്ടം വന്നിട്ടുണ്ട്. കേന്ദ്രധനമന്ത്രാലയത്തിന്റെ അഭിപ്രായത്തിൽ കലാപംമൂലം 92-93 ൽ ബോംബെയിൽനിന്നുള്ള എക്സൈസ് തീരുവ ഇനത്തിൽ 500 കോടി രൂപയുടെ കുറവു വരുമെന്നാണ്.

ഈ മനുഷ്യക്കുരുതിയും സ്വത്തു നശിപ്പിക്കലുമെല്ലാം മതത്തിനു വേണ്ടിയായിരുന്നു. എല്ലാം കെട്ടടങ്ങിയപ്പോൾ നമ്മുടെ മനസ്സിൽ ഉയരുന്ന ചോദ്യമിതാണ്: ആര് എന്തു നേടി? മതങ്ങൾക്കുവേണ്ടി മനുഷ്യർ അന്യോന്യം കൊന്നു. ഒരു മതം ജയിച്ചു. മറ്റേ മതം തോല്പിക്കപ്പെട്ടു. എന്നാൽ, മനുഷ്യരെവിടെ? മനുഷ്യർ മോർച്ചറിയിലായി. ബോംബെയിലെ ഏറ്റവും വലിയ ആശുപത്രിയായ ജെ ജെ ആശുപത്രിയിൽ നൂറുക

ണക്കിന് മൃതദേഹങ്ങൾ അട്ടിയിട്ടത് ഹിന്ദുവിനെയും മുസൽമാനെയും വേർതിരിച്ചായിരുന്നില്ല. അവിടെ എല്ലാം ഒന്നായിരുന്നു. ജീവിച്ചിരിക്കെ മതങ്ങൾ ഒന്നാക്കേണ്ട മനുഷ്യർ മരണത്തിൽ ഒന്നായി. മോർച്ചറിയിൽ തുല്യരായി. മനുഷ്യത്വവും മനഃസാക്ഷിയും മരവിച്ചുപോകുന്ന ഭയാനകമായ അവസ്ഥ.

പി ടി ഐ ബോർഡ് മീറ്റിങ്ങിൽവച്ച് കണ്ടപ്പോൾ പി എൻ ഹക്സറുമായി ഞാൻ സംസാരിക്കുകയുണ്ടായി. വന്ദ്യവയോധികനും പരിണതപ്രജ്ഞനും പണ്ഡിതനുമായ ഹക്സർ വർഷങ്ങളോളം അക്ഷരാർത്ഥത്തിൽ ഇന്ത്യയെ ഭരിച്ച ആളാണ്. നെഹ്റുവിന്റെയും ഇന്ദിരാഗാന്ധിയുടെയും കാലത്ത്. അനുഭവസമ്പന്നനായ ഹക്സർ രാജ്യത്തിന്റെ ഇന്നത്തെ ശോചനീയാവസ്ഥയെക്കുറിച്ചുള്ള തന്റെ പ്രതികരണം അറിയിച്ചത് ഇങ്ങനെയായിരുന്നു.

'നാം സൗകര്യപ്രദമായ ഒരുതരം മതിഭ്രമത്തിലാണ്' (We are under a comfortable illusion). എന്ത് അർത്ഥസമ്പുഷ്ടമായ വാക്കുകൾ. എല്ലാം നേരെയാകുമെന്നു കരുതി ഒരുതരം സുഷുപ്തിയിലായിരുന്നു നമ്മൾ. ഇതുവരെ ഇന്ത്യയെ ഇല്ലാതാക്കാൻ ഇവിടത്തെ ഫാസിസ്റ്റ് ശക്തികൾ തങ്ങളുടെ വിഷലിപ്തമായ പ്രത്യയശാസ്ത്രത്തിന്റെ ബോധപൂർവ്വമായ പ്രചാരണംവരെ ആസൂത്രിതമായി നടത്തിയിട്ടും നാം അതിന്റെ ഭവിഷ്യത്തുകളെക്കുറിച്ച് ബോധവാന്മാരായില്ല. ഇപ്പോൾ ഫാസിസ്റ്റ് ശക്തികൾ മറനീക്കി പുറത്തുവരികയും ഇന്ത്യയുടെ തകർച്ചയുടെ ആരംഭംകുറിക്കുകയും ചെയ്തിരിക്കുന്ന ഈ മുഹൂർത്തത്തിൽ ഇന്ത്യ എന്തെന്നും, എങ്ങനെ ആയിരുന്നുവെന്നും, ഇനി എന്തായിരിക്കണമെന്നും മനസ്സിലാക്കാനും പ്രചരിപ്പിക്കുവാനുമുള്ള ബോധപൂർവ്വവും സംഘടിതവുമായ പരിശ്രമങ്ങളാണ് ഇന്നു വേണ്ടത്. ഫാസിസ്റ്റ് ശക്തികൾ ഇന്ത്യാചരിത്രത്തെ വളച്ചൊടിക്കാൻ മാത്രമല്ല, മാറ്റിയെഴുതാനും ഉള്ള ശ്രമങ്ങൾ തുടങ്ങിയിരിക്കുകയാണ്. ഈ സാഹചര്യത്തിൽ ഇന്ത്യയിലെ മതേതരവിശ്വാസികളും ഉല്പതിഷ്ണുക്കളും തങ്ങളുടെ ആധിപത്യവും അധീശത്വവും ഇന്ത്യൻ സമൂഹത്തിനുമേൽ സ്ഥാപിച്ചെടുക്കേണ്ടതുണ്ട്. അതിനായി മതിഭ്രമത്തിൽനിന്ന് നാം ഞെട്ടി ഉണരണം. അല്ലെങ്കിൽ സംഭവിക്കുക ഇന്ത്യയുടെ അന്ത്യമായിരിക്കും എന്ന മുന്നറിയിപ്പാണ് ആദരണീയനായ ഹക്സറുടെ മേലുദ്ധരിച്ച വാചകത്തിന്റെ അർത്ഥം എന്ന് ഞാൻ മനസ്സിലാക്കുന്നു.

ഡോ.സക്കീർ ഹുസൈൻ 1946 ൽ ചെയ്ത ഒരു പ്രസംഗം കണ്ണുനീരോടെയാണ് അന്ന് ജനങ്ങൾ ശ്രവിച്ചത്. കോൺഗ്രസും മുസ്ലീംലീഗുമായി ധാരണയ്ക്കുള്ള എല്ലാ ശ്രമങ്ങളും പരാജയപ്പെട്ട ഒരു ഘട്ടം കൽക്കത്തയിൽ കൊലപാതകങ്ങളും ബോംബെയിലും നൗഖാലിയിലും ബിഹാർ, പഞ്ചാബ് എന്നിവിടങ്ങളിലും തീവയ്പും കൊലയും വ്യാപകമായ സ്വത്തുനാശവും നടമാടുന്ന അവസരം. അന്ന് ഡോ. സക്കീർ ഹുസൈൻ പറഞ്ഞു:

> ഈ നാട്ടിൽ ജ്വലിച്ചുകൊണ്ടിരിക്കുന്ന പരസ്പരവിദ്വേഷത്തിന്റെ തീ, പൂന്തോട്ടങ്ങൾ വച്ചുപിടിപ്പിക്കാനും വളർത്തിയെടുക്കാനുമുള്ള നമ്മുടെ ജോലിയെ ശുദ്ധഭ്രാന്താക്കി മാറ്റുന്നു. ഈ തീയാകട്ടെ, മാന്യതയും മനുഷ്യത്വവും ഊട്ടിവളർത്തിയ ഈ ഭൂമിയെത്തന്നെ ചുട്ടുകരിക്കുകയാണ്. ഇവിടെ നന്മയുടെയും സമചിത്തതയുടെയും വ്യക്തിത്വമുള്ള പുഷ്പങ്ങൾ എങ്ങനെ വളരും. സ്വഭാവനിലവാരം മൃഗങ്ങളെക്കാൾ താഴ്ന്ന ഒരവസ്ഥയിൽ മനുഷ്യന്റെ ധാർമ്മികത യുടെ ഉൽക്കർഷത്തിന് നമുക്ക് എങ്ങനെ മാറ്റുകൂട്ടാൻ കഴിയും? ദൈവത്തെ ഓർത്ത് നിങ്ങൾ ഒത്തൊരുമയോടെ യോജിച്ച് ഈ തീ കെടുത്തുക. ആരാണ് തീ കൊളുത്തിയത് എന്നോ അതെ ങ്ങനെ കത്തിത്തുടങ്ങിയെന്നോ അന്വേഷിക്കാനുള്ള സമയമല്ല ഇത്. തീ കത്തിക്കൊണ്ടിരിക്കുകയാണ്. അത് കെടുത്തിയേ തീരൂ.

ഒടുവിൽ പറഞ്ഞ വരികളെക്കാൾ പ്രസക്തമായ മറ്റൊരു വരി ഇന്നു നമുക്ക് സങ്കല്പിക്കാനാവുമോ? എല്ലാം മറന്നുകൊണ്ട് നാം ഇന്ന് ഓർ മ്മിക്കേണ്ടത് അതുതന്നെയാണ്. തീ കത്തിക്കൊണ്ടിരിക്കുകയാണ്; അ ത് കെടുത്തിയേ തീരൂ.

1993

ഹൈന്ദവഫാസിസത്തിന്റെ ദംശനമേറ്റ ഇന്ത്യൻ മുസ്ലീങ്ങൾ

ഇസ്ലാം മതത്തിന്റെ ഇന്ത്യയിലേക്കുള്ള ആഗമനത്തിന് രണ്ടു വഴികളുണ്ടെന്നു പറയാം. ഒന്ന്, കേരളത്തിലെ കൊടുങ്ങല്ലൂരിൽ മുസ്ലീങ്ങൾ വന്നെത്തി. ഇത് പ്രവാചകൻ മുഹമ്മദിന്റെ കാലത്തോ അതിനു തൊട്ടുടനെയോ നടന്നു. വടക്കേ ഇന്ത്യയിൽ ഇസ്ലാം കടന്നുവരുന്നത് എ ഡി 712 ലാണ്. മുഹമ്മദ് ഇബ്നുഖാസിം എന്ന യുവാവിന്റെ നേതൃത്വത്തിൽ ഒരുസംഘം അറബികൾ സിന്ധിലെ ദബാൽ എന്ന സ്ഥലത്തെത്തി. ഇന്ത്യയിൽ ഇസ്ലാം മതത്തിന്റെ വ്യാപനത്തിന് നിദാനമായി വർത്തിച്ച രണ്ടു ചരിത്രസംഭവങ്ങളാണിവ. ഇസ്ലാം വാളുകൊണ്ടല്ല ഇന്ത്യയിൽ പ്രചരിച്ചത്. ഇസ്ലാം ഉയർത്തിപ്പിടിക്കുന്ന സഹിഷ്ണുതയും വിശ്വമാനവികതയുമാണ് ഇസ്ലാമികവ്യാപനത്തിന് നിമിത്തം.

ഇസ്ലാം കടന്നുവരുമ്പോൾ ഇവിടെ നിലനിന്നിരുന്ന സാമൂഹിക പശ്ചാത്തലം ജാതിചിന്തയിലും ജാതിവ്യവസ്ഥയിലും അധിഷ്ഠിതമായിരുന്നു. മനുഷ്യരെ വിവിധ തട്ടുകളിലായി വേർതിരിച്ചുകൊണ്ട് ജാതീയത ഉറപ്പിച്ചുനിർത്തുന്നതിനുള്ള നിയമങ്ങളും ന്യായങ്ങളുമൊക്കെ ഇവിടെ ആവിഷ്കരിക്കപ്പെട്ടിരുന്നു. ജാതിവ്യവസ്ഥ സമൂർത്തമായി തഴച്ചുവളർന്നിരുന്ന ഒരു കാലഘട്ടത്തിൽ സാഹോദര്യത്തിന്റെയും (Brotherhood) സമത്വത്തിന്റെയും മഹിതസന്ദേശവുമായി ഇവിടെ കടന്നുവന്ന ഇസ്ലാം ഇന്നാട്ടുകാരിൽ സ്വാധീനം ചെലുത്തി. ഇരുകരവും നീട്ടി ഈ രാജ്യത്തെ ജനം മുസ്ലീങ്ങളെ സ്വാഗതം ചെയ്തു. എന്നുമാത്രമല്ല, അവർക്കിവിടെ ജീവിക്കാനാവശ്യമായ സൗകര്യം ചെയ്തുകൊടുത്തു. ആരാധനാലയങ്ങൾ സ്ഥാപിക്കാൻ ഒത്താശ ചെയ്തുകൊടുത്തു. ജാതിവ്യവസ്ഥയുടെ നുകത്തിൽ ഞെരിഞ്ഞമർന്നിരുന്ന ജനത കൂട്ടത്തോടെ ഇസ്ലാംമതം സ്വീകരിച്ചു.

ഇന്ത്യയിൽ ഇസ്ലാം സർവ്വാശ്ലേഷകമായ സ്വാധീനം ചെലുത്തിയതായി കാണാം. ദർശനങ്ങളിലും ചിന്തയിലും വിശ്വാസകാര്യങ്ങളിലും ആചാരരീതികളിലും ഇവ ദൃശ്യമാണ്. വിഗ്രഹാരാധനയ്ക്കെതിരിലുള്ള ഇസ്ലാമിന്റെ ഏകദൈവത്വവിശ്വാസം ഇവിടത്തെ ജനവിഭാഗങ്ങളിൽ സ്വാധീനം ചെലുത്തിയിട്ടുണ്ട്. ഉദാഹരണമായി ജൈനമതത്തിലെ ഒരു വിഭാഗമായ 'സ്താനക് വാസികൾ'. ഇവർ വിഗ്രഹാരാധനയ്ക്ക് എതിരായിരുന്നു. അതുപോലെ തിരിച്ചും. ഇന്നാട്ടിലെ ആചാരരീതികളും സമ്പ്രദായങ്ങളും മുസ്ലീങ്ങളിലും സ്വാധീനം ചെലുത്തിയിട്ടുണ്ട്. ഉദാഹരണത്തിന് മലബാറിലെ മാപ്പിളമാരിൽ നിലനിന്നുപോന്ന മരുമക്കത്തായസമ്പ്രദായം. അതുപോലെ സൂഫിസത്തിൽ ഇന്ത്യൻ ഫിലോസഫിയുടെ ചിന്താധാര കണ്ടെത്താം. കല, ശില്പകല, സംഗീതം എന്നിവയിൽ ഇസ്ലാം ആഴത്തിൽ സ്വാധീനം ചെലുത്തിയിട്ടുണ്ട്. മാപ്പിളപ്പാട്ട് മറ്റെങ്ങും കാണാനാവാത്ത പ്രത്യേക കലാശകലമാണ്. അതിവിടത്തെ മുസ്ലീങ്ങളുടെ സംഭാവനയാണ്. എന്നല്ല, ഈ രാജ്യത്തെ എല്ലാ ജനവിഭാഗത്തിന്റെയും സ്വത്താണ്. കലയിലും സംഗീതത്തിലും ശില്പവിദ്യയിലും നാം ഇന്ത്യക്കാർ തനതായ വ്യക്തിത്വം നിലനിർത്തുന്നു. ഈ തനിമയാകട്ടെ, ഇസ്ലാമും ഇതരദർശനങ്ങളും സംഭാവന ചെയ്തതാണ്. അതായത് ഇന്ത്യൻ സംസ്കാരത്തിന്റെ അന്തര്യാമിയായി നിലനില്ക്കുന്നത് ഇവിടത്തെ എല്ലാ മതങ്ങളും മതദർശനങ്ങളുമാണെന്നർത്ഥം. വൈവിദ്ധ്യപൂർണ്ണങ്ങളായ മതങ്ങളുടെയും ദർശനങ്ങളുടെയും തജ്ജന്യമായ സാംസ്കാരികധാരയുടെയും സമഞ്ജസസമന്വയമാണ് ഇന്ത്യൻ സംസ്കാരം. മതദർശനങ്ങളെ അതിർവരമ്പുകൾ തിരിച്ചു കാണുന്നത് ശരിയല്ല. ദേശീയ അതിർവരമ്പുകൾക്കതീതമാണത്. പക്ഷികളെപ്പോലെ അത് പ്രവിശാലമായ ഈ ഭൂപ്രദേശത്തൊക്കെയും സ്വച്ഛന്ദം പറന്നുനടക്കും.

മുസ്ലിം രാജാക്കന്മാരെ വിദേശികളെന്ന് മുദ്രകുത്തി അന്യമാക്കുന്ന രീതിശാസ്ത്രം ശരിയല്ല. ഇന്ത്യയിൽ ജനിച്ചുവളർന്നവർ ഇന്ത്യക്കാരാണ്. അവരെ വിദേശികളായി കാണാൻ കഴിയില്ല. ഇതേ മാനദണ്ഡം വച്ചുകൊണ്ട് നോക്കുമ്പോൾ ഇന്ത്യയുടെ പാരമ്പര്യം കുത്തകയായി അവകാശപ്പെടാൻ അർഹതയുള്ളവർ ആരുണ്ടിവിടെ? ഹുമയൂൺ, അക്ബർ, ജഹാംഗീർ, ഷാജഹാൻ, ഔറംഗസീബ്, ബഹദൂർഷാ, മുഹമ്മദ്ഷാ ഇവരെല്ലാം ഇന്ത്യയിൽ ജനിച്ചുവളർന്ന ഇന്ത്യക്കാരായ ഭരണാധികാരികളാണ്. അശോകനെയും കനിഷ്കനെയും ശിവജിയെയുംപോലെ മുസ്ലിം ഭരണാധികാരികളെയും ഇന്ത്യൻ രാജാക്കന്മാരായി കാണാൻ നമുക്കു കഴിയണം.

മുസ്ലിം ഭരണാധികാരികളെ അക്രമികളായി ചിത്രീകരിക്കുന്നതും ചരിത്രത്തോടു ചെയ്യുന്ന അനീതിയാണ്. കാരണം, അവർ നടത്തിയ യുദ്ധങ്ങളെല്ലാംതന്നെ രാഷ്ട്രീയത്തിന്റെയും അധികാരത്തിന്റെയും ഭാഗമായിരുന്നു. ഏതു രാജവംശം ഭരിക്കുമ്പോഴും അത് ഏതു മതത്തിൽപ്പെട്ടവരായിരുന്നാലും സംഘട്ടനം ഉണ്ടായിട്ടുണ്ട്. മുസ്ലിം ഭരണകാലത്തെ

പലരും വിലയിരുത്തുന്നത് മതപരമായ വീക്ഷണത്തിലാണ്; ഇന്ത്യ എന്നു പറയുന്നത് മറ്റൊരു മതത്തിന്റെ ആളുകളുടെ നാടും. പക്ഷേ, ഈ വിഭജനം തെറ്റാണ്.

മുസ്ലിം ഭരണാധികാരികൾ തമ്മിൽത്തമ്മിലും ഹിന്ദുരാജാക്കന്മാർ തമ്മിൽത്തമ്മിലും യുദ്ധം ചെയ്തിട്ടുണ്ട്. അശോകൻ നടത്തിയ കലിംഗയുദ്ധം മുസ്ലീങ്ങളോടായിരുന്നില്ലല്ലോ. രാഷ്ട്രീയലക്ഷ്യങ്ങൾക്കുവേണ്ടി അക്ബറും മഹാറാണാ പ്രതാപും തമ്മിൽ യുദ്ധം നടത്തിയിട്ടുണ്ട്. മുഗൾ ചക്രവർത്തിമാർ ഡക്കാനിലെ മുസ്ലിം ഭരണാധികാരികളുമായി നിരന്തരം യുദ്ധം നടത്തി. മറാത്തരും രജപുത്രരും തമ്മിൽ നിതാന്ത ശത്രുതയിലായിരുന്നു. രജപുത്രർ മറാത്തർക്കെതിരെ ഔറംഗസീബുമായി കൂട്ടുചേർന്ന് യുദ്ധം ചെയ്തിട്ടുണ്ട്. ബാബർക്കെതിരെ യുദ്ധം ചെയ്ത റാണാസംഗയെ സഹായിച്ചവരായിരുന്നു സുൽത്താൻ അഹമ്മദ് ലോദിയും ഹസൽഖാൻ മേവാതിയും. ഇബ്രാഹിം ലോദിയെ തോല്പിച്ചുകൊണ്ടായിരുന്നു ബാബർ മുഗൾ സാമ്രാജ്യം സ്ഥാപിച്ചത്. ചുരുക്കത്തിൽ ഇവരൊക്കെ ചെയ്ത യുദ്ധം മതത്തിന്റെയോ സമുദായത്തിന്റെയോ ആധിപത്യം സ്ഥാപിക്കാനായിരുന്നില്ല. മറിച്ച്, രാഷ്ട്രീയതാല്പര്യങ്ങൾ മുൻനിർത്തിയായിരുന്നു.

അതുപോലെ മുസ്ലിം കാലഘട്ടത്തിൽ നടന്ന ക്ഷേത്രക്കവർച്ചയെ മതത്തിന്റെ പേരിൽ പൂർണ്ണമായി എഴുതിച്ചേർക്കുന്നത് ശരിയല്ല. സാമ്രാജ്യവികസനത്തിന്റെയും ഭരണമേധാവിത്വം ഉറപ്പിക്കുന്നതിന്റെയും ഖജനാവ് കുത്തിനിറയ്ക്കുന്നതിന്റെയും ഭാഗമായിരുന്നു ഇത്തരം കൊള്ളകൾ. മുസ്ലിം രാജാക്കന്മാർ മാത്രമല്ല, ഹിന്ദു രാജാക്കന്മാരും ഇത്തരം ക്ഷേത്രാക്രമണങ്ങൾ നടത്തിയിട്ടുണ്ട്. പതിനൊന്നാം നൂറ്റാണ്ടിൽ കശ്മീരിലെ രാജാവായിരുന്ന ഹർഷദേവൻ നിരവധി ക്ഷേത്രങ്ങൾ കൊള്ളയടിച്ചു. പന്ത്രണ്ടാം ശതകത്തിൽ ഗുജറാത്തിലെ പരമാരവംശജനായിരുന്ന സുഭഗവർമ്മൻ നിരവധി ജൈനക്ഷേത്രങ്ങൾ തകർത്തിട്ടുണ്ട്. ഔറംഗസീബ് പോലും അത്തരം നടപടികൾ സ്വീകരിച്ചത് രാഷ്ട്രീയലക്ഷ്യം വെച്ചുകൊണ്ടായിരുന്നു. ആരാധനാലയങ്ങൾ തകർക്കൽ ലോകത്തിലെ മറ്റു പല സ്ഥലങ്ങളിലും നടന്നിട്ടുണ്ട് (Communalism in India എന്ന ഗ്രന്ഥത്തിലെ കെ എൻ പണിക്കരുടെ അവതാരിക കാണുക). ഔറംഗസീബുൾപ്പെടെയുള്ള മുസ്ലിം ഭരണാധികാരികളുടെ സൈന്യാധിപരിൽ ഹിന്ദുക്കളുണ്ടായിരുന്നു. ശിവജിയുടെ സൈന്യാധിപരിൽ മുസ്ലീങ്ങളുമുണ്ടായിരുന്നു. എന്തിനധികം? കേരളത്തിലെ സാമൂതിരിയുടെ മുഖ്യസൈന്യാധിപൻ കുഞ്ഞാലിമരയ്ക്കാരായിരുന്നു.

ഇന്ത്യയുടെ ഏകീകരണം പൂർണ്ണാർത്ഥത്തിൽ ഉണ്ടായത് ബ്രിട്ടീഷുകാരുടെ ഭരണകാലത്താണ്. മുഗൾ ഭരണകാലത്ത് ഇന്നത്തെ പാകിസ്ഥാനും ബംഗ്ലാദേശുമുൾപ്പെടെയുള്ള അവിഭക്തഭാരതം ചില പ്രദേശങ്ങൾ ഒഴിച്ചുനിർത്തിയാൽ താരതമ്യേന ഏകീകരിക്കപ്പെട്ടിരുന്നതായി കാണാം. മുസ്ലിം ഭരണകാലഘട്ടം തനതായ ഇസ്ലാമികഭരണഘട്ടമായി

രുന്നില്ല. അവരുടെ മഹത്തായ സംഭാവനകൾ ഇന്നും സജീവമായി നിലനില്ക്കുന്നു. താജ്മഹൽ ഉദാഹരണം. വാസ്തവത്തിൽ ഇതൊക്കെ ഇന്ത്യയുടെ മൊത്തം സംഭാവനയായി കാണാൻ കഴിയേണ്ടതുണ്ട്. ഭക്തി പ്രസ്ഥാനത്തിന്റെ വക്താവായ കബീർ, ഇന്ത്യയുടെ ധന്യനായ തത്ത്വചിന്തകനാണ്. ഡോ. മുഹമ്മദ് ഇഖ്ബാൽ, രാമനെക്കുറിച്ച് സുന്ദരമായ കവിത ഉർദുവിൽ രചിച്ചിട്ടുണ്ട്. *ഉപനിഷത്തുകൾ* പേർഷ്യൻ ഭാഷകളിലേക്ക് വിവർത്തനംചെയ്ത് പ്രസിദ്ധീകരിക്കുവാൻ ഷാജഹാൻ ദാരാഷുക്കോവിനെ ചുമതലപ്പെടുത്തുകയുണ്ടായി. പക്ഷേ, ഇതൊക്കെ വിസ്മരിച്ചുകൊണ്ട് ഇന്ത്യാ ചരിത്രത്തെയും സ്ഥലനാമങ്ങളെയും മുഴുവൻ തിരുത്തി സമ്പൂർണ്ണമായി 'ഹൈന്ദവ'മാക്കി അവതരിപ്പിക്കാനുള്ള ശ്രമങ്ങൾ ഹൈന്ദവയാഥാസ്ഥിതികത്വം നടത്തിക്കൊണ്ടിരിക്കുന്നു.

മന്ദിർ-മസ്ജിദ് വിവാദം വാസ്തവത്തിൽ കുത്തിപ്പൊക്കിയത് ബ്രിട്ടീഷുകാരാണ്. വിഭജനത്തിനു മുമ്പുവരെ അവിടെ യാതൊരു തർക്കവും ഉണ്ടായിരുന്നില്ല. തുളസീദാസിന്റെ *രാമചരിതമാനസ*ത്തിൽ അമ്പലം പൊളിച്ചാണ് ബാബർ പള്ളി പണിതതെന്ന് പറയുന്നില്ല. രാമഭക്തനായ തുളസീദാസിന്റെ ജീവിതകാലം 1543–1623 ആണ്. 1528 ൽ ബാബർ ഇന്നത്തെ അയോദ്ധ്യയിൽ പള്ളി പണിതത് അമ്പലം പൊളിച്ചായിരുന്നുവെങ്കിൽ തീർച്ചയായും അദ്ദേഹം അത് പറയേണ്ടതായിരുന്നു.

സത്യത്തിൽ രാമജന്മഭൂമി-ബാബറി മസ്ജിദ് പ്രശ്നം രാഷ്ട്രീയവല്ക്കരിക്കപ്പെട്ടിരിക്കയാണ്. രാമനെ രക്ഷിക്കാൻ രാഷ്ട്രീയപാർട്ടികൾ വേണമെന്നു വന്നാൽ പിന്നെ രാമൻ ദൈവമല്ലാതാവുകയാണ്. സർവ്വശക്തനായ ദൈവത്തെത്തന്നെ രക്ഷിക്കേണ്ട അവസ്ഥ വന്നാൽ പിന്നെ സ്രഷ്ടാവിന് എന്തു പണിയാണുള്ളത്? ഇപ്പോൾ ഈ വിഷയം ന്യായങ്ങളിൽനിന്നൊക്കെ മാറിയിരിക്കുന്നു. ബാബറി മസ്ജിദ് സ്ഥിതിചെയ്യുന്നിടത്ത് മുമ്പ് രാമക്ഷേത്രം നിലനിന്നിരുന്നുവെന്ന് ചരിത്രപരമായോ ഭൂഗർഭശാസ്ത്രഗവേഷണപരമായോ തെളിയിക്കാൻ കഴിയാതിരിക്കെ, ഇത് വിശ്വാസത്തിന്റെ പ്രശ്നമാണ്; തെളിവിന്റെ പ്രശ്നമല്ല എന്നാണ് ബി ജെ പി യും വി എച്ച് പി യും ആർ എസ് എസും വാദിക്കുന്നത്. അമ്പലം ഉണ്ടായിരുന്നുവെന്ന് തെളിയുകയും കണ്ടുപിടിക്കുകയും ചെയ്താൽ അതംഗീകരിക്കും. ഇല്ലായെന്ന് തെളിയുകയാണെങ്കിൽ അതംഗീകരിക്കുന്ന പ്രശ്നമേയില്ല - അവർ അവകാശപ്പെടുന്നു. അവർ ചെയ്യേണ്ട കാര്യം ആദ്യമേ തീരുമാനിച്ചുകഴിഞ്ഞു. എന്നിട്ടാ തീരുമാനം മറ്റുള്ളവർ അംഗീകരിക്കണമെന്ന് വാശിപിടിക്കുന്നു! രണ്ടു കക്ഷികളും ചർച്ചചെയ്തെത്തുന്ന തീരുമാനം രണ്ടുകൂട്ടരും സ്വീകരിക്കുകയെന്ന നിലപാടല്ല അവർക്കുള്ളത്. മറിച്ച് ഞങ്ങളൊന്നു തീരുമാനിച്ചു വച്ചിരിക്കുന്നു. ആ തീരുമാനം നിങ്ങളെങ്ങനെ അംഗീകരിക്കുന്നു എന്ന കാര്യത്തിലാണ് ചർച്ച.

ഇന്ത്യക്ക് സ്വാതന്ത്ര്യം കിട്ടിയ '47 ആഗസ്ത് പതിനഞ്ച് മാനദണ്ഡമായി അംഗീകരിച്ചുകൊണ്ട് അന്ന് ഉള്ളത് ഉള്ളതുപോലെ നിർത്തുക

യാണ് വേണ്ടത്. '49-ൽ വിഗ്രഹം കൊണ്ടുപോയി പള്ളിയിൽ പ്രതിഷ്ഠിച്ചപ്പോൾ അന്നത് മാറ്റേണ്ടിയിരുന്നു. പക്ഷേ, അതുണ്ടായില്ല. അന്ന് കേന്ദ്രം ഭരിച്ചത് നെഹ്റുവും യു പി ഭരിച്ചത് ഗോവിന്ദ വല്ലഭ പാന്തും ആയിരുന്നു. ഒരു ക്രിമിനൽ ആക്ടിനെ തത്ത്വത്തിൽ ജസ്റ്റിഫൈ ചെയ്യുകയാണ് ഫലത്തിൽ സംഭവിച്ചത്. അന്നേ അത് അണച്ചിരുന്നുവെങ്കിൽ ഇന്നത് നീറിപ്പുകയുകയില്ലായിരുന്നു. '86 ൽ ഏകപക്ഷീയമായി ഹിന്ദുക്കൾക്ക് വിവാദ ആരാധനാലയം തുറന്നുകൊടുത്തതും '89 ൽ തർക്കസ്ഥലത്ത് ശിലാന്യാസം നടത്താൻ അനുവദിച്ചതും ഹൈന്ദവ വർഗ്ഗീയതയ്ക്ക് ലഭിച്ച പ്രചോദനങ്ങളായിരുന്നു.

ഹിന്ദുക്കളെ വൈചാരികമായി യോജിപ്പിക്കുന്നതിനു പകരം വൈകാരികമായി ഭ്രാന്തുപിടിപ്പിച്ച് ഏകീകരിപ്പിക്കാനാണ് തല്പരകക്ഷികൾ ഈ പ്രശ്നം കൊണ്ടുനടക്കുന്നത്. ബാബറിപ്രശ്നം അവസാനിപ്പിച്ചാൽ വേറൊരു പ്രശ്നം അവർ ഉണ്ടാക്കും. ഈ വിഷയംകൊണ്ട് ഹിന്ദു മെജോറിറ്റിയെ സ്വാധീനിക്കാൻ കഴിയാതെവന്നാൽ മറ്റൊരു പ്രതീകം അവർ നോക്കിപ്പോകും. മൂവായിരം മുസ്ലിം ദേവാലയങ്ങൾ പൊളിക്കാനാണ് തങ്ങളുടെ തീരുമാനമെന്ന് വി എച്ച് പി പലവുരു വ്യക്തമാക്കിയിട്ടുണ്ട്.

അയോദ്ധ്യയിൽത്തന്നെ ഏഴായിരത്തിൽപ്പരം അമ്പലങ്ങൾ വേറെയുണ്ട്. അവിടങ്ങളിലെ ഹിന്ദുക്കൾ അവകാശപ്പെടുന്നത് തങ്ങളുടെ അമ്പലത്തിലാണ് ശ്രീരാമൻ ജനിച്ചതെന്നാണ്. ശ്രീരാമന്റെ അമ്മ ജനിച്ചത് പാട്യാലയിലാണ്. അതുകൊണ്ട് നാളെ പാട്യാല എന്നുപറയുന്ന രാജ്യം മുഴുവൻ പിടിക്കണമെന്നു പറഞ്ഞാൽ നടക്കുമോ?

ഈയിടെ ബൗദ്ധ-ജൈന ക്ഷേത്രങ്ങളും വിഹാറുകളും എത്രയോ നശിപ്പിക്കപ്പെടുകയും അമ്പലങ്ങളായി പരിവർത്തിപ്പിക്കപ്പെടുകയും ചെയ്തിട്ടുണ്ട്. ഇപ്പോഴും അവകാശവാദം ഉന്നയിച്ചുകൊണ്ടിരിക്കുന്ന ബോധിഗയയും കൂടൽമാണിക്യവും ഉദാഹരണങ്ങൾ.

ബ്രിട്ടീഷുകാർക്കെതിരായിട്ട് ഹിന്ദു-മുസ്ലിം ഐക്യം ഉണ്ടായിരുന്നു. 1857 ലെ ഒന്നാം സ്വാതന്ത്ര്യസമരം ഇതിന്റെ പ്രകടമായ ഉദാഹരണമാണ്. മുസ്ലീങ്ങൾ ബ്രിട്ടീഷ് മേധാവിത്വത്തിനെതിരാണെന്നു കണ്ടപ്പോൾ ഹിന്ദുക്കളെയും മുസ്ലീങ്ങളെയും ഭിന്നിപ്പിക്കാൻ ശ്രമിച്ചു. ഒരു പരിധിവരെ അത് വിജയിച്ചു. പിന്നീട് ഹിന്ദുക്കളിലെ സവർണ്ണവിഭാഗത്തെ പ്രീണിപ്പിച്ച് എല്ലാ സൗകര്യങ്ങളും ചെയ്തുകൊടുത്തു. ഉയർന്ന ഉദ്യോഗങ്ങളിൽ അവരെ കുടിയിരുത്തി. മുസ്ലിംവിഭാഗത്തെ കരുതിക്കൂട്ടി അവഗണിച്ചു. വിദ്യാഭ്യാസപരമായി അവർ പിന്നിലായി. ഹിന്ദുക്കളെ ഉയർത്തിക്കൊണ്ടുവന്നു. അന്നത്തെ ചരിത്രപരമായ പശ്ചാത്തലവും കൂടിയായപ്പോൾ മുസ്ലീങ്ങൾ കൂടുതൽ പിന്നോക്കാവസ്ഥയിലേക്ക് പോയി. വിദ്യാഭ്യാസ, സാമ്പത്തിക, രാഷ്ട്രീയ, പ്രതിരോധ, പൊലീസ്, ഭരണമണ്ഡലങ്ങളിൽ മുസ്ലീം പ്രാതിനിദ്ധ്യം തീരെ കുറവാണ്. ഈ രംഗത്തുനിന്ന് അവരെ മാറ്റിനിർത്തുന്നതിൽ ബ്രിട്ടീഷുകാരും ഫാസിസ്റ്റ് ശക്തികളും ആസൂത്രിതമായി ശ്രമിച്ചിട്ടുണ്ട്. മുമ്പുകാലത്ത് മുസ്ലീങ്ങൾ ഈ രംഗത്തൊക്കെ വള

രെ മികച്ചു നിന്നിരുന്നുതാനും.

തങ്ങൾ ന്യൂനപക്ഷമാണെന്നും നീതി ലഭിക്കുന്നില്ലെന്നും സുരക്ഷിതരല്ലെന്നും ഉള്ള ബോധം മുസ്ലീങ്ങളെ ബാധിച്ചിട്ടുണ്ടെന്നതു നേരാണ്. വിശിഷ്യ നോർത്തിന്ത്യയിലെ മുസ്ലീങ്ങളിൽ വ്യവസായ-വാണിജ്യ-സാമ്പത്തിക-അധികാര രംഗങ്ങളിൽ തങ്ങളില്ലായെന്ന ബോധം നിലനില്ക്കുന്നുണ്ട്. ഇവിടെ വളർന്നുകൊണ്ടിരിക്കുന്ന 'ഹിന്ദുത്വ മെജോറിറ്റി മൂവ്മെന്റ്' അവരിൽ ഭയം സൃഷ്ടിച്ചുകൊണ്ടിരിക്കുന്നു.

മുസ്ലീങ്ങൾ തങ്ങളുടെ പ്രശ്നങ്ങൾ പരിഹരിക്കുന്നതിന് സാമുദായികമായി സംഘടിക്കുകയല്ല വേണ്ടത്. മറിച്ച്, സെക്യുലറായി സംഘടിക്കുകയാണ് ചെയ്യേണ്ടത്. സെക്യുലർ ഇന്ത്യയിൽ മഹാഭൂരിപക്ഷം വരുന്ന ഹിന്ദുക്കൾ വർഗ്ഗീയവാദികളല്ല. ഫാസിസ്റ്റ് ശക്തികൾക്ക് ചെറിയൊരു ശതമാനത്തിന്റെയേ പിന്തുണയുള്ളൂ. ഹിന്ദുക്കളിലെയും മുസ്ലീങ്ങളിലെയും മറ്റു ന്യൂനപക്ഷങ്ങളിലെയും സെക്യുലർ വീക്ഷണമുള്ളവർ യോജിച്ചുനില്ക്കുകയാണ് വേണ്ടത്. നേരെ മറിച്ച്, വർഗ്ഗീയമായി സംഘടിച്ചാൽ സംഭവിക്കുക കമ്യൂണലായി ശക്തിയുള്ള ഒരു പാർട്ടി ഡൽഹിയിൽ അധികാരത്തിൽ വരികയും അവരുടെ മതത്തിന്റെ നിയമം ഇവിടെ നടപ്പാക്കുകയും ചെയ്യുക എന്നതാണ്. ഇത് വലിയ ആപത്താണ്.

ദ്വിരാഷ്ട്രവാദം ഇവിടെ അവതരിപ്പിച്ചത്, ഹിന്ദു യാഥാസ്ഥിതികത്വമാണ്. 1937 ൽ അഹമ്മദാബാദ് മേഖലകളിൽ മുസ്ലീങ്ങൾ ഇന്നത്തെപ്പോലെ ബഹുദൂരം പിന്നിലായിരുന്നില്ല. വിഭജനത്തിനുശേഷമാണ് ഇന്നു കാണുന്ന ശോച്യാവസ്ഥയുണ്ടായത്. മുസ്ലീങ്ങൾ അവരുടെ ഭരണഘടനാപരമായ അവകാശങ്ങൾക്കുവേണ്ടി രംഗത്തുവരുമ്പോൾ അതിനെ സാമുദായികപ്രശ്നമായി കാണുന്ന ഒരുതരം ഫോബിയയിലാണ് ഇന്ത്യയിലെ ചില സെക്യുലറിസ്റ്റുകൾ. മുസ്ലീങ്ങൾ അവരുടെ സാംസ്കാരിക വ്യക്തിത്വത്തെക്കുറിച്ചും അവകാശങ്ങളെക്കുറിച്ചും ചിന്തിക്കുന്നത് പുതിയ ഒരു പാകിസ്ഥാനുവേണ്ടിയാണ് എന്ന തോന്നൽ ചിലർക്കെങ്കിലുമുണ്ട്. മുസ്ലീങ്ങളുടെ പ്രശ്നങ്ങളെക്കുറിച്ചുള്ള ചർച്ചപോലും അവർ ഇഷ്ടപ്പെടുന്നില്ല.

ഇന്ത്യ ധാരാളം ഉപദേശീയതകളുള്ള രാജ്യമാണ്. ഈ യാഥാർത്ഥ്യം അംഗീകരിക്കാതെ കൃത്രിമമായ ഏകതയ്ക്കുവേണ്ടിയുള്ള മുറവിളി ഇന്ത്യയെ ശിഥിലമാക്കാനേ ഉപകരിക്കൂ. എല്ലാ വിഭാഗങ്ങളെയും അംഗീകരിച്ചുകൊണ്ട് നാനാത്വത്തിൽ ഏകത്വം എന്ന സമീപനത്തിലൂടെ മുന്നോട്ടുപോവുകയാണ് രാഷ്ട്രത്തിന്റെ വളർച്ചയ്ക്ക് അത്യാവശ്യമായിട്ടുള്ളത്.

ഇന്ത്യൻ മുസ്ലീങ്ങളുടെ പ്രശ്നങ്ങൾക്ക് ഇസ്ലാമിന്റെ കാഴ്ചപ്പാടനുസരിച്ചുള്ള പരിഹാരങ്ങളേ ഫലപ്രദമാവൂ. മുഴുവൻ മനുഷ്യരുടെയും ക്ഷേമത്തിനുവേണ്ടി നിലകൊള്ളുന്ന ഒരു ആദർശസമൂഹമായി മുസ്ലീങ്ങൾ എഴുന്നേറ്റു നില്ക്കണം. സാമുദായികമായി ചിന്തിക്കുന്നതും സംഘടിക്കുന്നതും ഇന്ത്യയെപ്പോലുള്ള ഒരു രാജ്യത്ത് പ്രശ്നങ്ങൾ വർദ്ധിപ്പിക്കുകയേ ഉള്ളൂ. മുസ്ലീങ്ങളുടെ പ്രശ്നങ്ങളിൽ അധികവും ഇസ്ലാമിന്റെ

താല്പര്യങ്ങളുമായി ബന്ധപ്പെട്ടു കിടക്കുന്നവയാണ്. ഇസ്ലാമിനെ ഒഴിച്ചുനിർത്തിയാൽ അവർക്കും ഇന്ത്യയിലെ മറ്റു ജനവിഭാഗങ്ങളെപ്പോലെ പൊതുവായ പ്രശ്നങ്ങളേ ഉള്ളൂ. അതിനാൽ മുസ്ലീങ്ങളുടെ ഏതു പ്രശ്നം പരിഹരിക്കുന്നതും ഇസ്ലാമിന്റെകൂടി താല്പര്യം പരിഗണിച്ചുകൊണ്ടു വേണം. മുസ്ലീങ്ങൾ മതേതര സംഘടനകളിൽ അണിചേരുകയാണ് വേണ്ടതെന്ന നിർദ്ദേശത്തിന് വളരെ പഴക്കമുണ്ട്. ഇക്കാലമത്രയും മുസ്ലീങ്ങൾ പരീക്ഷിച്ചതും ഇതുതന്നെയാണ്. മതേതര സംഘടനകൾക്ക് മുസ്ലീങ്ങളുടെ പ്രശ്നങ്ങൾ പരിഹരിക്കാൻ സാധിച്ചിട്ടില്ലെന്ന യാഥാർത്ഥ്യം ഇക്കൂട്ടർ മറച്ചുവയ്ക്കുകയാണ് ചെയ്യുന്നത്.

ഇസ്ലാമിനെ പ്രതിനിധാനം ചെയ്തുകൊണ്ട് മുസ്ലീങ്ങൾക്ക് ഒട്ടേറെ കാര്യങ്ങൾ രാഷ്ട്രത്തിനുവേണ്ടി ചെയ്യാൻ കഴിയും. ഇസ്ലാം ഇന്ത്യയിലേക്ക് കടന്നുവന്ന കാലത്തുണ്ടായിരുന്ന അവസ്ഥകൾ പൂർണ്ണമായി മാറിയിട്ടില്ല. അസമത്വവും അനീതിയും ഇവിടെ ഇപ്പോഴും നിറഞ്ഞുനില്ക്കുന്നു. നീതിയും ധർമ്മവും നിയമപുസ്തകങ്ങളിൽ മാത്രമേ സ്ഥാനംപിടിച്ചിട്ടുള്ളൂ. ജീവിതയാഥാർത്ഥ്യങ്ങളിലേക്ക് അവയെ കൊണ്ടുവരിക എന്നതാണ് മുസ്ലീങ്ങൾക്ക് ഇന്ത്യയിൽ നിർവ്വഹിക്കാനുള്ള മുഖ്യ ദൗത്യം. ഇത് അവരുടെ ആദർശത്തിന്റെ താല്പര്യംകൂടിയാണ്.

1992

ഇന്ത്യൻ വർഗ്ഗീയതയുടെ മുഖങ്ങൾ

കഴിഞ്ഞ ഏതാനും വർഷങ്ങളിലായി രാമജന്മഭൂമി-ബാബറി മസ്ജിദ് പ്രശ്നത്തിന്റെ പശ്ചാത്തലത്തിൽ ഭൂരിപക്ഷ വർഗ്ഗീയതയ്ക്കുണ്ടായ അഭൂതപൂർവ്വമായ വളർച്ചയും സ്വാധീനവും അതിനെതിരെയുള്ള സമരം അനിവാര്യമാക്കുന്നു. ഭൂരിപക്ഷ വർഗ്ഗീയതയ്ക്കെതിരെ ആശയപരമായി കരുത്ത് നേടാൻ സഹായിക്കുന്ന അനിഷേദ്ധ്യങ്ങളായ ചരിത്രസത്യങ്ങളുമായി നാം പരിചയപ്പെടേണ്ടതുണ്ട്. അതിനുപകരിക്കുന്ന ശ്രദ്ധേയമായ ഒരു ഗ്രന്ഥമാണ് മനോഹർ പബ്ലിക്കേഷൻ പ്രസിദ്ധീകരിച്ച *കമ്യൂണലിസം ഇൻ ഇന്ത്യ*.

പ്രശസ്ത ചരിത്രകാരനും ഗ്രന്ഥകാരനുമായ കെ എൻ പണിക്കരാണ് ഇത് സമാഹരിച്ചിരിക്കുന്നത്. പതിനാല് പ്രബന്ധങ്ങളിൽ പതിനൊന്നും 1990 മാർച്ച് 29 മുതൽ 31 വരെ ഡൽഹിയിൽ *സോഷ്യൽ സയന്റിസ്റ്റ്* സംഘടിപ്പിച്ച വർഗ്ഗീയവിരുദ്ധ സെമിനാറിൽ അവതരിപ്പിക്കപ്പെട്ടവയാണ്. റൊമില ഥാപ്പർ, ബിപിൻചന്ദ്ര, രൺധീർ സിങ്, സി പി ബാംബ്റി തുടങ്ങിയ ചരിത്രഗവേഷകരടക്കമുള്ളവരുടെ പ്രബന്ധങ്ങളുടെ സമാഹാരമായതിനാൽ ഈ ഗ്രന്ഥത്തിന് അസാധാരണമായ വിശ്വാസ്യതയും ചരിത്രപരമായ ആധികാരികതയുമുണ്ട്. പ്രബന്ധങ്ങളിലേക്ക് വെളിച്ചം വീശിക്കൊണ്ട് കെ എൻ പണിക്കർ എഴുതിയിട്ടുള്ള പ്രൗഢോജ്ജ്വലമായ അവതാരിക ഈ സമാഹാരത്തിന് മിഴിവും മികവും ഏകുന്നു.

ഒരു കിനാവള്ളി കണക്കെ ഇന്ത്യൻ സമൂഹത്തിന്റെ ഓരോ അവയവത്തെയും പിടികൂടാൻ തുടങ്ങിയിരിക്കുന്ന ഭൂരിപക്ഷവർഗ്ഗീയതയുടെ വികാസപരിണാമചരിത്രത്തിലേക്ക് ഒരു വിഹഗവീക്ഷണം നടത്തുന്ന അവതാരിക, ഇന്ത്യാചരിത്രത്തിലെ മുസ്ലിം കാലഘട്ടമെന്ന് ബ്രിട്ടീഷ് ചരി

ത്രകാരന്മാരും മദ്ധ്യകാലഘട്ടമെന്ന് ദേശീയവാദികളായ ചരിത്രകാരന്മാരും വിശേഷിപ്പിച്ച കാലയളവിൽ നിരവധി ഹൈന്ദവക്ഷേത്രങ്ങൾ കൊള്ളയടിക്കപ്പെടുകയും തകർക്കപ്പെടുകയും ചെയ്തതിനാൽ അവയുടെ ഭൂതകാല അവസ്ഥ വീണ്ടെടുക്കുകയാണ് ഇന്നത്തെ കടമയെന്ന ഭൂരിപക്ഷവർഗ്ഗീയതയുടെ വാദത്തെ, ലോകചരിത്രത്തിന്റെയും ഇന്ത്യാചരിത്രത്തിന്റെയും ഏടുകളിൽനിന്ന് നിരവധി ഉദാഹരണങ്ങൾ എടുത്തുവെച്ചുകൊണ്ട് ഖണ്ഡിക്കുന്നു. മുസ്ലിംകാലഘട്ടത്തിൽ മതത്തിന്റെ പേരിലായിരുന്നു ഈ ക്ഷേത്രങ്ങളെല്ലാം തകർത്തതെന്ന ഭൂരിപക്ഷവർഗ്ഗീയതയുടെ വാദം ചരിത്രത്തെ വളച്ചൊടിക്കൽ മാത്രമല്ല, ഭൂരിപക്ഷസമുദായത്തെ ഇതിന്റെപേരിൽ ഏകോപിപ്പിക്കാനുള്ള ബോധപൂർവ്വമായ ശ്രമം കൂടിയാണ്. സാമ്രാജ്യവിസ്താരണത്തിന്റെയും ഭരണമേധാവിത്വം ഉറപ്പിക്കുന്നതിന്റെയും ഖജനാവ് വീർപ്പിക്കുന്നതിന്റെയും ഭാഗമായിട്ടായിരുന്നു ഇത്തരം കൊള്ളയടിക്കലുകൾ നടന്നിരുന്നതെന്ന് അവതാരികാകാരൻ ചൂണ്ടിക്കാട്ടുന്നു. മുസ്ലിംരാജാക്കന്മാർ മാത്രമല്ല, ഹിന്ദു രാജാക്കന്മാരും ഇത്തരം ക്ഷേത്രാക്രമണങ്ങൾ നടത്തിയിരുന്നു. 11-ാം നൂറ്റാണ്ടിൽ കശ്മീരിലെ രാജാവായിരുന്ന ഹർഷദേവൻ നിരവധി ഹൈന്ദവക്ഷേത്രങ്ങൾ കൊള്ളയടിച്ച് ഖജനാവിന് മുതൽക്കൂട്ടിയിട്ടുണ്ട്. ഇങ്ങനെ ക്ഷേത്രങ്ങൾ കൊള്ളയടിച്ച് സ്വത്തുകൾ കണ്ടുകെട്ടുന്നതിന് അദ്ദേഹം ഒരു പ്രത്യേക ഉദ്യോഗസ്ഥനെത്തന്നെ നിയമിച്ചിരുന്നു. 12-ാം ശതകത്തിൽ ഗുജറാത്തിലെ പരമാര വംശജനായിരുന്ന സുഭഗവർമ്മൻ നിരവധി ജൈനക്ഷേത്രങ്ങൾ തകർത്തതായി പണിക്കർ വെളിപ്പെടുത്തുന്നു. ഔറംഗസേബ് പോലും അത്തരം നടപടികൾ സ്വീകരിച്ചത് രാഷ്ട്രീയലക്ഷ്യം വച്ചുകൊണ്ടായിരുന്നു എന്നും അദ്ദേഹം സമർത്ഥിക്കുന്നു.

ആരാധനാലയങ്ങൾ തകർക്കൽ ലോകത്തിലെ മറ്റുപല സമൂഹങ്ങളിലും നടന്നിട്ടുള്ളതിന് തെളിവുകൾ അവതാരികാകാരൻ ഹാജരാക്കുന്നുണ്ട്. ലാറ്റിനമേരിക്കയെ സ്പെയിൻ കീഴടക്കിയപ്പോൾ മെക്സിക്കോ, ഗ്വാട്ടിമാല, കോസ്റ്ററിക്കാ എന്നിവിടങ്ങളിലെ മായൻ-ആസ്ടെക്ക് പിരമിഡുകളുടെ മേൽഭാഗം തകർത്ത് ക്രിസ്ത്യൻ ദേവാലയങ്ങൾ നിർമ്മിക്കുകയുണ്ടായി. അന്നാട്ടുകാരുടെ ആരാധന ഈ പിരമിഡുകളുടെ മുന്നിലായിരുന്നു. അവ തകർത്ത് ക്രിസ്ത്യൻ ദേവാലയങ്ങൾ പണിത നടപടി സ്പെയിനിന്റെ അധീശത്വവും രാഷ്ട്രീയാധികാരവും അംഗീകരിപ്പിക്കുന്നതിന്റെ ഭാഗമായിരുന്നു.

ലോകചരിത്രത്തിലെയും ഇന്ത്യാചരിത്രത്തിലെയും അനിഷേദ്ധ്യവസ്തുതകൾ ഇതായിരിക്കെ ഇന്ത്യയുടെ ഭാവിതലമുറയുടെ പിഞ്ചുമനസ്സുകളിൽ ഹിന്ദുത്വത്തിന്റെ വിത്തുപാകുവാൻ പാഠപുസ്തകങ്ങളെയും അച്ചടിമാധ്യമത്തെയും ഭൂരിപക്ഷവർഗ്ഗീയത ഉപയോഗിക്കുന്നതിന്റെ അപകടത്തിലേക്കും അവതാരികാകാരൻ വിരൽചൂണ്ടുന്നു.

പുരാതന ഇന്ത്യയുടെ ചരിത്രത്തിൽനിന്ന് വേണ്ടത്ര തെളിവുകൾ നിരത്തിവച്ചുകൊണ്ട് ഹിന്ദുമതം പുരാതനകാലംമുതൽ ഏകശിലാഖണ്ഡംപോലെ തുടർന്നുവരുന്നതാണെന്ന വാദത്തിന്റെ മുനയൊടിക്കുന്നതാണ് റൊമിലാ ഥാപ്പറിന്റെ പ്രബന്ധം. ഹിന്ദുമതം ഒരു പ്രവാചകനെ ആധാരമാക്കി സ്ഥാപിതമായതല്ലെന്നും നിരവധി സ്വതന്ത്രചിന്താധാരകളും സമാന്തരസമ്പ്രദായങ്ങളും കൂടിച്ചേർന്നുണ്ടായതാണെന്നും ഥാപ്പർ സമർത്ഥിക്കുന്നു. അതുപോലെ കണ്വ-കപില-കണാദാദികളുടെ ഭൗതികവാദവും ചാർവാകന്റെ നിരീശ്വരവാദവും ബൗദ്ധജൈനമത ദർശനങ്ങളും ക്രിസ്ത്യൻ, മുസ്ലിം, പേർഷ്യൻ തുടങ്ങിയ സെമിറ്റിക് മതങ്ങളുടെ ചിന്താധാരകളുംകൊണ്ട് സമ്പന്നവും സമ്പുഷ്ടവുമാക്കപ്പെട്ട ഒരു സങ്കരസംസ്കാരമാണ് ഇന്ത്യൻ സംസ്കാരമെന്നും അതുകൊണ്ടുതന്നെ അതിന്റെ മുഖമുദ്ര സമന്വയമാണെന്നും അവർ ചൂണ്ടിക്കാട്ടുന്നു. ഇന്നത്തെ തങ്ങളുടെ നിലപാടിനെ സാധൂകരിക്കാൻ ഭൂരിപക്ഷവർഗ്ഗീയത ഒരു ഭാവനാധിഷ്ഠിത ഭൂതകാലത്തെ (imagined past) സൃഷ്ടിക്കുകയാണ്. ഇന്ത്യാചരിത്രത്തിൽ ബ്രിട്ടീഷ് ചരിത്രകാരന്മാർ, വിശേഷിച്ച് ജയിംസ്മിൽ നടത്തിയ ഹിന്ദു-മുസ്ലിം-ബ്രിട്ടീഷ് എന്ന ഘട്ടവല്ക്കരണ (Periodisation) മാണ് ഹിന്ദു-മുസ്ലിം വൈരുദ്ധ്യത്തിന് കാരണമായതെന്നും അന്ന് ബീജാവാപം ചെയ്യപ്പെട്ട ദ്വിരാഷ്ട്രവാദമാണ് ഇന്ന് ഭൂരിപക്ഷവർഗ്ഗീയത മുതലെടുക്കുന്നതെന്നും ഥാപ്പർ സ്ഥാപിക്കുന്നു.

ഭൂരിപക്ഷവർഗ്ഗീയതയെ പ്രത്യയശാസ്ത്രപരമായി നേരിടണമെന്ന വാദമാണ് ബിപിൻചന്ദ്ര തന്റെ പ്രബന്ധത്തിലൂടെ ഉന്നയിക്കുന്നത്. പ്രത്യയശാസ്ത്രപരമായ ഈ സമരത്തെ വമ്പിച്ച ബഹുജനമുന്നേറ്റമായി വളർത്തിയെടുക്കണമെന്നും അദ്ദേഹം അഭിപ്രായപ്പെടുന്നു. ഭൂരിപക്ഷവർഗ്ഗീയത ഭരണകൂടത്തിന്റെ പടിവാതില്ക്കലിൽ എത്തിനില്ക്കുന്ന സാഹചര്യത്തിൽ ഈ സമരം തികച്ചും അനിവാര്യമാണ്. ഹെഡ്ഗെവാർ ജന്മശതാബ്ദിയുടെയും ശിലാപൂജ, ശിലാന്യാസം എന്നിവയുടെയും ഭാഗമായി ആർ എസ് എസിന് ഭൂരിപക്ഷവർഗ്ഗീയതയുടെ സന്ദേശം ഓരോ ഗ്രാമത്തിലുമെത്തിക്കാൻ കഴിഞ്ഞതുപോലെ വർഗ്ഗീയവിരുദ്ധ പ്രത്യയശാസ്ത്രത്തെയും ഗ്രാമതലങ്ങളിൽ എത്തിക്കാൻ കഴിയണം. ബുദ്ധിജീവികൾക്ക് ഈ സമരത്തിൽ വലിയ പങ്കുണ്ട്. അതിനായി അവർ സാധാരണ ജനങ്ങളുമായി ഇടപഴകുകയും അവർക്ക് മനസ്സിലാകുന്ന ഭാഷയിൽ എഴുതുകയും വേണം.

തീർത്തും മാർക്സിസ്റ്റ് വീക്ഷണകോണിലൂടെ ഈ പ്രശ്നത്തെ വിലയിരുത്തുകയാണ് രൺധീർസിങ്. ഫ്യൂഡൽബന്ധങ്ങളുടെയും പഴഞ്ചൻ ഉല്പാദന സമ്പ്രദായങ്ങളുടെയും ഭാരവും ദുരിതവും പേറുന്ന ഇന്ത്യൻ സമൂഹത്തിൽ അവയ്ക്ക് അറുതിവരുത്താതെ മുതലാളിത്ത വികസനമാർഗ്ഗം അടിച്ചേല്പിച്ചതിന്റെ ഫലമായുണ്ടായ വൈരുദ്ധ്യങ്ങ

ളാണ് ഭൂരിപക്ഷവർഗ്ഗീയതയ്ക്ക് വളരാൻ സാഹചര്യമൊരുക്കിയത്. അതുകൊണ്ട് വർഗ്ഗീയതയ്ക്കെതിരായ സമരത്തെ സമൂഹത്തെ ആകെ മാറ്റിമറിക്കുന്നതിനുള്ള സമരവുമായി കൂട്ടിയിണക്കണം എന്നദ്ദേഹം വാദിക്കുന്നു.

കാലാകാലങ്ങളിൽ ഇന്ത്യൻ ഭരണാധികാരിവർഗ്ഗം സ്വന്തം നിലനില്പിനുവേണ്ടി ഭൂരിപക്ഷ-ന്യൂനപക്ഷ വർഗ്ഗീയതകളെ സൗകര്യംപോലെ ആശ്രയിച്ചതിന്റെ ചരിത്രമാണ് സോയാഹസ്സൻ പറയുന്നത്. 1977 ൽ നഷ്ടപ്പെട്ട അധികാരം തിരിച്ചുപിടിക്കുവാൻവേണ്ടി ഇന്ദിരാഗാന്ധി തുടങ്ങിവെച്ച ഈ നയം, രാജീവ്ഗാന്ധി മുസ്ലിംവനിതാ ബില്ലിലൂടെയും, അയോദ്ധ്യയിലെ മുസ്ലിംപള്ളി ഹിന്ദുക്കൾക്കായി തുറന്നുകൊടുക്കുകയും അവിടെ ശിലാന്യാസം അനുവദിക്കുകയും ചെയ്തതിലൂടെയും 1989 ലെ കോൺഗ്രസിന്റെ തിരഞ്ഞെടുപ്പ് പ്രചാരണം രാമരാജ്യം സ്ഥാപിക്കലാണ് ലക്ഷ്യം എന്ന് പ്രഖ്യാപിച്ചുകൊണ്ട് അയോദ്ധ്യയിൽനിന്ന് തുടങ്ങിയതിലൂടെയും എങ്ങനെ വികസിപ്പിച്ച് പൂർണ്ണമാക്കി എന്നതിന്റെ ചരിത്രമാണ് അദ്ദേഹം വരച്ചുകാട്ടുന്നത്. ഇത്തരം സംഭവപരമ്പരകളിലൂടെ ഭൂരിപക്ഷത്വം (Majoritarianism) എന്ന ആശയം എങ്ങനെ രൂഢമൂലമായിത്തീർന്നു എന്നും അദ്ദേഹം വിശദമാക്കുന്നുണ്ട്.

ഹിന്ദിയെ ഒരു ഭാഷയാക്കി വളർത്താനും തുടർന്ന് അതിനെ രാഷ്ട്രഭാഷയാക്കി ഉയർത്താനും ഹൈന്ദവജ്വരം ബാധിച്ച ദേശീയനേതാക്കളും ഹിന്ദിപ്രേമികളും ഉത്തര-മദ്ധ്യേന്ത്യയിൽ നടത്തിയ ശ്രമങ്ങളാണ് കൃഷ്ണകുമാറിന്റെ പ്രബന്ധവിഷയം. ദയാനന്ദസരസ്വതിയുടെ ആര്യസമാജവും മദൻമോഹൻ മാളവ്യയുടെ ബനാറസ് ഹിന്ദു സർവ്വകലാശാലയും മറ്റും ഉർദുവിനെ നിഷ്കാസനംചെയ്ത് ശുദ്ധഹിന്ദു വളർത്തിയെടുക്കാൻ സ്വീകരിച്ച നടപടികൾ പ്രബന്ധത്തിൽ വിവരിക്കുന്നുണ്ട്. ഭരണഘടനാ നിർമ്മാണസഭയിൽ ഹിന്ദുസ്ഥാനിക്കു പകരം ഹിന്ദി രാഷ്ട്രഭാഷയാക്കണമെന്ന പ്രമേയം ഒരൊറ്റ വോട്ടിന് പാസായതും അങ്ങനെ ഹിന്ദുസ്ഥാനി രാഷ്ട്രഭാഷയാകണമെന്ന ഗാന്ധിജിയുടെ സ്വപ്നത്തെ പുരുഷോത്തംദാസ് ഠണ്ഡനെപ്പോലുള്ളവർ എപ്രകാരം തകർത്തു എന്നതും പ്രബന്ധത്തിൽ പരാമർശിക്കപ്പെട്ടിട്ടുണ്ട്.

കൊളോണിയൽ ബംഗാളിൽ നടന്ന വർഗ്ഗീയകലാപങ്ങളെപ്പറ്റിയുള്ള സുൻജൻദാസിന്റെയും പി കെ ദത്തയുടെയും പ്രബന്ധങ്ങളും വിഭജനാനന്തരം ഇന്ത്യൻ സമൂഹവുമായി താദാത്മ്യം പ്രാപിക്കാൻ മുസ്ലീങ്ങൾ നടത്തിയ ശ്രമങ്ങളെ വിവരിക്കുന്ന മുഷിറുൽ ഹസ്സന്റെ പ്രബന്ധവും ശ്രദ്ധേയങ്ങളും പഠനാർഹങ്ങളുമാണ്. സി പി ബാംബ്റി, ദീപാങ്കർഗുപ്ത, സുധീർചന്ദ്ര, രാജീവ് ഭാർഗവ, സുകുമാർ മുരളീധരൻ, കൃഷ്ണ ഭരദ്വാജ് എന്നിവരുടെ പ്രബന്ധങ്ങൾ വർഗ്ഗീയതയെ വിവിധ വശങ്ങളിൽനിന്ന് പഠിക്കാൻ സഹായിക്കുന്നവയാണ്.

മുസ്ലിംവർഗ്ഗീയത അപകടകരമാണെങ്കിലും അതിനൊരിക്കലും ഇന്ത്യയെ കീഴടക്കാനും ഫാസിസം കൊണ്ടുവരാനുമാവില്ലെന്നും ഹൈന്ദവ വർഗ്ഗീയതയ്ക്കേ അതിനു കഴിയൂ എന്നും അതിനാൽ മറ്റെന്തിനേക്കാളുമുപരി ഹൈന്ദവ വർഗ്ഗീയതയെ എതിർത്തു തോല്പിക്കണമെന്നുമുള്ള ആശയഗതിയാണ് ഈ സമാഹാരത്തിൽ അന്തർദ്ധാരയായി വർത്തിക്കുന്നത്.

വർഗ്ഗീയതയെന്ന മഹാവിപത്തിനെ നേരിടുന്നതിൽ താല്പര്യവും പ്രതിജ്ഞാബദ്ധതയുമുള്ളവരും നമ്മുടെ ജനാധിപത്യവും മതേതരത്വവും നിലനില്ക്കണമെന്നാഗ്രഹിക്കുന്നവരും അവശ്യം വായിച്ചിരിക്കേണ്ടതാണ് ഈ സമാഹാരം. സാധാരണക്കാരുടെ കൈകളിൽ എത്തിപ്പെടുന്നതിനായി ഇതിന്റെയൊരു 'പോപ്പുലർ എഡിഷൻ' ഉണ്ടാകുന്നത് അഭികാമ്യമായിരിക്കും.

1992

ഹിന്ദുരാഷ്ട്രവാദം സവർണ്ണ ഫാസിസം

ബാബറി മസ്ജിദ്-രാമജന്മഭൂമി പ്രശ്നത്തിൽ മുസ്ലിം സംഘടനകൾ സ്വീകരിച്ച നിലപാട് സ്വാഗതാർഹമാണ്.

ആരാധനാലയങ്ങളുടെ കാര്യത്തിൽ 1947 ആഗസ്ത് 15 ലെ നില പുനഃസ്ഥാപിക്കുകയെന്നത് തികച്ചും സ്വാഗതാർഹമായ കാര്യമാണെന്നു ചൂണ്ടിക്കാണിക്കട്ടെ. ഇതാണ് മുസ്ലിം സംഘടനകൾ സമാധാനനീക്കത്തിന്റെ ഭാഗമായി ഈയിടെ മുന്നോട്ടു വച്ചിട്ടുള്ള നിർദ്ദേശങ്ങളിലൊന്ന്.

ഇത്തരം കാര്യങ്ങൾ അഭിമാനപ്രശ്നമായെടുക്കാൻ ആരും തയ്യാറാകരുത്. അങ്ങനെയുള്ള സമീപനം കലാപത്തിന് വഴിവയ്ക്കും. കലാപമല്ല, സമാധാനമാണാവശ്യം.

ആരാധനാകേന്ദ്രങ്ങൾ സമാധാനത്തിന്റെ വിളനിലങ്ങളാകേണ്ടതാണ്. അങ്ങനെയല്ലാതെ വരുന്നത് ദൈവത്തോട് കാട്ടുന്ന അനീതിയായിരിക്കും. യഥാർത്ഥ സംഭവം വികലമാക്കുന്നതാണിവിടത്തെ അവസ്ഥ. നടന്ന സംഭവമെന്തെന്നല്ല, എന്തൊക്കെ നടക്കണമെന്ന് ചിലരങ്ങ് തീരുമാനിക്കുകയാണ്. ബാബറോ രാമനോ വലുതെന്ന തർക്കത്തിനർത്ഥമേയില്ല.

രാമൻതന്നെയാണ് വലുത്. ഒരിക്കലും പ്രവാചകനേക്കാൾ വലിയ ചക്രവർത്തിയുണ്ടാകില്ല. ചിലർ ചോദ്യമുണ്ടാക്കി ചോദിക്കുകയും അവർതന്നെ മറുപടി പറയുകയുമാണ്. രാഷ്ട്രീയക്കാരാണിതിനു പിന്നിൽ. മതത്തെപ്പറ്റി അറിയുന്നവർ ഇതു ചെയ്യില്ല.

രാമക്ഷേത്രം പണിയുന്നതിനെ ആരുമെതിർക്കില്ല. പക്ഷേ, നൂറ്റാണ്ടുകളായി നിലനില്ക്കുന്ന ഒരു പള്ളിയവിടെയുണ്ട്. അതിനു പോറലെങ്കിലുമേല്പിച്ചുകൊണ്ട് ക്ഷേത്രം പണിയാനനുവദിച്ചുകൂടാ.

തർക്കം രണ്ടു കക്ഷികൾ തമ്മിൽ തീർക്കാനായില്ലെങ്കിൽ നീതി

ന്യായക്കോടതിയിലേക്ക് പോവുകയാണ് വേണ്ടത്. അത് സ്വീകരിക്കില്ലെന്നു പറയുന്നത് ഒരിക്കലും ശരിയല്ല.

ഇന്ത്യയുടെ ചരിത്രം മതങ്ങൾ തമ്മിലുള്ള സമരത്തിന്റെ ചരിത്രമല്ല. ജാതികൾ തമ്മിലാണ് സമരം നടന്നത്. അക്രമിയായി ചിത്രീകരിക്കപ്പെട്ട ബാബർ യുദ്ധം ചെയ്തത് ഇബ്രാഹിം ലോദിയോടായിരുന്നു. ഇന്ത്യയെപ്പോലെ ലോകമതങ്ങളുടെ കളിത്തൊട്ടിലായ മറ്റൊരു നാട് ലോകത്തിലില്ല. ചില ചരിത്രകാരന്മാർ ഈ സത്യം വിസ്മരിച്ചിരിക്കുകയാണ്, അവ മറച്ചുവയ്ക്കുകയാണ്.

ഇന്ത്യാചരിത്രത്തിൽ അത്രയധികം പുറത്തുപറയാത്ത സത്യങ്ങളുണ്ട്. റാണ എന്ന ഹിന്ദുഭരണാധികാരിയും ബാബറും തമ്മിൽ നടന്ന യുദ്ധത്തിൽ പുതുമയുള്ള സൈനികസഖ്യം കണ്ടെത്താനാവും. ബാബറെ രജപുത്രരാജാക്കന്മാർ സഹായിച്ചപ്പോൾ റാണ എന്ന ഹിന്ദുവിനെ മുസ്ലീങ്ങൾ സഹായിച്ചു. രാജാക്കന്മാർ തമ്മിൽ രാജ്യം പിടിച്ചടക്കാനായി നടന്ന യുദ്ധമായിരുന്നു ഇത്. ഹുമയൂൺ ചക്രവർത്തി തോറ്റത് ഷേർഷായോടായിരുന്നു.

ഔറംഗസീബിനു യുദ്ധത്തിൽ സഹായികളായി ഹിന്ദു ജനറൽമാരുണ്ടായിരുന്നു. ജസ്വന്ത് സിങ്, ജയ് സിങ് എന്നിവരാണ് ഔറംഗസീബിന്റെ ജനറൽമാർ.

ഡൽഹിയിൽ 1193 മുതൽ 1526 വരെ 35 സുൽത്താന്മാർ ഭരിച്ചിട്ടുണ്ട്. അവരെല്ലാം മുസ്ലീങ്ങളായിരുന്നു. അതിൽ 19 സുൽത്താന്മാരെ കൊന്നത് മുസ്ലീങ്ങൾതന്നെയായിരുന്നു.

ശിവജിയുടെ കീഴിൽപ്പോലും മുസ്ലിം സൈനിക ഓഫീസർമാരുണ്ടായിരുന്നു.

മുസ്ലിം രാജാക്കന്മാർ ഭരണാവശ്യങ്ങൾക്കായി വിദേശത്തുനിന്ന് ആളെ കൊണ്ടുവന്നിരുന്നില്ല. അതേസമയം ബ്രിട്ടീഷുകാർ അവരുടെ ആളുകളെ കൊണ്ടുവന്നാണ് ഭരിച്ചത്. ബ്രിട്ടീഷുകാർ ഇന്ത്യയുടെ സ്വത്ത് കൊള്ളയടിച്ചുകൊണ്ടുപോയി. ഇന്ത്യ ഭരിച്ചിട്ടില്ലാത്ത മുഹമ്മദ് ഗസ്നിയൊഴിച്ച് ഏതെങ്കിലുമൊരു മുസ്ലിം ചക്രവർത്തി ഇന്ത്യയുടെ സ്വത്ത് വിദേശത്തേക്ക് കടത്തിയതായി കണ്ടെത്താനാകില്ല. അവർ ഹിന്ദുക്കളുമായി പൂർണ്ണമായി സഹകരിച്ചു പ്രവർത്തിച്ചു. ഔറംഗസീബിന്റെ ധനകാര്യമന്ത്രി രാഗ്നാഥ് എന്നൊരു ഹിന്ദുവായിരുന്നു. മുസ്ലിം രാജാക്കന്മാർ പേർഷ്യൻ ഭാഷയ്ക്കുപകരം ഹിന്ദിയിൽത്തന്നെയാണ് ഭരണം നടത്തിയത്. പക്ഷേ, പിന്നീട് കള്ളക്കഥകളുണ്ടാക്കിയതുമൂലം ഈ സമുദായങ്ങൾ ഭിന്നിക്കുകയായിരുന്നു. ഹിന്ദുക്കളും മുസ്ലീങ്ങളും ഇന്ത്യ എന്ന കന്യകയുടെ കണ്ണുകളാണെന്ന് സർ സയ്യിദ് അഹമ്മദ്ഖാൻ പറഞ്ഞ കാര്യം സ്മരിക്കേണ്ടതാണ്. അവയിലൊന്നിനെ വേദനിപ്പിക്കാതെ മറ്റൊന്നിനെ നശിപ്പിക്കാനാകില്ല. ഇപ്പോൾ കൊട്ടിഘോഷിക്കുന്ന ഹിന്ദുരാഷ്ട്രം സവർണ്ണഫാസിസത്തിന്റേതാണ്. ന്യൂനപക്ഷമേധാവിത്വം ഭൂരിപക്ഷത്തിനുമേൽ അടിച്ചേല്പിക്കാനാണ് ഹിന്ദുരാഷ്ട്രവാദം. ഇപ്പോൾ മുസ്ലിംവി

രോധം പറയുന്നവർക്ക് അധികാരം കിട്ടിയാൽ എല്ലാ അവർണ്ണവിഭാഗങ്ങൾക്കുമെതിരെ തിരിയും.

ജനാധിപത്യമെന്നാൽ ഭൂരിപക്ഷത്തിന്റെ തീരുമാനം നടപ്പാക്കൽ മാത്രമല്ല. എല്ലാവർക്കും നീതി നല്കലാണ് അതിന്റെ ലക്ഷ്യം. ഹിന്ദു ഫാസിസം വളർത്തുന്നവർ ഹിറ്റ്ലറുടെ മാർഗ്ഗം സ്വീകരിക്കുന്നവരാണ്.

ശ്രീരാമൻ എന്ന പ്രവാചകൻ ബി ജെ പി എന്നൊരു കേവല രാഷ്ട്രീയപാർട്ടിയാൽ സംരക്ഷിക്കപ്പെടേണ്ടതല്ല. സമന്വയത്തിലൂടെ മാത്രമേ ഇന്ത്യക്ക് നിലനില്പുള്ളൂ. രഥയാത്രയിലൂടെ ലാഭത്തിനായി നടന്നവർക്ക് നഷ്ടമാണ് വരാൻ പോകുന്നത്.

മുസ്ലിം രാജാക്കന്മാർ 200 കൊല്ലം ഭരിച്ചിട്ടിവിടെ ഇസ്ലാമികരാഷ്ട്രം പ്രഖ്യാപിച്ചിട്ടില്ല. ബ്രിട്ടീഷുകാർ ക്രിസ്ത്യൻ രാഷ്ട്രവും പ്രഖ്യാപിച്ചില്ല. സ്വാതന്ത്ര്യത്തിനുശേഷമുണ്ടായ ഒരു കക്ഷി പറയുന്നു ഹിന്ദുരാഷ്ട്രം വേണമെന്ന്, ഇതെന്തു പുതുമയാണ്.

ആരാധനാലയങ്ങളുടെ പേരിലുള്ള അവകാശവാദങ്ങൾ വിവാദമാകേണ്ട കാര്യമേയില്ല. അങ്ങനെ വന്നാൽ പട്ടിക നീളും. ഇവിടെ നിരവധി ജൈനദേവാലയങ്ങൾ ഹിന്ദുക്ഷേത്രങ്ങളായിട്ടുണ്ട്. ആയിരക്കണക്കിന് ബുദ്ധവിഹാരങ്ങൾ നശിപ്പിക്കപ്പെട്ടിട്ടുണ്ട്. ശബരിമലപോലും ബുദ്ധക്ഷേത്രമാണെന്ന് സംശയമുണ്ട്. കൂടൽമാണിക്യക്ഷേത്രത്തിന്റെ കാര്യത്തിലും വിവാദം കാണാം. ഇതൊന്നും തിരുത്താൻ കഴിയില്ല. പഴയ കാര്യങ്ങൾ ചികഞ്ഞുനോക്കി മുതലെടുപ്പ് നടത്താതിരിക്കുന്നതാണ് എല്ലാവർക്കും ഗുണം.

ബി ജെ പിയുടെ മുസ്ലിംവിരുദ്ധനീക്കം ലോകത്തിനു മുമ്പിൽ ഇന്ത്യയുടെ മുഖം വികൃതമാക്കാനേ ഉതകൂ. ഇന്ത്യ ഛിന്നഭിന്നമാക്കാനല്ലാതെ മറ്റൊന്നിനുമിത് സഹായകമാകില്ല.

ബി ജെ പി യുടെ മാനസികനിലപാടുവച്ച് മറ്റുള്ളവരും പെരുമാറാൻ തുടങ്ങിയാൽ കാര്യങ്ങൾ എവിടെ ചെന്നവസാനിക്കുമെന്ന് ചിന്തിക്കേണ്ടതാണ്. ഇന്ത്യക്ക് പെട്രോൾ നല്കേണ്ടതില്ലെന്ന് അറബ് നാടുകൾ തീരുമാനിക്കുകയാണെങ്കിൽ അദ്വാനി കുതിരവണ്ടിയിൽ സഞ്ചരിക്കേണ്ടിവരില്ലേ? തികച്ചും അപ്രായോഗികമായ കാര്യങ്ങൾ പറഞ്ഞുള്ള നീക്കം എല്ലാവർക്കും അപകടമേ വരുത്തൂ.

1990

www.ingramcontent.com/pod-product-compliance
Lightning Source LLC
LaVergne TN
LVHW100840051026
849519LV00006B/2378